எண்ணிய எண்ணியாங்கு

இது என்னுடைய வகுப்பறை

வானதி ஜெயராமன்

notionpress.com

INDIA · SINGAPORE · MALAYSIA

என் பெயர் வானதி, விடாமுயற்சி, வீரம், தன்னம்பிக்கை, தன்மானம், துணிவு, பகுத்தறிவு, மனிதநேயம் மற்றும் பல......

அறிமுகவுரை

மேதை என்பது விடாமுயற்சி என்று ஓர் அறிஞர் கூறினார். இந்த முதுமொழி இவருடைய விடாமுயற்சியைக் காட்டுகிறது. இளமைக்காலந்தொட்டே அவருடைய ஆர்வம் மிகுந்தே நின்றது. சிறுவயது முதலே இயற்கை அழகின் சிரிப்பில் இன்பம் கண்டவர். வயலில் மலர் பூத்துக் குலுங்கும் போது அவருடைய மனம் மகிழ்ச்சியில் திளைத்தது. காரணம் அவருடைய ஊர் இயற்கை எழில் கொஞ்சும் உயர்ந்தோங்கிய மலைகள் சூழ்ந்து நிற்கும் ஊர். கோடைமழையின் போது அருவிகள் கொட்டும். சிலப்பதிகாரத்தில் இந்த அருவிகளைப் பற்றிய குறிப்பு இருப்பதாக ஒரு தமிழாசிரியர் கூறுவார். சங்ககால இலக்கியச் சூழலோடு வாழ்ந்தவர் என்பதால் பூத்துக் குலுங்கும் மலர்களைப் பார்த்து மகிழ்ந்ததில் வியப்பேதுமில்லை.

ஆறாம் வகுப்பிலிருந்து சில ஆண்டுகள் வெயிலூர் என்று அழைக்கப்பெறும் வேலூரில் கல்வி பயின்றார். அந்த ஆண்டுகளில் இளமை வாழ்க்கை ஆக்கம் பெறுகின்ற காலமாக அமைந்து விட்டது.

1968 ஆம் ஆண்டு நடைபெற்ற இரண்டாம் உலகத்தமிழ் மாநாடு அவருடைய எதிர்கால வாழ்க்கையை வடிவமைத்தது. அங்கு அறிஞர்கள் ஆற்றிய உரைகள், பாடிய கவிதைகள் அவர் மனத்தில் பசுமரத்தாணி போல் பதிந்துவிட்டது. அதுவே அவருடைய எதிர்கால வாழ்க்கையை உருவாக்கியது.

நல்லதொரு குடும்பம் பல்கலைக்கழகம் என்று புரட்சிக் கவிஞர் கூறுவார். அந்த வகையில் அவருடைய குடும்பம் அமைந்திருந்தது. இவருடைய பெரியப்பா பெருமாள் முதலியார் சிறந்த கல்வியாளர். நேர்மையும் ஒழுக்கமும் கொண்டவர். மாற்றுக் கருத்தை அஞ்சாமல் தெளிவாக எடுத்து வைத்தவர்.

கோவை அவினாசிலிங்கம் உயர்நிலைப்பள்ளியில் பயின்ற காலம் பல மனவெழுச்சிகளைத் தந்தது. தொடக்கம் முதலே இவர் வாழ்க்கை தந்தையின் வழிகாட்டுதலில் நிலைபெற்றது. உயர்நிலைப்பள்ளிப் படிப்பு நடந்து கொண்டிருந்த காலத்தில் எல்லாவற்றிலும் முனைப்புடன் பங்கேற்றுள்ள தன்மை யாரையும் வியப்பிலாழ்த்தும். ஒரு கிராமத்துப்பெண் நகரத்துப் பள்ளியில் படிக்கும் போதே விடாமுயற்சியுடன் இருந்துள்ளார் என்பது குறிப்பிடத்தக்கது.

பள்ளிப்படிப்பு முடிந்தபின் கல்லூரியில் பட்டப்படிப்பை மேற்கொண்டபோது தமிழைச் சிறப்புப் பாடமாக எடுத்துப் படித்தது இன்னுமொரு சிறப்பாகும். படித்துக் கொண்டிருக்கும் போதே திருமணம். பதினெட்டு வயதிற்குள்ளாகவே நடந்தால் எப்படி இருக்கும். பல கனவுகளோடு வாழ்ந்த இளம்பெண்ணுக்கு

அந்தக் கனவுகள் சுக்கு நூறாக உடைந்து போயிருக்கும். இருப்பினும் அவர் எடுத்துக் கொண்ட விடாமுயற்சி மலை மொழியைக் கற்றுக் கொள்ளச் செய்தது. மறுபடியும் தமிழில் எம்.ஃபில் வரை பயின்றார். மலையாள மொழியில் புகழ்பெற்ற கமலாதாசின் சிறுகதைகளைத் தமிழிற்கு அறிமுகப்படுத்திப் பெருமை பெற்றார். பிரமி என்ற நாத்தனார் மூலம் மலையாளம் கற்றுக் கொண்டதன் விளைவு கமலாதாஸ் நூலின் மொழிபெயர்ப்பு.

மலையாள நாட்டின் பண்பாடு, சமயம், பழக்கவழக்கங்கள் ஆகியவற்றை கற்றுத் தேர்ந்தார் என்பது குறிப்பிடத்தக்கது.

புறப்பொருள் வெண்பாமாலையில் பயின்று வரும் முதிரி என்ற சொல் இன்றைய மலையாளத்தில் வழக்கில் இருப்பது வியப்பிற்குரியது. எல்லாவற்றிற்கும் மேலாக பிரமி என்ற அழகிய சிற்பத்தை வடித்துத் தமிழுக்கு அளித்த தலை சிறந்த சிற்பியாக நம் முன் நிற்கிறார்.

அம்மையார் பல நெருக்கடிகளும், இன்னல்களும், ஏச்சுக்களும், கலகங்களும் நிறைந்த வாழ்க்கையில் அமைதியாக எதிர் கொண்டு வெற்றிபெற்று கொடிகாட்டும் தூணாக நிற்கிறார். இந்த வாழ்க்கை வரலாறு சோர்ந்து நிற்கும் இளைய தலைமுறையினரால் வாசிக்கப் பெற்றால் உற்சாகம் பெற்றுச் சாதனைகளைப் படைப்பார்கள் என்பது திண்ணம்.

பூங்குன்றன்

தொல்பொருள் ஆராய்ச்சியாளர்

ஆசிரியரைப் பற்றிச் சில வரிகள்

"காலத்தினால் செய்த உதவி சிறிதெனினும்
ஞாலத்தின் மானப் பெரிது"

என்னும் திருக்குறளுக்கு ஏற்ப எனது மகளின் பள்ளிப்பருவத்தில் திருமதி. வானதி ஜெயராமன் செய்த உதவி இந்தப் பரிந்துரையை எழுத வைக்கிறது.

திருமதி. வானதி ஜெயராமனின் இந்த வாழ்க்கை வரலாறு தமிழகப் பெண்டிருக்கு ஒரு வழிகாட்டி என்று சொல்லலாம். குடும்பப் பொறுப்புடன் குடும்பம் சார்ந்த மற்ற பொறுப்புகளையும் செவ்வனே சுமந்து வாழும் பெண்கள் படும் அவதி சொல்லி, எழுதி அல்லது புத்தகம் இயற்றிமாளாது. அத்தனை பொறுப்புகளையும் ஏற்று அதில் ஏற்பட்ட சவால்களையும் சந்தித்து, தன் பட்டறிவை இந்த நூலில் வெளிக்கொணர்ந்திருக்கிறார்

ஒரு பெண்ணின் வாழ்க்கையில் குழந்தைப்பருவம் பள்ளிப்பருவம் இரண்டில் மட்டுந்தான் அவர்களுக்கு சுமை கிடையாது. பின்னர் மணவாழ்கைக்குப் பிறகு கடமைகள் ஏறிக்கொண்டே செல்கின்றன. அவருடைய அனுபவங்களைத் தாங்கி வரும் இந்தப் புத்தகம் மகளிர் ஊன்றுகோலாக ஏற்றுக் கொள்ள வேண்டிய ஒன்று.

குடும்பப் பொறுப்பில் கணவரின் உதவியுடன் அடுத்த தலைமுறையை நன்றாகக் கொண்டு சென்றிக்கிறார். மகளை ஆயுர்வேத மருத்துவராக்கியிருக்கிறார். மகன் விரும்பிய கல்வியைக் கற்க வைத்து அவருக்குத் தேவையான அனைத்து உதவிகளையும் செய்து கொடுத்திருக்கிறார். அவருடைய அடுத்த தலைமுறைக்கும் செவ்வனே உதவியிருக்கிறார். அன்னையின் அருமை உதவி பாராட்டத்தக்கது

வெளிப்படையானபேச்சு, நேர்மை, உறுதிப்பாடு, எதிலும் நடுநிலைமை வகிக்கும் இயல்பு, 'உள்ளுவதெல்லாம் உயர்வுள்ளல்' என்னும் கொள்கை, மனிதர்களிடம் உயர்வு தாழ்வு பாராது காட்டும் நேயம், சொன்ன சொல் மாறாமை, எதற்கும் அஞ்சாத நெறிகள் ஆகிய இந்த இயல்புகளெல்லாம் அவருக்கென ஒரு தனி இடத்தைப் பெற்றுத் தந்திருக்கிறது.

பெண்டிர் அனைவரும் வாழ்க்கையில் ஏற்படக்கூடிய தடங்கல்களையும், இடையூறுகளையும் ஏற்றுத் தளராது தோல்விகளை வெற்றிப்படிகளாக ஆசிரியை போன்று ஏற்றுக் கொண்டு முன்னேற வேண்டும்.

"வாணிபம் செய்யலாம் பெண்கள் நல்

வானூர்தி ஓட்டலாம் பெண்கள்"

கவிஞரின் இவ்வரிகள் இன்று செயல் வடிவம் பெறுவதைக் கண்கூடாகக் காண்கிறோம்.

நம் தமிழகத்தில் இப்போது பெண்கள் துணிவோடும் முனைப்போடும் ஆழ்ந்து சிந்தித்து செவ்வனே

வாழ்க்கையை நடத்துகிறார்கள். மகளிர் ஆண்களுக்கு சளைத்தவர்கள் அல்ல என்று நிரூபித்துக் கொண்டிருக்கிறார்கள்.

ஆசிரியர் இன்னும் பல நூல்களைப் படைத்து தமிழுக்கும் தமிழ் மக்களுக்கும் பயன்கிடைக்கச் செய்ய வேண்டும். அதற்கு என் வாழ்த்துக்கள்

அன்புடனும் நன்றியுடனும்,

மருத்துவர். கு. செங்கோட்டையன்

என்னுரை

என் வாழ்க்கைப் பயணத்தில் இதுவரை நான் கண்டும், கேட்டும், நுகர்ந்தும் பெற்ற செய்திகளை இந்நூலில் மிகச்சுருக்கமாக எழுதியிருக்கிறேன்.

எண்வகை மெய்ப்பாடுகளையும் எதிர் கொண்டது இதயம். இந்தக் குன்றை அசைத்துப் பார்க்கும் முயற்சியில் ஈடுபட்டுச் சோர்ந்து போனவர்கள் பலர். எவ்வளவு வேகமாக நிலத்தில் அடிக்கிறோமோ அதே வேகத்தில் எம்பிக் குதித்தெழும் பந்தைப்போல, மேலும் மேலும் உற்சாகமாக சாதனைகளைப் படைக்கக் காத்திருந்த மனம்

காரிருள் சூழ்ந்த சமயங்களில் என் கையில் அகல்விளக்கைத் தந்து வழிகாணச் செய்தவர்கள் சிலர்.

இந்த நூலுக்கு அறிமுகஉரை எழுதியிருக்கும் தொல்பொருள் ஆராய்சியாளர் திரு. பூங்குன்றன் அவர்களுக்கும் மருத்துவர் திரு.செங்கோட்டையன் அவர்களுக்கும் நன்றி கூறிக் கொள்கிறேன்.

"இதனை இதனால் இவன் முடிக்கும் என்றாய்ந்

ததனை அவன் கண் விடல்"

என்ற குறளுக்குப் பொருளாக விளங்கும் திருமதி. மீனா சரவணனின் சிறப்பான செயல்கள். இடையிடையே விட்டுப்போன செய்திகளை மின் தட்டச்சு செய்து, பிழைகளைத் திருத்தி அனைத்தையும் செம்மையாகக் கோவைப்படுத்தி புத்தக வடிவில் உருப்பெறச் செய்துள்ள பணி பாராட்டுதற்குரியது.

இந்நூலை சிறப்பாக வடிவமைக்க உதவியவர்களுக்கும், என் வாழ்க்கைப் பயணத்தில் இதுவரை எனக்குப் பேருதவி செய்தவர்களுக்கும் இந்நூலை இவ்வளவு சிறப்பாக வெளியிட்டு உதவிய NOTION பதிப்பகத்தாருக்கும் என் நன்றியை உரித்தாக்குகிறேன்.

- வானதி ஜெயராமன்

வளர்பிறை கொண்ட தென்னகத்தில் வளமை நிறைந்த தாயகமாம் கோவை மண்டலம் பல பெருமைகளைத் தன்னுள் கொண்டிருக்கிறது. கொஞ்சுதமிழ் பேசுகின்ற மக்கள், தமிழ் வளர்த்த பொதிகை, நிகரில்லா விருந்தோம்பல் பண்பு, உலகின் இரண்டாவது சுவைமிகுந்த சிறுவாணித் தண்ணீர் வந்தவரை வாழவைக்கும் நல்லியல்பு, நம்பியவர்களைக் கைவிடாத பண்பு, வரலாற்றுச் சிறப்புமிக்க நிகழ்ச்சிகள் இப்படி இதன் பெருமைகளை அடுக்கிக் கொண்டே போகலாம்.

மாலைப் பொழுதிலே வானத்தைத் தீப்பிழம்பாக்கி சிவப்புப் பந்தாய் தன்னை நோக்கி வரும் கதிரவனை விழுங்கிக் கொள்ளும் மேற்குத் தொடர்ச்சி மலையின் அடிவாரத்தில் அமைந்திருக்கும் சிற்றூர்கள் பலபல. அவற்றுள் அடுப்புக் கற்களைப் போல், அல்லது ஆயுத எழுத்தைப் போல் அமைந்திருக்கும் சிற்றூர்கள் குளத்துப்பாளையம், முத்திபாளையம் தொண்டாமுத்தூர்.

அவற்றுள் முத்திபாளையம் அப்பா பிறந்த ஊர், குளத்துப்பாளையம் அம்மா பிறந்த ஊர். எனவே அவையே எனக்குச் சொந்த ஊர்களாகின்றன.

அப்பா அரசுப்பணியில் இருந்ததால் மூன்று ஆண்டுகளுக்கு ஒருமுறை பணியிட மாற்றம் பெறுவார். எனது மூன்றாவது வயதுவரை அமராவதி நகரில் இருந்த நாங்கள் கோவைக்கு மாற்றலாகி வந்தோம். பீளமேட்டில் இருந்த அரசினர் பாலிடெக்னிக்கில் அப்பா பணியில்

சேர்ந்தார். நாங்கள் முத்திபாளையத்தில் இருந்த எங்கள் சொந்த வீட்டிற்கே குடி போனோம். அப்பொழுது எனக்கு நன்கு நினைவு வரத்தொடங்கிய நேரம்.

எங்கள் வீட்டின் அருகே பெரிய இடமும் இருந்தது. இரண்டு மூன்று நாட்களில் அப்பா அந்த இடம் முழுவதையும் சுத்தம் செய்தார். இடத்தைச் சுற்றிலும் வேலி அமைத்தார். ஒரு நாள் அலுவலகத்திலிருந்து வரும் போது பை நிறையச் செடிகளையும் விதைகளையும் கொண்டு வந்தார். மறுநாள் காலையில் என்னையும் கூட்டிச் சென்று அங்கே ஒவ்வொரு நாற்றாக நாட்டார். அந்தப் பூச்செடிகளின் பெயர்களையும் சொல்லிக் கொண்டே வந்தார். விதைகளையும் விதைத்தார். கண்களைக் கவரும் வண்ணத்தில் இருந்த கடும் ஊதாப்பூக்களை உடைய சிறிய செடிகளை மட்டும் தனியாக ஒரு சிறிய அளவே இருந்த இடத்தில் நட்டு வைத்து விட்டுச் சொன்னார், "இந்தப் பூக்களின் உள்ளே கண்ணுக்குத் தெரியாத பூச்சிகள் இருக்கும். எக்காரணம் கொண்டும் நீ தொடக்கூடாது. பார்ப்பதோடு சரி, பறிக்கக் கூடாது" என்றார்.

"உனக்காக ஒரு அழகான பூந்தோட்டம் அமைத்திருக்கிறேன். இன்னும் கொஞ்ச நாளில் இந்தச் செடிகளில் எல்லாம் முல்லை, மல்லி, ரோசா என்று பல பூக்கள் பூக்கும்" என்று சொன்னார்.

குளத்துப்பாளையத்திற்குச் செல்லும் போது பாட்டி என்னை சந்தைக்குக் கூட்டிச் செல்வார்கள். சனிக்கிழமை சந்தை கூடும் நாள். எனக்குத் தேங்காய் மிட்டாய், சிகரெட் மிட்டாய், சம்பெங்கிப் பூச்செண்டு, பலூன்

ஆகியவற்றை வாங்கிக் கொடுத்தார். அவற்றை அன்று முதல்முறையாகப் பார்த்த பொழுது அதிசயமான பொருள்களாகத் தெரிந்தன. வெண்மை நிறத்தில் இருந்த சம்பங்கிப் பூச்செண்டு, அதன் நடுவே ஒரு கோழிக் கொண்டைப் பூவை வைத்துத் தைத்திருப்பார்கள். முதல் முதலில் அந்தப் பூவைக் கையில் வாங்கி முகர்ந்த போது, அதன் மணம் எனக்கு மிகவும் பிடித்துப் போனது. இன்றும் அந்தப் பூவின் மணம் எனக்கு மகிழ்ச்சியைத் தரும். எங்கு கிடைத்தாலும் வாங்கிக் கொண்டு வந்து என் மேசை மீது வைத்துக் கொள்வேன்.

அன்று அதைக் கொண்டு சென்று என் தந்தையிடம் காட்டினேன். "எனக்கு இந்தப் பூச்செடி நட்டு வைத்திருக்கிறீர்களா?" என்று கேட்டேன். அடுத்த வாரமே அந்தச் செடியை வாங்கிக் கொண்டு வந்து நட்டு வைத்தார். பின்னர் நான் பள்ளிக்குப் போனபோது சந்தையில் வாங்கிய பூச்செண்டை தலையில் வைத்துக் கொண்டு செல்வதுண்டு. திங்கட்கிழமை காலையில் பார்த்தால் கிட்டத்தட்ட எல்லா மாணவிகளின் தலையிலும் அந்தப் பூக்கள் இருக்கும். அன்று முழுவதும் வகுப்பறையில் அப்பூக்கள் மணம் பரப்பிக் கொண்டிருக்கும்.

செடிகள் பூக்க ஆரம்பித்தவுடன் தோட்டத்திற்குள் செல்வது மிகவும் மகிழ்ச்சி அளித்தது. பூக்களின் மணம் மனதில் மகிழ்ச்சியை நிறைத்தது. ஒரு நாள் ஞாயிற்றுக்கிழமை காலையில் அப்பா சீக்கிரமாகவே எழுந்து என்னையும் எழுப்பித் தோட்டத்திற்குக் கூட்டிச் சென்றார். "வா, கொஞ்ச நேரம் செடிகொடிகளிடம் பேசிவிட்டு வரலாம் என்றார். அவர் சொன்னது கேட்டு

எனக்கு வியப்பாக இருந்தது. அவற்றிடம் என்ன பேசமுடியும்? எப்படிப் பேச முடியும்? என்று நினைத்துக் கொண்டே அவருடைய கையைப் பிடித்துக் கொண்டு நடந்தேன். ஒவ்வொரு செடியின் அருகிலும் நின்று அதைப் பார்த்துக் கொண்டே இருப்பார். நான் அவருடைய முகத்தையும் செடியையும் மாறி மாறிப் பார்ப்பேன். அவருடைய வாயும் அசையாது, செடியும் அசையாது, பிறகு எப்படிப் பேச முடியும் என்று நினைத்தேன். "என்ன பேசினீர்கள்?" என்று கேட்டேன். அதற்கு அவர் சொன்னார், "நீ பெரியவளானதும், உன் வீட்டுத் தோட்டத்தில் இருக்கும் செடிகளிடமும் பூக்களிடமும் எப்படிப் பேசுவது, என்ன பேசுவது என்பதையெல்லாம் கற்றுக் கொள்வாய். இதையெல்லாம் சொல்லிப் புரிய வைக்கமுடியாது" என்று சொன்னார், உண்மைதான். நான் பெரியவளானதும் அந்தக் கலையைக் கற்றுக் கொண்டேன். காலையிலும் மாலையிலும் செடிகளுக்கு நீரூற்றும் போது அவற்றின் அருகே நின்று பேசலானேன். அவற்றின் சிரிப்பு, மகிழ்ச்சி, அழுகை அனைத்தையும் புரிந்து கொண்டேன்.

சிறிது நாட்களில் அனைவரையும் அதிர்ச்சியில் உறைய வைத்த ஒரு நிகழ்ச்சி நடந்து விட்டது. தினமும் காலையில் எழுந்தவுடன் பக்கத்து வீட்டினரின் தோட்டங்களையும் பார்க்க வெளியில் செல்ல ஆரம்பித்தேன். அருகில் இருந்த மலையின் அடிவாரத்திற்கும் சென்று சற்றுநேரம் அமர்ந்திருப்பேன். அம்மா அடுப்படியில் காலை உணவும், அப்பாவிற்கு மதியம் எடுத்துச் செல்ல வேண்டிய உணவையும் தயாரித்துக் கொண்டிருப்பாள். எனது தம்பி

மிகவும் சிறியவனாக இருந்தான். அதனால் கூடவே வைத்துக் கொண்டார்கள்.

அது கிராமம் என்பதாலும், எல்லோருமே ஒருவருக்கொருவர் மிகவும் அன்பாகப் பழகிக் கொண்டதாலும் நான் வெளியில் சென்றாலும் பாதுகாப்பாகத்தான் இருப்பேன் என்று நம்பினார்கள். மலை அருகில் சென்று சற்றுநேரம் உட்கார்ந்து வருவது அவர்களுக்குத் தெரியாது. ஒரு நாள் நான் வெளியில் செல்லும் போது வியப்பான காட்சியைக் கண்டேன். ஒரு பாம்பு - அதன் பெயர் பாம்பு என்று பின்னர் தெரிந்து கொண்டேன் - சாலையில் புழுதியில் கிடந்தது. அதன் வயிற்றுப் பகுதியில் அடிபட்டுச் சிதைந்திருந்தது. அருகில் சென்று அமர்ந்தேன். அதற்கு நகர முடியவில்லை. தலையை உயரத் தூக்கித் தூக்கி நிலத்தில் அடித்துக் கொண்டே இருந்தது. மெல்லிய ஓசையையும் எழுப்பிக் கொண்டிருந்தது. அக்கம் பக்கம் யாருமில்லை, அப்பொழுதுதான் நினைவு வந்தது. ஒருமுறை எனக்குக் காலில் அடிபட்ட போது அம்மா மருந்து தடவி குணப்படுத்தினாள். இதையும் அம்மாவிடம் எடுத்துச் சென்றால் இதன் காயத்திற்கும் மருந்து போட்டு குணப்படுத்துவாள் என்று எண்ணி அதை எடுத்துக் கொண்டு போக முயன்றேன்.

தலையைப் பிடிக்க முடியாது. ஏனெனில் அது தலையை ஆட்டிக் கொண்டே இருந்தது. அதனால் வாலைப் பிடித்து இழுத்துக் கொண்டு வீடு வரை சென்று விட்டேன். எங்கள் வீட்டிற்குப் பக்கத்து வீட்டில் அத்தையும் இருந்தார். அவர்கள் வீட்டைத் தாண்டித்தான்

எங்கள் வீட்டிற்குச் செல்ல வேண்டும். திண்ணையில் நின்று கொண்டிருந்த அத்தை, கையில் பாம்புடன் வந்த என்னைக் கண்டு, 'ஐயோ' என்று கூக்குரலிட்டார்கள். அவர்கள் போட்ட கூச்சலில் ஊரே திரண்டது. அந்தக் குரலைக் கேட்டு என் கை கால்கள் எல்லாம் நடுங்கின. அம்மா அதிர்ச்சியில் உறைந்து நின்றார். அப்பா ஓடிவந்து என் கையிலிருந்து அதன் வாலைப் பிடுங்கி எறிந்து விட்டு என்னை எடுத்துக் கொண்டு போய் வாசலில் நிற்க வைத்து பலமுறை சோப்புப் போட்டுக் கைகளைக் கழுவி விட்டார். அந்தப் பாம்பைப் பலரும் சேர்ந்து அடித்துக் கொன்று விட்டு பாலையும் நெய்யையும் அதன் மீது ஊற்றி, காய்ந்த குச்சிகளை அதன் மீது வைத்து தீயிட்டுக் கொழுத்தி விட்டார்கள்.

அன்று அப்பா வேலைக்குப் போகவில்லை. கன்னத்தில் கைவைத்து நாற்காலியில் வெகுநேரம் உட்கார்ந்திருந்தார். அம்மா வாசல்படியில் உட்கார்ந்து அழுது கொண்டே இருந்தார்.

மாலையில் அப்பா என்னைக் கூப்பிட்டார். வலது கையைத் தலைக்கு மேல் வளைத்து இடது காதைத் தொடச் சொன்னார். என்னால் தொட முடிந்தது. அம்மாவிடம் சொன்னார், 'நாளை காலையில் அவளை சீக்கிரமாகவே எழுப்பித் தயாராக்கு' என்றார். அம்மா சொன்னார்கள், "இப்பொழுது தானே நான்கு வயது நடக்கிறது" என்று. அப்பா எதுவும் பேசவில்லை. இரவு அம்மா அழுது கொண்டே இருப்பதைப் பார்த்து நான் கேட்டேன், "நான் அதைக் காலையில் தானே தொட்டேன், அதற்கு ஏன் இப்பொழுது அழுகிறாய்?" அம்மா என்னை

இறுகக் கட்டிக் கொண்டு சொன்னாள், "நல்ல வேளை நீ அதன் வாலைப் பிடித்து இழுத்து வந்தாய். தலையைப் பிடித்திருந்தால் என்ன நடந்திருக்கும்?" என்று கூறி அழுது கொண்டே இருந்தார்கள்.

மறுநாள் காலையில் அவர் என்னைக் கூட்டிக் கொண்டு சென்றார். அங்கு சென்ற போதுதான் அவர் சொன்னார், 'இதுதான் பள்ளிக்கூடம்' என்று. அங்கு ஓர் அறையில் தனியாக அமர்ந்திருந்தவர் தான் தலைமை ஆசிரியர் என்பதைப் பின்னர் தெரிந்து கொண்டேன். அப்பா அவரிடம் சிறிது நேரம் பேசினார். அவர் என்னை நிற்கச் சொல்லி வலது கையால் இடது காதைத் தொடச் சொன்னார். அந்தக் காலத்தில் குழந்தைகளைப் பள்ளியில் சேர்க்க அதுதான் உரிய பருவம் என்று எண்ணினார்கள். அந்தக் காலத்தில் அது மட்டுமே பள்ளியில் சேரத் தேவையான தகுதியாக இருந்தது. நான் அவரிடம் சொன்னேன்,"நான் நாக்கால் மூக்கைக் கூடத் தொடுவேனே" என்றேன். நான் நாக்கின் நுனியால் மூக்கைத் தொட்டுக் காட்ட, இருவரும் சிரித்தார்கள். "அடடா, பிரமாதம். உன்னைப் பள்ளியில் சேர்த்துக் கொள்ளாமல், வேறு யாரை சேர்த்துக் கொள்ள முடியும்?" என்றார். அடுத்த நாளிலிலிருந்து நான் பள்ளிக்கூடம் செல்ல ஆரம்பித்தேன்.

மாணவர்கள் அதிகமாக இருந்த காரணத்தால், கோயிலுக்குள் இருந்த திண்ணைகளிலும், இரண்டே அறைகளுடன் ஆங்கிலேயரால் கட்டப்பட்ட சிறைச்சாலையின் திண்ணையிலும் வகுப்புகளை நடத்தினர். நான்காம் வகுப்புக்குச் சென்ற போதுதான் அரசுப்பள்ளியில் சேர்த்துக் கொண்டார்கள்.

இன்றுவரை அவ்வப்பொழுது அங்கே சென்று, நான் அமர்ந்து பாடம் கற்ற இடங்களைக் காண்பதுண்டு. அந்த இடங்களில் அமர்வதுண்டு. கண்கள் நனையும். ஆசிரியர்களின் முகங்கள் கண்முன் தோன்றும். மிகவும் மகிழ்ச்சியான நாட்கள் அவை. பாடங்களை மிக எளிதாக என்னால் புரிந்து கொள்ள முடிந்தது. எப்பொழுதேனும் ஒருமுறை தலைமை ஆசிரியர் கையில் வண்ண வண்ண எழுதுகோல்களை எடுத்துக் கொண்டு வந்து, 'திஸ் ஈஸ் ரெட், திஸ் ஈஸ் எல்லோ' என்று ஆங்கிலம் கற்றுக் கொடுத்தார்.

அத்தையும் பாட்டியும் எங்களிடம் விரோதம் காட்டினார்கள். ஓயாமல் சண்டை பிடித்துக் கொண்டே இருந்தார்கள். ஊரில் இருந்த அத்தனைபேர் அறிவுரைகளும் அவர்களிடம் எடுபடவில்லை. ஒருநாள் இரவு நாங்கள் அங்கிருந்து வெளியேற வேண்டிவந்தது. அப்பாவும் அம்மாவும் என்னையும் தம்பிகளையும் கூட்டிக் கொண்டு இரவு பதினோரு மணிக்கு குளத்துப் பாளையத்தில் இருந்த பாட்டியின் வீட்டிற்குச் சென்றோம். தாத்தா பாட்டியுடன் மாமாவும் சேர்ந்து மிகவும் நன்றாக கவனித்துக் கொண்டார்கள். அந்த ஆண்டு படிப்பு முடியும் வரை காத்திருந்தோம். அப்பாவின் பயண நேரத்தையும் குறைக்க வேண்டி இருந்ததால் பாப்பநாய்க்கன்பாளையத்தில் வீடு பார்த்துக் குடியேறினோம்.

வீட்டிற்கு முன்புறம் இருந்த அரசுப் பள்ளியில் எங்கள் மூவரையும் சேர்த்தார்கள். நான் ஐந்தாம் வகுப்பில் சேர்ந்தேன். ஆசிரியர்கள் மிக நல்ல முறையில் கற்றுக்

கொடுத்தார்கள். அங்குதான் தனித்தனிப் பாடநூல்களும், பாடவேளையும் அறிமுகமாயின. தினமும் மாலை நேரங்களில் அப்பா என்னுடன் அமர்ந்து எனக்குப் பாடங்களை சொல்லிக் கொடுத்தார். தம்பிகள் சிறுவர்களாக இருந்த காரணத்தால் எனக்கு மட்டும், 'ஏ, பி, சி, டி' சொல்லிக் கொடுத்தார். சிறுசிறு சொற்களடங்கிய, வண்ணப் படங்களையும் கொண்டிருந்த ஆங்கிலப் புத்தகங்களையும் வாங்கி வந்தார்.

ஒருநாள் வகுப்பில் சரித்திர ஆசிரியை புத்தர் பற்றிய பாடம் எடுத்துக் கொண்டிருந்தார். அதில் பிம்பிசாரர் யாகத்திற்கு பலி கொடுக்க ஆயிரம் ஆடுகளை ஓட்டிச் சென்றதைப் பார்த்து புத்தர் ஆற்றிய உரையை உணர்ச்சி பொங்க விளக்கினார்கள். அவர்கள் குரலில் காட்டிய ஏற்ற இறக்கங்களும், மெய்ப்பாடும், புத்தரின் உரையில் காணப்பட்ட பொருளும் என் மனதை மிகவும் பாதித்தது. அழுகை வந்த போதும் எப்படியோ அடக்கிக் கொண்டேன். அன்று இரவு எனக்கு உறக்கம் வரவில்லை.

ஒவ்வொரு ஞாயிற்றுக்கிழமையும் என் அம்மா சுவையாக அசைவ உணவு தயாரிப்பார்கள். நான் விரும்பி உண்பதுண்டு. அந்த வாரமும் ஞாயிற்றுக்கிழமை அம்மா தயாரித்திருந்த ஆட்டிறைச்சியை பார்க்கக் கூட விருப்பமில்லாமல் போயிற்று.

உணவருந்த அனைவரும் உட்கார்ந்த போது நான் இறைச்சியைத் தவிர்த்தேன். வேண்டாம் என்றேன். அப்பா கேட்டார், "ஏன் வேண்டாம்?"

"எனக்குப் பிடிக்கவில்லை"

"ஏன் பிடிக்கவில்லை"

"போனவாரம் விரும்பி சாப்பிட்டாயே!"

"ஆமாம், சாப்பிட்டேன்."

"இன்று ஏன் பிடிக்கவில்லை?"

"பிடிக்கவில்லை"

அவருக்குக் கோபம் வந்து எனக்கு ஒரு அடிகொடுத்து சாப்பிடச் சொன்னார். நான் உரக்க அழத் தொடங்கிய போது வற்புறுத்துவதை விட்டார்.

என்னை அடித்துவிட்டு அவர் அழுதார். அம்மாவிடம், "மாமிசம் வேண்டாம் என்றால் விட்டுவிடு. தினமும் அவளுக்கு உணவில் பருப்பு சேர்த்துக் கொடு" என்றார். அன்றிலிருந்து எனக்கு எதோ ஒரு வகையில் பருப்பு சேர்த்தார்கள். அன்றிலிருந்து நான் அசைவ உணவு உண்பதை சுத்தமாக நிறுத்திவிட்டேன். அப்பாவிடம் காரணத்தைச் சொன்னால் ஆசிரியையிடம் போய் ஏதாவது பேசி விடுவாரோ என்ற அச்சம்.

சிறுவயதில் நம் மனதிற்குள் பதியும் கருத்துக்கள், ஈரமண்ணில் நடக்கையில் ஏற்படும் கால்தடம் போல, வெள்ளைத் தாளில் முதன் முதலில் எழுதும் எழுத்துக்களைப் போல நம் மனதிலும் அச்சுப் பதிக்கின்றன.

ஒராண்டு மட்டுமே அங்கே இருந்தோம். அதன் பிறகு அப்பாவை வேலூருக்கு மாற்றி விட்டதால், அனைவரும்

அங்கே சென்று விட்டோம். அடுத்த மூன்றாண்டு காலம் என்னை அடியோடு மாற்றி விடும் என்று சற்றும் எதிர்பார்க்கவில்லை.

விடுமுறை முடிந்து பள்ளிகள் திறக்கப்பட்டன. நான்காம் வகுப்புவரை திண்ணைப் பள்ளிக்கூடத்திலும், ஐந்தாம் வகுப்பு அரசுப் பள்ளியிலும் படித்த என்னை, வேலூரில் புனித மரியன்னை பள்ளியில்(St.Mary's Convent) சேர்த்தார். அது பெண்கள் மட்டுமே படிக்கும் பள்ளி என்பதால் தம்பிகளை அரசுப்பள்ளியில் சேர்த்தார்.

தினமும் நான் பள்ளிக்குப் பேருந்தில் தான் சென்றுவர வேண்டும். முதல் நாள் என்னைப் பள்ளிக்குக் கூட்டிக் கொண்டுபோய் விட்டு விட்டு பள்ளி முடிந்தவுடன் கூட்டிக் கொண்டு வந்தார். எந்த நிறுத்தத்தில் ஏற வேண்டும், எங்கே இறங்க வேண்டும், திரும்பி வரும்போது எப்படி வரவேண்டும் என்று சொல்லிக் கொடுத்தார். நாளையிலிருந்து நீ இதே போல போக வேண்டும் என்றார்.

அன்று மாலை பள்ளி முடிந்து வீட்டிற்கு வந்தவுடன் பக்கத்து வீட்டுப் பையன் கோபால் ஓடிவந்தான். "ஆறாம் வகுப்பு மூன்று பிரிவிலும் உன்னைத் தேடிப்பார்த்தேன், காணவில்லையே" என்றான். "நான் கான்வென்ட்டில் சேர்ந்திருக்கிறேன்" என்று சொல்ல, "அங்கேயா சேர்ந்திருக்கிறாய்?" என்று கண்களை அகலத் திறந்து வியப்புக் குரலில் கேட்டான். அப்பொழுது நான் தெரிந்து கொண்டேன், அவர் என்னை மிக நல்ல பள்ளியில் தான் சேர்த்திருக்கிறார் என்று. இதை நான் சொல்லக் காரணம், எப்போதுமே என் தந்தை எனக்கு மிகச் சிறந்ததையே

தேர்ந்தெடுத்துத் தந்திருக்கிறார் என்பதைப் பகிர்ந்து கொள்ளத்தான். இன்று பல தனியார் பள்ளிகள், அரசுப் பள்ளிகள் போட்டி போட்டுக் கொண்டு மாணவர்களுக்குச் சிறப்பான முறையில் கல்வி கற்பிக்கிறார்கள். ஆனால் அன்று பள்ளிகள் குறைவாகவே இருந்தன. கிட்டத்தட்ட அனைத்து கிறித்தவப் பள்ளிகளிலும் சிறப்பான கல்விமுறை இருந்தது. கிறித்தவர்கள் கல்விக்கும், நம் தமிழ் மொழிக்கும் ஆற்றிய பணிகள் அளப்பரியன. எனக்குக் கல்வியின் மகத்துவத்தைக் கற்றுத் தந்த பள்ளி அதுதான். அந்த மூன்றாண்டு கால வாழ்க்கை என்னை அடியோடு மாற்றிவிடும் என்று நான் சற்றும் எதிர்பார்க்கவில்லை.

ஆறாம் வகுப்பிற்குள் முதன் முதலில் நுழைந்தபோது கண்களைக் கட்டிக் காட்டில் விட்டது போல் உணர்ந்தேன். மாணவிகள் ஆங்கிலத்தில் உரையாடிய போது என் மனதில் கலக்கம். இங்கே நான் தாக்குப் பிடிக்க முடியுமா என்ற மிகப்பெரிய வினா மனதிற்குள் எழுந்தது மூன்று நாட்களுக்குப் பிறகு, மாலையில் கடைசிப் பாடவேளை, சரோஜா கேட்டாள். "என்ன உட்கார்ந்திருக்கிறாய்? P.Tக்கு வரவில்லையா?" என்று. நான் கேட்டேன், 'என்ன P.T?' என்று. ஏளனமாகச் சிரித்து விட்டுக் கேட்டாள், "இது கூட உனக்குத் தெரியாதா?" என்று. அழுகை வந்தது. பள்ளி முடிந்தபின் ஒரு மரத்தடியில் யாரும் பார்க்காத இடத்தில் உட்கார்ந்து தேம்பி அழத் தொடங்கினேன். அந்த வழியாக விடுதிக்குச் சென்று கொண்டிருந்த ஒரு மாணவி என்னருகில் வேகமாக வந்து, "ஏம்மா அழுகிறாய்?" என்று கேட்டார்கள். அவ்வளவு தான், அவர்கள் கேட்ட

மாத்திரத்தில் உரக்க அழத் தொடங்கினேன். "அழாதே, என்னவென்று சொல்" என்றார்கள். நான் சொன்னேன், "இன்றைக்கு வகுப்பில் டீச்சர் என்னவெல்லாமோ கற்றுக் கொடுத்தார்கள். எனக்குப் புரியவில்லை. மற்ற மாணவிகளும் என்னைப் பார்த்து ஏளனமாய்ச் சிரிக்கிறார்கள். ஆனால் எனக்குப் படிக்க மிகவும் ஆசையாக உள்ளது" என்று அழுகையோடு சொல்லி முடித்தேன். "இவ்வளவு தானா, நீ கவலைப்படாதே. தினமும் மாலையில் பள்ளி முடிந்ததும் இங்கேயே உட்கார்ந்திரு. தினமும் எடுக்கின்ற பாடங்களை அரைமணி நேரம் உனக்குப் புரிகிற மாதிரி சொல்லித் தருகிறேன்"என்றார்கள். அந்த விநாடி அவர்கள் தெய்வம் போல் தோன்றினார்கள். என்னைப் பற்றிய அனைத்தையும் கேட்டுக் கொண்டார்கள். அவர்கள் பெயர் சந்திரா என்றும், ஒன்பதாம் வகுப்பில் படிக்கிறார்கள், விடுதியில் தங்கியிருக்கிறார்கள் என்றும் தெரிந்து கொண்டேன்.

மாலையில் வீடு திரும்பியதும் மிகவும் சோர்ந்து போயிருந்தேன். கோவையின் தட்பவெப்ப நிலை பழகிப் போயிருந்த எனக்கு வேலூரின் அதிக வெப்பமான பருவநிலை எனக்கு ஏற்றதாக இருக்கவில்லை. அடிக்கடி சோர்வும், மயக்கமும் ஏற்படும். என் சோர்ந்து போன முகத்தைப் பார்த்து அப்பா கேட்டார், "ஏன் மிகவும் சோர்வாக இருக்கிறாய்? பாடங்கள் எல்லாம் புரிகிறதா?" என்று. நான் சொன்னேன், "எனக்கு அவர்கள் சொல்லித் தருவது எதுவுமே புரியவில்லை" என்று. அவர் வகுப்பு ஆசிரியருக்கு நாட்குறிப்பு ஏட்டில் ஒரு குறிப்பு எழுதி

அனுப்பினார். "அன்றாடம் எடுக்கும் பாடங்களையும், வீட்டுப் பாடங்களையும் தயவு செய்து எழுதிக் கொடுத்து விடுங்கள். நான் அவளுக்குக் கற்றுக் கொடுக்கிறேன்" என்று. அன்று முதல் அவர்களும் எழுதிக் கொடுத்தார்கள். எனது வகுப்பு ஆசிரியர் பெயரும் சந்திரா தான். மிகவும் கனிவானவர்.

இரண்டு பேரும் கற்றுக் கொடுக்கத் தொடங்கிய போது பாடங்கள் புரிய ஆரம்பித்தன. ஆனாலும் ஒவ்வொரு மாதத் தேர்விலும் இரண்டு மூன்று பாடங்களில் நாற்பதிற்கும் குறைவாகவே மதிப்பெண்கள் பெற்றேன், சிவப்பு மையில் அடிக்கோடு போட்டுக் கொடுத்தார்கள். முழு ஆண்டுத் தேர்விலும் இரண்டு பாடங்களில் தேர்ச்சி பெறவில்லை. என்னை ஏழாம் வகுப்பிற்கு அனுப்புவார்களா என்று கவலையாக இருந்தது. கோடை விடுமுறையில் குளத்துப்பாளையத்தில் உள்ள பாட்டி வீட்டிற்குச் செல்வோம். நாங்கள் அங்கிருக்கும் போதுதான் எனக்கு ஒரு அஞ்சல் வந்தது. அதில் நான் ஏழாம் வகுப்பிற்குத் தேர்ச்சி பெற்றிருக்கிறேன் என்ற செய்தியைப் படித்த போது என்னுள் எழுந்த மகிழ்ச்சியை வெளிப்படுத்த சொற்கள் இல்லை.

விடுமுறை முடிந்து வேலூருக்குத் திரும்பினோம். மீண்டும் பள்ளிக்குப் புறப்படும் போது அப்பா கேட்டார். "உன்னால் இந்தப் பள்ளியில் தொடர்ந்து படிக்க முடியுமா?" என்று. "அதெல்லாம் முடியும்" என்று சொல்லி விட்டு உற்சாகத்தோடு புறப்பட்டேன். அதற்கான காரணங்கள் பல. என்மீது எவ்வளவு நம்பிக்கை இருந்திருந்தால் என் தந்தை என்னை அந்தப் பள்ளியில் சேர்த்திருப்பார்.?

அந்த நம்பிக்கையைத் தகர்க்க மனமில்லை. மாறாக மனதிற்குள் நன்றி கூறிக் கொண்டேன். இரண்டாவதாக, முன்னால் வைத்த காலை பின்னால் வைக்கக் கூடாது, என்ற உறுதிப்பாடு. மேலும் இவ்வளவு நல்ல பள்ளியில் படிக்கும் வாய்ப்பு அனைவருக்கும் கிடைக்காது, எனக்குக் கிடைத்திருந்தது. எல்லாவற்றிற்கும் மேலாக வகுப்பு ஆசிரியரின் கனிவான செயல்.

இதுவும் ஒரு வகையில் மாணவர்களை ஊக்குவிக்கும் செயலேயாகும். அது எப்படிப்பட்ட உற்சாகத்தை, நம்பிக்கையை என் மனதில் விதைத்திருக்கிறது. என் வாழ்நாள் முழுவதும் இதை நான் மறக்க மாட்டேன். ஒரு வேளை என்னை தேர்ச்சி பெறச் செய்திருக்கா விட்டால் என் மனநிலை என்னவாக இருந்திருக்கும் என்று நினைத்துப் பார்க்கிறேன். அவர்கள் மீதிருந்த நம்பிக்கையும், மரியாதையும் அன்பும் கூடிப்போனது. ஏழாம் வகுப்பில் இன்னும் நன்றாகப் படிக்க வேண்டும், நிறைய மதிப்பெண்கள் வாங்க வேண்டும் என்ற உறுதியான எண்ணம் எழுந்தது. அதுதான் அவர்கள் எனக்குச் செய்த உதவிக்குக் கைமாறாக இருக்கும் என்று நம்பினேன். எப்படியோ பெருமுயற்சி செய்து அனைத்துப் பாடங்களிலும் நாற்பது விழுக்காடு மதிப்பெண்களைப் பெற்றேன். பள்ளிக்குச் சென்ற முதல் நாளே, சந்திரா அக்கா என்னைப் பார்த்தார்கள். "இந்த ஆண்டு எனக்கு நிறையப் படிக்க வேண்டியுள்ளது, நீயே படித்துக் கொள்கிறாயா? ஏதேனும் ஜயம் இருந்தால் எப்பொழுது வேண்டுமானாலும் சொல்லித் தருகிறேன். சரியா?" என்று கேட்டார்கள். எப்படியும் நானே படித்துக் கொள்ள

முடியும் என்ற நம்பிக்கையில் "சரி" என்று சொன்னேன். அன்றிலிருந்து விடாமுயற்சியுடன் படிக்க ஆரம்பித்தேன்.

ஏழாம் வகுப்பு படித்து முடித்துவிட்டு எட்டாம் வகுப்பில் கால் வைத்தேன். அந்த ஆண்டுதான் என் வாழ்க்கையிலும், கல்வியிலும் மிக நல்ல திருப்பு முனையைக் கொண்டு வந்தது. எட்டாம் வகுப்பிற்கு திருமதி. சந்திரா அவர்களே வகுப்பு ஆசிரியராக வந்தார்கள். அது எனக்கு மிகுந்த உற்சாகத்தைத் தந்தது. அரையாண்டுத் தேர்வுக்கு ஆயத்தமாகிக் கொண்டிருந்த நேரம். நாங்கள் உற்சாகத்துடன் படிக்க வேண்டும் என்பதற்காக மாணவிகளை நான்கு குழுக்களாகப் பிரித்து, வினாக்கள் கேட்டு சரியான விடையைக் கூறும் குழுவிற்கு மதிப்பெண் தந்து கொண்டே வந்தார்கள். ஒருநாள் அவ்வாறு கேள்வி கேட்கும் போது, மின்சார விளக்கு எவ்வாறு ஒளி தருகிறது?" என்ற கேள்வியைக் கேட்டார்கள். ஒவ்வொரு குழுவிலும் அவர்கள் கூறிய விடைக்கு தலையசைத்து மறுப்புத் தெரிவித்தார்கள். எங்கள் குழுவிற்கான வாய்ப்பு வந்த போது நான் கையுயர்த்தினேன். "சொல்" என்றார்கள்.

"மின்சாரம் வெற்றிடத்தில் உள்ள டங்ஸ்டன் இழையில் பாயும் போது மிகப் பிரகாசமாக ஒளியைத் தருகிறது. "இங்கே மற்ற மாணவிகள் சொல்லாமல் விட்ட சொல், 'வெற்றிடம்' என்பதுதான். உடனே ஆசிரியை, 'Very good' என்று சொல்லி எங்கள் குழுவிற்கு ஒரு மதிப்பெண் தந்தார்கள். மாணவிகள் உற்சாகத்துடன் எழுப்பிய கரவொலி சற்று நேரம் நீடித்தது. அது மிகவும் மகிழ்ச்சியான மணித்துளிகள். ஒரு வினா, ஒரு விடை.

அந்த ஒரு மந்திரச்சொல் தான் என் கல்வியில் ஒரு மிகப்பெரிய திருப்பு முனையைக் கொண்டு வந்தது. என்னாலும் நன்றாகப் படிக்க முடியும் என்ற நம்பிக்கை உதயமாயிற்று. மேலும் அவர்கள் சொன்னார்கள். "வானதி நன்றாகப் படிக்க ஆரம்பித்து விட்டாய். "இன்னும் நன்றாகப் படி" என்றார்கள். பின்னாளில் நானும் இது போலவே 'Very good' என்னும் பாராட்டுச் சொல்லைப் பயன்படுத்தி, பல மாணவர்கள் வாழ்க்கையில் நல்ல மாற்றங்களைக் கொண்டு வந்திருக்கிறேன்.

அரையாண்டுத் தேர்வு டிசம்பரில் முடிந்தது. 1968 ஜனவரித் திங்களில் இரண்டாம் உலகத் தமிழ் மாநாடு நடைபெற்றது. அந்த மாநாட்டிற்கு என் தந்தை என்னையும் அழைத்துச் சென்றார். இத்தமிழ் மாநாட்டை அன்றைய இந்தியக் குடியரசுத் தலைவர் மாண்புமிகு ஜாஹிர் உசேன் அவர்கள் தொடங்கி வைத்தார். ஜனவரி இரண்டாம் தேதியன்று தமிழர் சிறப்பை உலகுக்குணர்த்திய பெரியோர்க்கெல்லாம் தரணி உள்ளளவும் அவர்தம் பெயர்கள் நிலைத்திருக்க கடற்கரை நெடுகிலும் சிலைகளை அமைத்தார்கள். அன்று பிற்பகல் மெரினா கடற்கரையில் பொதுக்கூட்டத்துடன் மாநாடு தொடங்கியது.

மூன்றாம் தேதியன்று கண்களையும் மனதையும் கவரும் வகையில் தீவுத்திடலிலிருந்து பெரும் பொருட் செலவில் அழகுறத் தயாரிக்கப்பட்ட ஊர்திகளில் கலைஞர்களின் ஆடல் பாடல்களுடன் அருமையாக நடத்திக்காட்டிய பவனியைக் காண, 'வங்கக்கடலலையா, வந்து விட்ட மக்கள் தலைகளா' என்று எண்ணும்படி

மக்கள் கூடியிருந்தது அவர்களுடைய தமிழார்வத்தையே பறைசாற்றியது.

மூன்றாம் நாளிலிருந்து தீவுத்திடலாக அமைக்கப்பட்டிருந்த 'பூம்புகாரில்' தினமும் அறிஞர்கள், புலவர்கள், கலைஞர்கள் ஆகியோரைப் பட்டியல் பட்டியலாக வரவழைத்து கவியரங்கங்களும், பட்டிமன்றங்களும், உரைக் கோவைகளுமாக நிகழ்ச்சிகள் நடந்தேறின.

கவிஞர் பெருமக்களின் சொற்றோடர்களில் அமைந்திருந்த கவிநயத்தையும், பொருள்நயத்தையும் நான் கேட்டும் படித்தும் இன்பம் அடைந்ததைப்போல் இதைப் படிப்போரும் அவற்றை நுகர வேண்டும் என்பதற்காக, அவ்வண்ணமே எழுதுகிறேன்.

ஆராய்ச்சிகள் உலகை ஆட்டிப் படைக்கும் இக்காலத்திலும் தமிழ் மொழியால் எதையும் விளக்க இயலும் என்ற பெருஞ்சிறப்பை, ஆராய்ச்சி அறிவுக்குப் படிக்கட்டாக விளங்கும் ஆங்கிலத்தின் மூலம் உலகுக்கு உணர்த்த வேண்டுமென்றுதான், வைரத்தைத் தங்கத்தில் பதித்துக் காட்டுவது போல் உயர்தனிச் செம்மொழியாம் தமிழின் சிறப்பை ஆங்கிலத்தின் மூலம் பேராசிரியர் பில்லியாசோ, டாக்டர். கமில், லான் கார்ட் சிக் பிரிட், பேராசிரியர் செம்ராபின் போன்றோர் விளக்கினார்கள். செந்தமிழ் பயின்ற செருமானியர் பாத்தலோமியோ சீகன் பால்க். இலண்டனில் உறையும் டாக்டர். கமில் என்பாரின் தமிழார்வத்தைக் கண்டு அனைவரும் அவரை, 'டாக்டர் கமில் தமிழ்' என்று தான் கூப்பிடுவார்களாம். அவர்கள்

காட்டும் தமிழார்வத்தைப் பார்த்தால் நமக்கு ஒருமுறை நம்மையே நிமிர்ந்து பார்த்துக் கொள்ளத் தூண்டுகிறது.

கலைப் பெட்டகமாம் மாநாட்டு மலர் வெளியிடப்பட்டது.

திருக்குறள் ஆராய்ச்சி நிலையம் அமைக்கப்பட்டது.

மேல் நாடுகளில் சில பல்கலைக்கழகங்களில் தமிழ் கற்றுக் கொடுப்பதுடன் சில பேராசிரியர்களும் இளைஞர்களும் தமிழார்வத்துடன் மொழி ஆராய்ச்சியிலும் ஈடுபட்டிருந்தனர். இந்நிலையை வளரச் செய்ய மாநாடு பெரும் உதவி செய்துள்ளது.

அமெரிக்கா போன்ற நாடுகள், கல்லூரிகளை நிறுவியும் ஏடுகள் நடத்தியும், நூல்கள் வெளியிட்டும் தமிழ்ப் பணியாற்றுகின்றன. ஆங்கில நாடுகளில் மிக நல்ல முறையில் வளர்ந்திருந்த திறனாய்வு முறைகளைக் கையாண்டு, நமது தமிழ்மொழியையும் இலக்கியத்தையும் அகில உலக அடிப்படையில் மேனாட்டார்களோடு சேர்ந்து நமது நாட்டில் ஆராய்ந்த செயலானது தமிழக வரலாற்றில் ஒரு பொன்னேடு ஆனது.

'முக்கழகத் தொட்டிலிலே மூவேந்தர் தாலாட்ட

முதுபுலவர் பாட்டிசைக்க வாழ்ந்த செந்தமிழ்

மதுரை மாநகரதிலும் மாவைகை ஆறதிலும்

நெருப்பிலிட்ட சுவடதிலும் நிலைத்து நின்ற வண்டமிழ்

கற்றோரின் நாவதிலும் கல்லாதார் நினைவதிலும்

கல்லதனை உருக்கிவிடும் கண்போன்ற இசைதனிலும்

கனிவான மொழிபேசும் கிள்ளையதன் நாவதிலும்

கண்ணெனவே வளர்ந்திட்ட கன்னல் நற்றமிழ் மொழி தென்னகத்தின் தெருக்களெங்கும் தேனருவியாகப் பாய்ந்து கொண்டிருந்தது.

இருபதாம் நூற்றாண்டின் முற்பகுதியில் இலக்கண இலக்கியங்களை நரம்பறிந்து கற்ற நன்னூற் புலவர் பன்னூறு பேர் இருந்தனர். ஆயின் அவர்தம் புலமை நலனும், கவிவளமும் மேட்டுக்குடி மக்களுக்கு மட்டுமே பயன்பட்டது. தமிழின் மறுமலர்ச்சிக்கான வித்து பல்வேறு காலங்களில் தமிழ் இலக்கிய மண்ணில் ஊன்றப்பட்டிருந்தாலும் அவ்வித்து வெடித்து முளையாகி பயன் தரும் மரமாகியது. 19,20 ஆகிய இரண்டு நூற்றாண்டுகளில் தான். அமுத மொழிக்கு நடந்த அரியவிழா பண்டைப் பெருமைக்கு மட்டுமின்றி இன்றைய தமிழ் மக்களின் பண்புக்கும் சான்றாக அமைந்தது. தடைபட்டிருந்த தமிழார்வம் மடைதிறந்த வெள்ளம் போல் பெருக ஆரம்பித்துவிட்டது. முன்பொருநாள் முகையாக இருந்த தமிழ் இன்று இனிய மணத்தை உலகெல்லாம் பரப்புகின்றது. தமிழர் நெஞ்சமெல்லாம் உவக்கிறது.

மொழி, இலக்கியம், பண்பாடு, கலை, வரலாறு, சமயம் மருத்துவம் இவையெல்லாம் சேர்ந்தது தான் தமிழறிவு. உலக முழுவதும் பரவிக் கிடக்கும் தமிழறிவை ஒன்று திரட்டி, உலகுக்கு உணர்த்துவது தான் உலகத் தமிழ் மாநாட்டின் அடிப்படை ஆகும்.

காலத்தின் தூதுவர்களாம் கவிஞர் பெருமக்கள் சூட்டிய புகழாரத்தைத் தாங்கி, சீரோடும் சிறப்போடும்

ஆயிரமாயிரம் ஆண்டுகளாக வாழ்ந்து, வளர்ந்து, புகழ்பரப்பி. நிற்கும் தமிழன்னை, உலகெங்குமுள்ள தமிழ் அறிந்தோர், தமிழின் தரம் அறிந்தோர், அறிய வேண்டும் என்ற ஆர்வம் கொண்டோர் அனைவரும் தான் பிறந்த மண்ணில் ஒன்று சேர்கிறார்கள் என்றால் பூரித்து மகிழக் கேட்பானேன். தமிழக அரசும், உலகத் தமிழ் ஆராய்ச்சிக் கழகமும் ஒன்று சேர்ந்து இரண்டாவது உலகத் தமிழ் மாநாட்டை நடத்தினார்கள்.

ஒரு பானை சோற்றுக்கு ஒரு சோறு பதம் என்பதைப் போல இங்கே ஒரே ஒரு கருத்தை மட்டும் பகிர்ந்து கொள்ள ஆசைப் படுகிறேன். 'தமிழ்ச் சொற்சிறப்பு' என்ற தலைப்பில் முத்தமிழ்க் காவலர், கி.ஆ.பெ. விசுவநாதம் அவர்கள் ஒரு தொகுப்பைத் தந்திருந்தார். செய்திச் சுருக்கம் இதோ........

இவ்வுலகில் தோன்றி மறைந்த மொழிகள் பல. இன்றிருப்பன ஏறக்குறைய இரண்டாயிரமாகும். இவற்றுள் வேறு எந்த மொழிக்கும் இல்லாத சிறப்புகள் பலவற்றைத் தமிழ்மொழி ஒன்று மட்டுமே பெற்றிருக்கிறது. அவை தொன்மைச்சிறப்பு, தனிமைச்சிறப்பு, இனிமைச்சிறப்பு, இளமைச்சிறப்பு, எளிமைச்சிறப்பு, ஒலிச்சிறப்பு, உருபுச்சிறப்பு, சுழிச்சிறப்பு, பண்புச்சிறப்பு, எழுத்துச்சிறப்பு, சொற்சிறப்பு, பொருட்சிறப்பு, கவிதைச்சிறப்பு, உவமைச்சிறப்பு, இலக்கியச்சிறப்பு, இலக்கணச் சிறப்பு எனப்பதினாறு.

தமிழில் உள்ள சொற்கள் உருவத்தையும், அதன் பருவத்தையும் காட்டுவதைக் கண்டு மகிழுங்கள்.

சொல்	உருவம்	பருவம்
பேதை	பெண்	5 வயதுக்கும் கீழ்
பெதும்பை	பெண்	10 வயதுக்கும் கீழ்
மங்கை	பெண்	16 வயதுக்கும் கீழ்
மடந்தை	பெண்	25 வயதுக்கும் கீழ்
அரிவை	பெண்	30 வயதுக்கும் கீழ்
தெரிவை	பெண்	35 வயதுக்கும் கீழ்
பேரிளம் பெண்	பெண்	45 வயதுக்கும் கீழ்
மூதாட்டி	பெண்	60 வயதுக்கும் கீழ்
கிழவி	பெண்	அதற்கு மேல்

பெண் என்ன? ஆண் என்பதைத்தான் பாருங்களேன்.

சொல்	உருவம்	பருவம்
பிள்ளை	ஆண்	குழந்தைப் பருவம்
சிறுவன்	ஆண்	விளையாட்டுப்பருவம்
பையன்	ஆண்	பள்ளிப் பருவம்
காளை	ஆண்	காதற் பருவம்
தலைவன்	ஆண்	குடும்பப் பருவம்
முதியோன்	ஆண்	தளர்ச்சிப் பருவம்
கிழவன்	ஆண்	இறுதிப் பருவம்

ஆண் பெண் மட்டுமல்ல, 'பூ' என்பதை எடுத்துக் கொள்ளுங்கள்.

அரும்பு	பூ	அரும்புப் பருவம்
மொட்டு	பூ	மொக்குவிடும் பருவம்
முகை	பூ	முகிழ்க்கும் பருவம்
மலர்	பூ	மலரும் பருவம்
அலர்	பூ	மலர்ந்த பருவம்
வீ	பூ	வாடும் பருவம்
செம்மல்	பூ	வதங்கும் பருவம்

தமிழில் உள்ள சொல்வளத்தைக் காட்ட இஃது ஒன்றே போதுமானது.

'தமிழ் வளம்பெற்ற ஒரு மொழி. அதன் சொற்சிறப்பு ஒரு தனிச் சிறப்பு. அஃது என் தாய்மொழி என்பதற்காக நான் பெருமையடைகிறேன்' என்று கூற ஒவ்வொரு தமிழனுக்கும் உரிமையுண்டு. அவ்வாறு "நெஞ்சு நிமிர்ந்து நின்று கூறும் தகுதியும், உரிமையுமுடையவன் தமிழன் ஒருவனே." என்று கூறி முடிக்கிறார்.

திரும்பி வீட்டிற்கு வந்த போது என் தலை நிமிர்ந்திருந்தது. இப்படி ஒரு பெருமைமிகுந்த, வலிமையுடைய பின்புலம் எனக்கு இருக்கிறது என்று எண்ணியபோது பூரிப்பில் என் நெஞ்சு விம்மியது.

மாநாட்டின் அடிப்படைச் செய்திகளைத் தாங்கிய வண்ணம் மாநாட்டு மலர் வெளிவந்தது. அதைக் கரங்களில், எடுத்துப் பிரித்த போது, ஒவ்வொரு கட்டுரையாகப் படித்த

போது பெருமித உணர்வு மெல்ல மெல்ல மனதில் பரவத் தொடங்கியது. தமிழர்களின் அறிவு சாதாரணமானதல்ல என்பதைப் புரிந்து கொண்டேன்.

இந்த மாநாடுதான் என் வாழ்க்கையில் ஒரு திருப்பு முனையாக இருந்தது. என் வாழ்க்கைப் பயணத்தை ஒரு மிக நல்ல பாதைக்கு திசைதிருப்பியது. இல்லையென்றால் நானும் ஒரு சராசரி வாழ்க்கையைத் தான் வாழ்ந்திருப்பேன்.

திரும்பி வந்த போது மனம் மகிழ்ச்சியில் நிறைந்திருந்தது. மாநாட்டு மலர் என் கரங்களுக்கு வந்தது. அதன் ஒவ்வொரு பக்கத்தையும் படித்து அனைத்தையும் மனம் உள்வாங்கிக் கொண்டது, அவற்றை அசைபோட்டுக் கொண்டே இருந்தது.

பிப்ரவரி ஆறாம் தேதி செவ்வாய்க்கிழமை நாங்கள் காஞ்சிபுரத்தில் ஒரு கோவிலுக்குச் சென்றோம். மாலையில் திரும்பி வரும்போது ஆறுமணிக்கு மேல் வண்டி ராணிப்பேட்டையில் நின்றது. ஒவ்வொரு வீட்டிலும் விளக்கு ஏற்றத் தொடங்கியிருந்தார்கள். அப்பொழுதுதான் என் மனதில் ஒரு மாற்றம் ஏற்பட்டது. ஒரு இனம் புரியாத உணர்வு. அங்கிருந்து நகர மறுத்த மனம் தன் வளர்ச்சியை நிறுத்திக் கொண்டது. அதன் பிறகு நான் வளர்ந்தேன், என் அறிவு வளர்ந்தது. ஆனால் என் மனம் வளரவில்லை. பின்னாளில் நான் இது குறித்து என் தோழியிடம் பேச வேண்டி வந்தபோது, அது என்னவென்று புரியாமல் அவர்கள் சிரித்தார்கள். ஒவ்வொரு பிறந்த நாளின் போதும் மற்றவர்கள் என்னிடம், 'எத்தனை வயது முடிந்தது?' என்று கேட்கும் போதெல்லாம், 'பன்னிரண்டு

வயது முடிந்து பன்னிரெண்டாம் வயது ஆரம்பிக்கிறது' என்று சொல்வேன். சிலர் சிரிப்பார்கள், சிலர் காரணம் புரியாமல் திகைப்பார்கள். அது பழக்கமாகி விட்டது.

அதன் பிறகு இந்த உலக வாழ்க்கையின் சில பொருளற்ற செய்திகளை ஒதுக்கித் தள்ளினேன். பெரும்பாலான நேரங்களில் தனித்திருந்தேன். அவ்வப்போது அம்மா அழுவதுண்டு, 'நீயும் மற்ற பெண்களைப் போல இயல்பாக இரு? உனக்குப் பிடித்த பூக்களை வாங்கி வைத்திருக்கிறேன், தலையில் வைத்துக்கொள், அழகான ஆடைகளை உடுத்துக் கொள்' என்று கூறுவார்கள். ஆனால் நான் மனதிற்குள் கூறிக்கொள்வேன், 'அம்மா, அவற்றை விட உயர்ந்த பொருட்களை, பெருஞ்செல்வங்களை நான் தேடிக் கொண்டிருக்கிறேன். அதைச் சொன்னால் உனக்குப் புரியுமா?' என்று. ஆனால் எத்தனை பேருக்குத்தான் அது புரியும்?

முழு ஆண்டுத்தேர்வு வந்தது. என் திறமை முழுவதையும் திரட்டி அந்தத் தேர்வை எழுதினேன். அந்த ஆண்டு புதிதாக ஒரு திட்டத்தை நடைமுறைப் படுத்தினார்கள். வெறும் பாடங்களில் பெற்ற மதிப்பெண்களை மட்டும் எடுக்கவில்லை. கலைகளில் ஈடுபாடு, கையெழுத்து, ஒவ்வொருவரின் தனிமுயற்சி, இப்படிப் பல திறமைகளுக்கும் மதிப்பெண் கொடுத்தார்கள். அந்த ஆண்டு நான் மூன்றுமுறை நடனமாடுவதற்கு மேடை ஏறினேன். கையெழுத்தும் நன்றாகவே இருந்தது. இசை வகுப்பில் ஆசிரியர் சொல்லிக் கொடுத்த பாடல்களை நன்கு கற்றுக் கொண்டிருந்தேன். இசை ஆசிரியை தேர்வு வைத்தபோது

எனக்குப் பிடித்த பாடலை அவர்கள் சொல்லிக் கொடுத்தவாறே பாடினேன் விளையாட்டில் வலையப் பந்தில் சிறந்த பயிற்சி பெற்றிருந்தேன்.

தேர்வு முடிந்த பிறகு மதிப்பெண்களையும் பட்டியலிட்டு, ஒவ்வொரு மாணவர்களின் தரத்தையும் வரிசைப் படுத்தினர். வியப்பான செய்தி என்னவென்றால் நான்தான் முதல் மாணவியாகத் தேர்ச்சி பெற்றிருந்தேன். அது எத்தகைய மகிழ்ச்சியை எனக்குள் ஏற்படுத்தி இருக்கும் என்று சொல்லவும் வேண்டுமா?

ஆறாம் வகுப்பில் கடைசி மாணவியாக உள்ளே நுழைந்த நான் எட்டாம் வகுப்பில் முதல் மாணவியாக வெளியில் வந்தேன்.

ஆங்கிலத்தில் பேசக் கற்றுக் கொண்டேன். நல்ல பழக்கங்கள் பலவற்றையும் கற்றுக் கொண்டேன். அந்தப் பள்ளிதான் என் வாழ்க்கையில் பல வகையிலும் நல்ல ஒரு அடித்தளம் அமைத்துக் கொடுத்தது. எங்கள் ஊரிலிலேயே இருந்திருந்தால் ஒரு கிணற்றுத் தவளையாகவே இருந்திருப்பேன். என் தாயார் சற்றே உடல் நலக்குறைவால் துன்பப்பட்டுக் கொண்டிருந்தாலும், என் தந்தை அப்பொழுது செல்வந்தராக இருக்கவில்லை என்றாலும் செழுங்கிளை தாங்கினார்கள். எங்கள் ஊரிலிருந்து பலரும் உதவி கேட்டு வந்தார்கள், அஞ்சல் அனுப்பினார்கள். அத்தனை பேருக்கும் என் பெற்றோர் மனம் கோணாது உதவி செய்தார்கள். அந்த ஊரை விட்டுத் திரும்பி வந்த போது மனம் கனத்திருந்தாலும், புதுமையான எண்ணங்களையும், கருத்துக்களையும், புது முயற்சிகளையும் மனதில் நிறைத்திருந்தேன்.

வழக்கம் போல் அந்த ஆண்டும் கோடை விடுமுறைக்கு குளத்துப் பாளையத்தில் இருந்த பாட்டி வீட்டிற்குச் சென்றோம். அந்த விடுமுறை நாட்களில்தான் இயற்கை தன் சுவடுகளை என் மனதில் பதிக்க ஆரம்பித்தது. தாத்தாவின் பரந்த வயல்வெளியும், காடும், மிகப்பெரிய கிணறும், மரங்களும் புதுப்புது செய்திகளையெல்லாம் என் மனதில் கொண்டு வந்து சேர்த்தன. விடுமுறை நாட்களையெல்லாம் அங்கேயே கழித்தோம்.

நான் தினந்தோறும் பார்த்திருந்த வானம், கதிரவன், நிலா, விண்மீன்கள், வசந்த காலம் தொடங்கியவுடன் பூக்கத் தொடங்கிய மலர்களும், கூவத் தொடங்கிய குயில்களும் முன்பு எப்போதையும் விட மிதமிஞ்சிய மகிழ்ச்சியைக் கொண்டு வந்தன.

மீண்டும் அப்பாவிற்குப் பணியிட மாற்றம் கிடைத்ததால் கோவைக்கே திரும்பி வந்தோம். எனக்கு வாய்ப்புக் கிடைக்கும் பொழுதெல்லாம் வேலூர் சென்று அந்தப் பள்ளியைப் பார்த்து வந்தேன். மஞ்சள் மலர்களை நிலத்தில் பரப்பிக் கொண்டிருந்த கொன்றை மரங்கள், கட்டி முடிக்கப்பட்டிருந்த தேவாலயம், உயர்ந்து நின்ற பள்ளிக்கட்டிடம், அருகில் புதிதாய்க் கட்டப்பட்டிருந்த மேனிலைப் பள்ளிக்கட்டிடம், குச்சிமிட்டாய், இலந்தை வடகம் விற்றுக் கொண்டிருந்தவர் அமர்ந்திருந்த இடம், நானும் என் தோழி கீதாஞ்சலியும் அமர்ந்து மதிய உணவருந்த நிழல் தந்த மரம், சந்திரா அக்கா எனக்குப் பாடம் சொல்லிக் கொடுத்த தேவாலயத்தின் நிழல் அனைத்தையும் காணும் போது கண்களில் கண்ணீர் நிறையும். மனம் பரவசமடையும்.

எப்பொழுதுமே வெளியில் நின்று பார்க்கும் நான், ஆறு ஆண்டுகளுக்கு முன் கடைசியாக சென்றபோது உள்ளே சென்று பார்த்தேன். நான் நடனமாடிய மேடை, அமர்ந்து பாடம் கற்ற நாற்காலி மேசை, அந்த நினைவுகள் எல்லாம் காலம் எனக்குத் தந்த பரிசு, சிலையில் எழுத்துக்கள். என்னுடன் படித்த புஷ்பா என்னும் மாணவியே அங்கு ஆசிரியையாக இருக்கக் கண்டேன். பழையனவற்றைப் பற்றிப் பேசும் போதுதான் அந்தத் துயரமான செய்தியையும் சொன்னார்கள். ஆசிரியை திருமதி. சந்திரா புற்றுநோயால் பாதிக்கப்பட்டு சமீபத்தில் இறந்து விட்டார்கள். அவர்களுக்கு மூன்று பெண்கள் இருக்கிறார்கள். அதில் மூன்றாவது பெண் அப்படியே அவர்களுடைய சாயலில் இருக்கிறாள் என்பதையெல்லாம். அது எனக்கு மிகுந்த துயரத்தைத் தந்தது.

ஆண்டிற்கு ஒரு முறை வேடந்தாங்கலை நோக்கிப் பறவைகள் வலசை வருகின்றன.. அது போலவே வாழ்க்கையில் நாம் எவ்வளவு மகிழ்ச்சியாக, செல்வந்தர்களாக, செல்வாக்கு மிக்கவர்களாக வாழ்ந்தாலும் ஆண்டிற்கு ஒரு முறை நாம் படித்த பள்ளிக்கும் கல்லூரிக்கும் சென்று நம்முடன் பயின்ற மாணவர்களைக் கண்டு நம் உணர்வுகளையும் மகிழ்ச்சியையும் பகிர்ந்து கொள்கிறோம். அந்தநேரம் நம் மனதில் தோன்றும் உணர்வுகளை வெளிப்படுத்தச் சொற்களில்லை.

அந்த நாட்கள் அழியாத நினைவுகளைத் தூவி எவ்வளவு ஆழமாக நம் மனதில் தம் முத்திரையைப் பதித்துச் சென்றிருக்கின்றன. தின்னத் தின்னத் தெவிட்டாத

தித்திப்பு உருண்டைகளைப் போல எண்ணும்தோறும் இன்ப ஊற்றுகளாகப் பொங்கி வழியும் நினைவுகள்.

கோவைக்கு மாற்றலாகி வந்த போது, என்னை வீட்டின் அருகில் இருந்த திரு. அவினாசிலிங்கம் செட்டியார் உயர்நிலைப் பள்ளியிலும், தம்பிகளை இராமலிங்கம் செட்டியார் உயர்நிலைப் பள்ளியிலும் சேர்த்தார். அரசு பொறியியற் கல்லூரியின் ஆசிரியர் குடியிருப்புகளில் ஒன்றில்தான் நாங்கள் குடியேறினோம். நாங்கள் குடியிருக்கப் போகும் வீட்டிற்குத் தேவையான ஏற்பாடுகளையெல்லாம் செய்து முடிக்க சிறிது நாட்கள் தேவைப்பட்டதால் என்னை ஒரு வாரம் பள்ளி விடுதியில் சேர்த்தார்கள் அம்மாவும் தம்பிகளும் பாட்டி வீட்டில் இருந்தார்கள்.

சுதந்திர இந்தியாவின் முதல் கல்வி அமைச்சராக இருந்த திரு. அவினாசிலிங்கம் செட்டியார் உருவாக்கிய கல்வி நிறுவனம் அது. அந்தக் கல்விப் பணியில் திருமதி. ராசம்மாள் தேவதாசும் இணைந்தார்கள். மகளிருக்கு முக்கியத்துவம் கொடுக்கும் மனையியல் கல்லூரியாக இருந்தது. தற்போது அது பல்கலைக் கழகமாக வளர்ந்திருக்கிறது.

அங்கே ஒன்பதாம் வகுப்பில் சேர்ந்தேன். அந்நாளில் பதினொன்றாம் வகுப்பு வரை பள்ளியிலும், புகுமுக வகுப்பு ஓராண்டு கல்லூரியிலும் படித்தோம்.

முதன் முறையாக வீட்டினரைப் பிரிந்து ஒரு வாரம் பள்ளி விடுதியில் தங்கினேன். காலையில் 5 மணிக்கு எழுந்து மைதானத்திற்குச் செல்வோம். சிறிது நேரம்

உடற்பயிற்சி செய்து விட்டு அடுமனைக்குச் சென்று இரண்டு கோப்பை ராகிக்கூழ் குடித்து விட்டு குளிக்கச் செல்வோம். பிறகு காலை உணவை முடித்துக் கொண்டு வகுப்பிற்குச் செல்வோம். மாலையில் தேநீரும் சுண்டலும் தருவார்கள். அதை முடித்துவிட்டு படிக்கும் கூடத்திற்குச் செல்வோம். மீண்டும் இரவு உணவை முடித்துக் கொண்டு உறங்கச் செல்வோம்.

இவையே தினசரி செயல்களாக இருந்தன. அந்த ஞாயிற்றுக்கிழமை வீட்டிற்குக் குடியேறினோம். அந்த நிர்வாகம் ராமகிருஷ்ண பரம ஹம்ஸர், சாரதா தேவி, விவேகானந்தர் ஆகியோருக்கு முக்கியத்துவம் தந்ததால் அவர்கள் உருவம் அமைக்கப் பெற்ற ஒரு பிரார்த்தனைக் கூடம் இருந்தது. அது தவிர ஒரு பெரிய கலை அரங்கமும் இருந்தது.

பாடத்திட்டமும் எளிதாகவே இருந்தது. கல்லூரியில் நாங்கள் தேர்ந்தெடுக்கப் போகும் பாடங்களைக் கருத்தில் கொண்டு, மூன்று ஆண்டுகட்கு விருப்பப்பாடமும் அறிமுகப் படுத்தினார்கள். நான் விருப்பப் பாடமாக வேதியியலைத் தேர்ந்தெடுத்தேன். மனையியலையும் ஒரு பாடப்பிரிவாகச் சேர்த்திருந்தார்கள். தமிழ்ப் பாடநூலில் செய்யுட்கள், தொடர்நிலைச் செய்யுள்கள், பக்திப் பாடல்கள், பல்சுவைப் பாடல்கள் அனைத்தும் இருந்தன. அவற்றையெல்லாம் விரும்பிப் படித்தேன். என் திறமையை அடையாளங்கண்டு என்னை வகுப்புத் தலைவியாகத் தேர்ந்தெடுத்தார்கள். படிப்பில் மட்டுமல்ல, மற்ற துறைகளிலும் கவனம் செலுத்தலானேன். ஓவியம்,

ரங்கோலி, நடனம் ஆகிய போட்டிகளில் கலந்து கொண்டு பல பரிசுகள் பெற்றேன்.

மற்ற பள்ளிகளுக்கும் கல்லூரிகளுக்கும் கிடைக்காத ஒரு வாய்ப்பை அந்தக் கல்வி நிறுவனம் மாணவர்களுக்குத் தந்தது.

கோவைக்கு வரும் அமைச்சர்கள், ஆன்மீக வாதிகள், தமிழ் இலக்கியத்தில் தேர்ந்தவர்கள், தலைவர்கள், விடுதலைப் போராட்டத்தில் தீவிரமாகப் பங்கேற்றவர்கள் அனைவரையும் கல்லூரிக்கு வரவழைத்து மாணவர்கள் முன் சொற்பொழிவாற்றச் சொல்வார்கள். சில சமயம் அது வெகுநேரம் நீடிக்கும். மாலை வேளை என்றால் பெற்றோர் வெளியே காத்திருந்து தங்கள் பெண்களைக் கூட்டிச் செல்வார்கள். சில சமயம் பெற்றோர் இதைக் குறையாகவே சொல்வதுண்டு. முன்னறிவிப்பில்லாமல் நிர்வாகம் இந்த நிகழ்ச்சிகளை நடத்தும் போது வீட்டினருக்குத் தெரிவிக்க முடியாது. தங்கள் பெண்கள் வீட்டிற்கு வரத் தாமதமானால் பெற்றோர் கல்லூரி வாயிலில் நின்று கொண்டு காவலாளியிடம் கேட்பதுண்டு, 'எங்கள் பெண்கள் உள்ளே இருக்கிறார்களா?' என்று.

அங்கே அடிக்கடி வந்து செல்லும் விருந்தினர் திரு. ஜி.டி. நாயுடு தான். அவருக்குப் புதுப்புது சிந்தனைகள், கருத்துக்கள் உதயமானால் உடனே அங்கு வந்து மேடை ஏறி மாணவர்களிடம் பகிர்ந்து கொள்வார். அந்த நிறுவனம் அவருடன் மிக நெருங்கிய நட்பு பாராட்டி வந்தது.

மூன்றாண்டு காலம் நான் அந்தப் பள்ளியில் படித்த போது மேலும் மேலும் திறமைகளை வளர்த்துக் கொண்டேன்.

பதினொன்றாம் வகுப்பில் படித்துக் கொண்டிருந்த போது ஐந்து நாட்கள் கல்விச் சுற்றுலாவாகப் பல இடங்களுக்குக் கூட்டிச் சென்றார்கள். பழனியில் ஆரம்பித்து மதுரை, கன்யாகுமரி, திருவனந்தபுரம், கொச்சி, திருச்சூர் மிருகக்காட்சி சாலை, குருவாயூர் ஆகிய இடங்களுக்குச் சென்று வந்தோம். முதன் முறையாக நான் சென்ற சுற்றுலா அது. திருமதி. இராசம்மாள் தேவதாஸ் அவர்கள் நெதர்லாந்தில் நடந்த உணவு மாநாட்டின் தலைவியாகத் தேர்ந்தெடுக்கப்பட்டார். உலக அளவில் புகழ் பெற்றார்.

அந்த ஆண்டு அவர்கள் உலகம் முழுவதிலும் இருந்து 27 நாடுகளின் பிரதிநிதிகளை வரவழைத்து ஒரு கருத்தரங்கு நடத்தினார்கள். ஒவ்வொரு நாட்டிலுமிருந்து இரண்டு ஆராய்ச்சியாளர்கள் வந்திருந்தனர். அந்தக் கருத்தரங்கு மூன்று நாட்கள் மட்டுமே நடந்தன.

இரண்டாம் நாள் பள்ளி மாணவர்களுக்கு அறிமுகப் படுத்த வேண்டி சுவீடனிலிருந்து வந்திருந்த டாக்டர். ஜான்டேர் என்னும் ஆய்வாளரைப் பள்ளிக் கலையரங்குக்கு வரவழைத்தார்கள்.

திருமதி. ராசம்மாள் தேவதாஸ் அவர்கள் அவரை அறிமுகப்படுத்திப் பேசச் சொன்னார்கள். அவர் தன் நாட்டைப் பற்றியும் முதல் நாள் தான் உண்ட உணவின் சிறப்பைப் பற்றியும் பேசினார். சிறுவயதில் அவருடைய வீட்டின் அருகே மரங்களின் நிழலில் தான் ஆடிய நடனத்தை எங்களுக்கு ஆடிக்காட்டட்டுமா என்று கேட்டார். ஆறடிக்கு மேல் உயரம் இருக்கக்கூடும். பருமனாகவும் இருந்தார். அரைக்கால் சட்டை அணிந்து வந்திருந்த அவர், 'கௌல்டிரியா டிரியா குக்கு குக்கூ' என்று உரக்கப்

பாடிக் கொண்டே நடனம் ஆடத் தொடங்கினார். மூன்று நான்கு நிமிடங்கள் ஆடியிருப்பார். மேடை அதிர்ந்தது. நாங்கள் அனைவரும் தலையைக் குனிந்து கொண்டு சிரிக்கத் தொடங்கினோம். என்ன நினைத்தார் என்று தெரியவில்லை, ஆடி முடித்த பின் அவர் கேட்டார், "உங்களுக்கு இந்நடனம் பிடித்திருந்தால் உங்களில் யாரேனும் மேடைக்கு வந்து என்னுடன் ஆடலாம்" என்றார். எங்களால் சிரிப்பை அடக்கவே முடியவில்லை. அனைவரும் அசையாமல் உட்கார்ந்திருந்தோம்.

தலைமை ஆசிரியர் ஹேமபிரியா எழுந்து "உங்களில் யாருக்கேனும் ஏதேனும் கேள்வி கேட்க வேண்டும் என்றால் எழுந்து கேட்கலாம். ஐந்து கேள்விகள் மட்டும் தான் கேட்கலாம்" என்றார். யாருமே கேள்வி கேட்க முன்வரவில்லை. ஆனால் அவர் செய்து கொண்டிருக்கும் ஆராய்ச்சியைக் குறித்துக் கேட்க விரும்பினேன். அந்தக் கேள்வியை அந்தச் சூழ்நிலையில் கேட்பது பொருத்தமாக இருக்காது என்று எண்ணி அமைதி காத்தேன்.

அது எங்களுக்கெல்லாம் ஒரு புதிய அனுபவமாக இருந்தது. அவர்களுடைய நாகரிகத்தை நினைத்து வியந்தோம். ஒரு வேளை நாங்கள் சிறு வயதினராக இருந்ததாலா அல்லது முதன் முறையாக இது போன்ற நிகழ்ச்சிகளைக் கண்டதாலா என்று தெரியவில்லை.

அவரை அறிமுகப்படுத்திக் கொள்ள வேண்டும் என்றும், என்ன ஆய்வுக் குறிப்புகளைப் பகிர்ந்து கொள்ளக் கருத்தரங்கிற்கு வந்திருக்கிறார் என்று அறிந்து கொள்ள வேண்டும் என்ற ஆர்வம் எனக்கும் என் தோழி கீதா ராணிக்கும் எழுந்தது.

மாலையில் பள்ளி நேரம் முடிந்ததும் அவர்கள் தேநீர் அருந்தும் இடத்திற்குச் சென்றோம். நான் என்னை அறிமுகப்படுத்திக் கொண்டேன். கருத்தரங்கில் என்ன கருத்துக்களைப் பகிர்ந்து கொள்ள வந்திருக்கிறீர்கள் என்று கேட்டேன். சுருக்கமாகச் சொன்னார். ஆனால் அவர் சொன்னது எதுவுமே எனக்குப் புரியவில்லை. அவர் பேசியது ஆங்கிலம் தானா என்று கூடப் புரியவில்லை. பிறகு நிதானமாகச் சொன்னார், "எங்களுக்கும் உங்களைப் போல் ஒரு மகள் இருக்கிறாள். அவளிடம் உங்களைப் பற்றிச் சொல்கிறேன், கடிதம் எழுதச் சொல்கிறேன். நீங்கள் பேனா நண்பர்களாக இருக்கலாம்" என்று சொல்லி அவருடைய முகவரியைக் கொடுத்தார். என் முகவரியை வாங்கிக் கொண்டார் எனக்கு ஒரு பேனாவைப் பரிசாகக் கொடுத்தார். அதில்'Papermate'என்று எழுதியிருந்தது. நேரமின்மையால் விரைவாக அங்கிருந்து சென்று விட்டோம்.

அடுத்த நாள் காலை கலையரங்கத்திற்கு நைஜீரியாவிலிருந்து வந்த ஆராய்ச்சியாளர்களை வரவழைத்தார்கள். அவர்களும் சிறிது நேரம் பேசினார்கள். பிறகு அதில் ஒருவர், "நான் உங்களுக்கு ஒரு பாடலைப் பாடிக் காட்ட விரும்புகிறேன்" என்று சொல்லிப் பாட ஆரம்பித்தார். ஒலி பெருக்கியை வாயின் அருகில் பிடித்துக் கொண்டு உரக்கப் பாட ஆரம்பித்தார். உண்மையில் நாங்கள் அதிர்ந்து போனோம் என்று தான் சொல்ல வேண்டும். அவருடைய பாடலின் ஓசை சுவர்களிலெல்லாம் முட்டி மோதிக் கொண்டிருந்தது. சற்று நேரம் கழித்து நிறுத்தினார். பெருமையாகச் சிரித்தார்.

தலைமை ஆசிரியர் கைதட்டவே, கூட சேர்ந்து நாங்களும் கை தட்டினோம். பிறகு அவர் உங்களுக்கு ஏதேனும் கேட்க விருப்பம் என்றால் கேட்கலாம் என்றார். என்னால் ஆர்வத்தை அடக்க முடியவில்லை.

நான் எழுந்து கேட்டேன், "நீங்கள் பாடிய பாடலின் பொருள் என்ன?" (What is the meaning of the song that you have sung?) உடனே அவர் எழுந்து பெருமையாகச் சொன்னார், "அது எங்களுடைய தேசிய கீதம். எங்கள் நாட்டின் இயற்கை வளத்தை வர்ணிக்கும் பாடல்" என்றார்.

அன்று மாலையும் நாங்கள் சென்று அவரை அறிமுகப்படுத்திக் கொண்டோம். அவர் இலைகளில் உள்ள புரதம் பற்றிய ஆய்வை மேற்கொண்டிருப்பதாகக் கூறினார். அதில் இன்னும் விரிவாக ஆய்வு செய்து புற்று நோய்க்கான மருந்து தயாரிப்பது குறித்த தகவல்களையும் சேகரித்துக் கொண்டிருப்பதாகவும் கூறினார். நல்ல வேளையாக அவர் சொன்ன செய்திகளை எங்களால் புரிந்து கொள்ள முடிந்தது.

நீங்கள் செய்யும் ஆராய்ச்சி பற்றிய செய்திகளையெல்லாம் எனக்கு சுருக்கமாக எழுதுவீர்களா? என்று கேட்டேன். "நிச்சயமாக எழுதுகிறேன்" என்றார். அதன் படியே ஒவ்வொரு கட்டத்திலும் சுறுக்கமாகச் சில செய்திகளை எழுதினார். அது மட்டுமல்ல அவர் செல்லும் ஒவ்வொரு நாட்டிலிருந்தும் அந்தந்த நாட்டின் தட்பவெப்பநிலை, பணிகள், உணவு முறை, அவர்கள் அணியும் ஆடை, பொருளாதார நிலை அனைத்தையும் எழுதினார். வீட்டிற்குள் இருந்து கொண்டே உலகின் பல நாடுகளைக் கண்முன் காண்பது போன்ற அனுபவம்

பெற்றேன். கிட்டத்தட்ட பத்தாண்டு காலம் தான் கண்ட, கேட்ட செய்திகளையெல்லாம் எழுதி அனுப்பினார். அவரது ஆராய்ச்சி நூல்களும் வெளி வந்தன. 'University of Ibadanல் Bio chemistry department H.O.D' யாக இருந்தார். வேலைப்பளு கூடிப் போனதாக எழுதியிருந்தார். குழந்தைகள் கவனிப்பு, கல்லூரிப்பணி, பல ஆராய்ச்சி மாணவர்களை உருவாக்கிய முயற்சி, தேவாலயத்தில் இசைப் பணி, அவர்களுடைய நாட்டின் விளையாட்டில் தீவிரமாகப் பங்கு பெற்று பல பரிசுகள் வாங்கிக் குவித்தது எல்லாமாகச் சேர்ந்து உடல் நலக் குறைவை ஏற்படுத்தியது. 2008 ஆம் ஆண்டு பணியிலிருந்து ஓய்வு பெற்றார். அந்த ஆண்டே இவ்வுலக வாழ்வையும் நீத்தார். அவர் மறைவுக்கு அந்தப் பல்கலைக் கழகம் எழுதியிருந்த இரங்கல் செய்தியில் இச்செய்திகள் அனைத்தையும் வெளியிட்டு அவரைப் பெருமைப் படுத்தியிருந்தார்கள். அந்தச் செய்திகளைப் படித்த போது மிகவும் வருத்தமாக இருந்தாலும் பெருமையாகவும் இருந்தது.

டாக்டர் ஜான்டேர் என் முகவரியை அவருடைய மகள் Kadri Tear இடம் கொடுத்துக் கடிதம் எழுதச் சொல்லியிருக்கிறார். அவளும் எனக்குக் கடிதம் எழுத ஆரம்பித்தாள். கிட்டத்தட்ட தொடர்ந்து பத்தாண்டுகள் கடிதம் எழுதிக் கொண்டோம். அது எனக்கு மிகுந்த மகிழ்ச்சியைத் தந்தது. அவளுக்கும் அது வியப்பாகவே இருந்திருக்கிறது. "எத்தனை ஆயிரம் மைல்களுக்கு அப்பால் இருந்து உன் கடிதம் வருகிறது என்பதை எண்ணும்போது எனக்கு மிகவும் மகிழ்ச்சியாகவும் வியப்பாகவும் உள்ளது" என்று எழுதியிருந்தாள். அவள்

எழுதிய செய்திகள் எல்லாம், எல்லா வகையிலும் என் தரத்தை உயர்த்திக் கொள்ள உதவியது. அழகான அவளுடைய கையெழுத்தைப் பார்த்து நானும் என் கையெழுத்தை மாற்றிக் கொண்டேன். ஆங்கில அறிவை வளர்த்துக் கொண்டேன். அவளைப் போலவே ஆங்கிலத்தில் எழுத ஆரம்பித்தேன்.

மாலையில் பள்ளி முடிந்ததும் வீடு வீடாகச் சென்று பால் குப்பிகளைப் போட்டும், காலையில் நாளிதழ்களைப் போட்டும் வருவாய் ஈட்டித் தங்கள் பணத் தேவைகளைப் பூர்த்தி செய்து கொள்வதாக அவள் எழுதியதைப் படித்து நான் வியந்தேன். என்ன ஒரு வாழ்க்கை நாகரிகம்! நம்மையெல்லாம் அது போன்ற பணிகளுக்கு அனுமதிப்பார்களா?

ஒரு கடிதத்தில் நான் கல்லூரிக்குச் செல்லாதது குறித்தும், எங்களுடைய கோரிக்கைகளுக்காகப் போராட்டம் நடத்துவது குறித்தும் எழுதியிருந்தேன். அதைப் படித்து அவள் வியப்புடன் எழுதியிருந்தாள். "நீங்களெல்லாம் கல்லூரிக்குச் செல்லாமல் எதற்காகப் போராட்டம் நடத்துகிறீர்கள். அது உங்களுக்கு இழப்பில்லையா? நாங்களும் எப்பொழுதாவது போராட்டம் நடத்துவதுண்டு. அது போன்ற தருணங்களில் நாங்கள் பள்ளிக்குச் சென்று விட்டு மாலையில் வீட்டிற்கு வந்து உடைமாற்றிக் கொண்டு கொடிபிடித்த வண்ணம் ஊர்வலம் செல்வோம்" என்று எழுதியிருந்தாள். அதைப் படித்து நான் வெட்கப்பட்டேன். பல நல்ல செய்திகளைக் கற்றுக் கொண்டேன்.

அவள் மருத்துவம் படித்து முடித்தாள். கண்மருத்துவர் ஆக வேண்டும் என்பது தன் இலக்கு என்று எழுதியிருந்தாள். திருமணம் செய்து கொண்டாள். பணிச்சுமை கூடிப் போனதால் அஞ்சல் அனுப்புவதையும் நிறுத்தினாள்.

பதினொன்றாம் வகுப்பின் இறுதியில் பொதுத்தேர்வு எழுத வேண்டியிருந்ததால் கூடுதல் கவனம் செலுத்திப் படிக்க வேண்டியிருந்தது. பதினொன்றாம் வகுப்பு முடிந்தது. அவினாசிலிங்கம் மனையியல் கல்லூரியிலேயே புகுமுக வகுப்பில் சேர்ந்தேன். பல பாடப் பிரிவுகள் இருந்தன. நான் வேதியியல், இயற்பியல், விலங்கியல், தாவரவியல் ஆகிய பாடங்களை உள்ளடக்கிய பிரிவில் சேர்ந்தேன். இப்பாடப் பிரிவில் 92 மாணவிகள் இருந்தனர். அந்த ஆண்டும் என்னையே வகுப்புத் தலைவியாகத் தேர்ந்தெடுத்தார்கள். அது சற்றுக் கடுமையான பணியாகவே இருந்தது.

முதலில் முதல்வர் திருமதி. ராசம்மாள் தேவதாசுக்கு ஒரு கவிதை எழுதிக் கொடுத்தேன். அதுவே என் முதல் கவிதையுங்கூட. இதுவே அக்கவிதை.

பார்புகழப் பல்கலை பயின்று

ஏர்தொட்டு உழவர் ஆக்கும்

நல்லுணவின் நுண்ணறிவும்

நன்மனையின் நன் கலையும்

வல்லுன ராய்வான் புகழெய்தி

மன்னும் நெதர் லாந்ததனில்

பொன்னனைய உணவு மாட்டின்

நற்தலைவி எனத் தேர்ந்த

நற்செய்தியாம் கேட்டோம்

சொற்பச் சொல்லின் எம்மன்னாய்

கற்பகத் தருவன்னாய் !

பல்லாண்டு பல்லாண்டு

நல்லுலகில் மாந்தர்க்கு

அன்னாய் நின் அறிவும்

பொன்னான பண்புகளும்

பொழிய நாங்கள் நன்னிலமாய்

செழித்திடவே இறையருளை

வேண்டுகிறோம், வாழ்த்துகிறோம்

வாழ்க நீ எம் அன்னாய்

பல்லாண்டு பல்லாண்டே!

இதைப் படித்தவுடன் மிகவும் மகிழ்ச்சி அடைந்தார்கள். அது மட்டுமல்ல எனது ஒவ்வொரு முயற்சியும், செயலும் மற்றவர்களிடமிருந்து மாறுபட்டிருந்தது. அப்பெருமைகள் அனைத்தும் நான் முன்பு படித்த பள்ளியையே சேரும்.

விலங்கியல் செயல்முறைப் பாடவேளை வந்தபோது தான் அதன் முக்கியத்துவம் எனக்குப் புரிந்தது. முதல் பருவத்திற்குத் தவளையும், இரண்டாம் பருவத்திற்குக் கரப்பான் பூச்சியும், மூன்றாம் பருவத்திற்கு

மண்புழுவையும் தந்தார்கள். முதலில் தவளையைக் கூறு போட்டு ஒவ்வொரு வாரமும் ஒவ்வொரு மண்டலமாகப் பிரித்துக் காட்ட வேண்டும். சுவாச மண்டலத்தைக் காட்ட மற்ற உறுப்புகளை வெட்டி எடுத்து விட்டு அதற்கு மட்டும் கீழே வண்ணக் காகிதம் வைத்து தெளிவாகக் காட்ட வேண்டும். அதைச் செய்து முடித்த பின் மனதில் சிறு மாற்றம். அன்று இரவு முழுவதும் ஒரே சிந்தனையாக இருந்தது. சற்றும் விருப்பமில்லாத ஒரு பாடமானது அது. தாவரவியலில் எனக்கு மிகுந்த ஆர்வம் இருந்தது. அதைப் படிக்க வேண்டும் என்றால் விலங்கியலையும் படிக்க வேண்டும். பின் வாங்க மனமில்லாம் போனது. தாவரவியலைப் படித்தபோது அப்பாடத்தில் எனக்கு அதிக ஈடுபாடு ஏற்பட்டது. அதில் எவ்வளவு மருத்துவச் செய்திகள் முக்கியமான இடத்தைப் பிடித்திருக்கின்றன என்பதைப் புரிந்து கொண்டேன். பிறகு அதை விரிவாகப் படிக்க வேண்டும் என்று தீர்மானித்துக் கொண்டேன்.

அந்த ஆண்டு மற்ற கல்லூரிகளில் நடக்கும் போட்டிகளிலும் பங்கெடுத்துக் கொண்டேன். பல பரிசுகள் பெற்றேன். மற்ற கல்லூரிகளிலும் என் பெயர் அறிமுகமானது.

ஒவ்வொரு ஆண்டும் சனவரி மாதம் கல்லூரியில் கலைவிழா நடக்கும். அந்த ஆண்டு நான் திருக்குற்றாலக் குறவஞ்சி நாட்டிய நாடகத்தில் பங்கு பெற்றேன். அந்த ஆண்டு படிப்பிலும், போட்டிகளிலும் கலை நிகழ்ச்சிகளிலும் மிகுந்த உற்சாகம் காட்டினேன். அந்த ஆண்டும் முடிந்தது.

பட்டப் படிப்பிற்காகப் பாடத்தைத் தேர்ந்தெடுப்பதில் எனக்கு எந்தக் குழப்பமும் இருக்கவில்லை. தமிழிலக்கியத்தைத் தேர்ந்தெடுத்தேன். ஆர்வம் காரணமாக மூன்றாண்டுப் பாடத்திட்டத்தில் இருந்த நூல்கள் அனைத்தையும் முதல் ஆண்டின் தொடக்கத்திலேயே வாங்கிக் கொண்டேன். அவை தவிர அப்பா சேகரித்து வைத்திருந்த அத்தனை இலக்கிய இலக்கண நூல்களையும் எடுத்துக் கொண்டேன். வீட்டில் இருந்த அறைகளில் ஒரு சிறிய அறையை எனக்காகத் தேர்ந்தெடுத்துக் கொண்டேன். புத்தக அலமாரி, மேசை நாற்காலி அனைத்தையும் சேகரித்தேன். உண்பதும் உறங்குவதும் எல்லாம் அந்த அறையில் தான். எப்பொழுதும் படிப்பது மட்டும் தான் என் வேலையாக இருந்தது. பணிக்கு வேலையாளும் வந்தாள். அதனால் அம்மாவிற்கு பணிச்சுமை இருக்கவில்லை.

எங்களுக்குப் பல ஆசிரியர்கள் பாடம் எடுத்தார்கள். அந்த ஆண்டு கல்லூரிக்குள் ஆசிரியராக நுழைந்த கலாராணி அவர்கள் பல வகையிலும் என் கருத்தைக் கவர்ந்தார்கள். என்னை விட ஐந்தாண்டு பெரியவர். அவர்களுடைய சுறுசுறுப்பு, பாடம் கற்பிக்கும் ஆற்றல், மற்றும் பல திறமைகள், பணிவான பேச்சு எனக்குப் பிடித்திருந்தன. அவர்கள் பாடம் நடத்தும் முறை அனைவருக்குமே பிடித்திருந்தது. வாய்ப்புக் கிடைக்கும் பொழுதெல்லாம் அவர்களுடன் பேசி என் அறிவுப் பசிக்குத் தீனி போட்டுக் கொண்டேன். அவர்கள் பேச்சில் இருந்த உற்சாகம் என்னையும் தொற்றிக் கொண்டது. நானும் மிகுந்த சுறுசுறுப்புடன் நடக்கவும் பேசவும் கற்றுக்

கொண்டேன். செய்யும் செயல்களில் தீவிர முயற்சி, பிறர் மனம் கோணாமல் பேசும் தன்மை, உள்ளொன்று வைத்துப் புறமொன்று பேசாத இயல்பு, நிமிர்ந்த நடை, தலை நிமிர்ந்து தெளிவாகப் பேசும் பேச்சு இப்படி எங்களுக்குள் பல ஒற்றுமைகள் இருந்தன.

ஒவ்வொரு மாணவனுக்கும், தான் பிற்காலத்தில் என்னவாக வேண்டும் என்ற உறுதிப்பாடு ஒவ்வொரு கட்டத்தில் மனதில் எழும். சிலருக்கு சில நிகழ்ச்சிகளோ, சில மனிதர்களின் வெற்றியோ ஒரு உந்து கோலாக இருக்கும். இக்கால கட்டத்தில் தான் என் மனதில் அந்த எண்ணம் ஆழமாக விழுந்தது. அந்த வித்து முளைவிட்டு வேகமாக வளரத் தொடங்கியது. நானும் ஒரு ஆசிரியையாக வேண்டும் என்னும் ஆசை தீவிரமானது.

"மாணவர்கள் தங்கள் சிறகுகளை விரித்து வானில் உயர உயரப் பறக்கும் கலையைக் கற்றுக் கொள்ள வேண்டும்; ஆனால் அவர்களுடைய கால்கள் பூமியில் பலமாக ஊன்றியிருக்க வேண்டும்" என்று நம் முன்னாள் குடியரசுத் தலைவர் டாக்டர். ராதாகிருஷ்ணன் அவர்கள் சொன்ன அந்தக் கலையை நான் கற்றுக் கொள்ள ஆரம்பித்தேன். நானும் என் சிறகுகளை மெல்ல விரித்துப் பறக்க ஆரம்பித்தேன்.

என் தமிழார்வம், நான் பெற்றுக் கொண்டிருந்த தமிழ்ப்பயிற்சி பல ஆசிரியர்களிடமிருந்து பாராட்டுக்களையும் நன்மதிப்பையும் பெற்றுத் தந்தது.

அந்த ஆண்டு நான், 'வானிதழ்' என்ற ஒரு இதழைத் தயாரித்து வெளியிட்டேன். அது ஒரு புது முயற்சி.

தொடர்ந்து ஒவ்வொரு ஆண்டும் 'வானிதழ்' வெளியிட முடிவு செய்தேன்.

எப்பொழுதும் போலவே அன்று கோவைக்கு வருகை தந்த குடியரசுத் தலைவர் வி.வி.கிரி அவர்களையும், அவரது துணைவியார் திருமதி.சரஸ்வதிபாய் அவர்களையும் கல்லூரிக்கு வரவழைத்தார்கள். அப்போது திரு.ஜி.டி. நாயுடுவும் வந்து அந்நிகழ்ச்சியில் பங்கேற்றார். திரு.வி.வி.கிரி பேசத்தொடங்கினார். சற்று நேரம் சென்றிருக்கும் காவலர் வேக வேகமாக ஓடி வந்து மேடையேறினார். முதல்வர் அருகில் சென்று காதில் ஏதோ ரகசியம் சொன்னார். அடுத்த நொடியே அவர்கள் எழுந்து வேகமாக மேடையிலிருந்து இறங்கி அவர் பின்னே சென்றார்கள். எங்களுக்கு மிகவும் வியப்பாக இருந்தது. என்னவாக இருக்கும் என்று சிந்தித்துக் கொண்டிருந்த போது, தந்தை ஈ. வெ. ரா. பெரியார் நடந்து வந்தார். அவருடன் முதல்வரும் மிகப்பணிவுடன் நடந்து வந்தார்கள். பெரியாரைப் பார்த்தவுடன் எங்கள் உற்சாகம் கரை புரண்டது. மகிழ்ச்சிக் குரலெழுப்பி, கரவொலி எழுப்பி அவரை வரவேற்றோம். எங்கள் இருமருங்கிலும் அமர்ந்திருந்த ஆசிரியர்கள் எங்களை முறைத்துப் பார்த்தார்கள். நாங்கள் அதை சற்றும் பொருட்படுத்தவில்லை. பெரியாரை எப்படியாவது ஒரு முறையாவது பார்த்து விட வேண்டும், அவரது பேச்சைக் கேட்க வேண்டும் என்பது எங்களுள் பலருக்கும் கனவாக இருந்தது.

திரு.ஜி.டி.நாயுடு அவர்கள், மேடையில் பேசும் போது எப்பொழுதுமே ஒரு செய்தியைச் சொல்வதுண்டு,

"இரண்டு நாய்கள் ஒன்றாகச் சேர்ந்திருக்காது, இரண்டு பன்றிகள் ஒன்றாகச் சேர்ந்திருக்காது. அதுபோல் இரண்டு பெண்கள் எப்பொழுதுமே ஒன்று சேர்ந்து ஒற்றுமையாக இருக்க மாட்டார்கள். இந்த ராசம்மாள் எப்படித்தான் இரண்டாயிரம் பெண்களை ஒரு கூரையின் கீழ் சமாளிக்கிறார்கள் என்று தெரியவில்லையே" என்று முதல்வரைப் பாராட்டுவதாக எண்ணி பேசிக் கொண்டே இருப்பார். அவருடைய பேச்சு எங்கள் மனதில் எத்தகைய வேதனையை உண்டு பண்ணும் என்று சிந்திக்கவே மாட்டார். எங்களுக்கு ஆத்திரம் வரும். ஆனாலும் எப்படி வெளிக்காட்ட முடியும்? அன்றும் அவர் அதைப் பேசியபோது மேடையில் பெரியார் மற்றும் திருமதி. சரஸ்வதிபாய் இருப்பதை ஏனோ மறந்து போனார் போலும்!

பெரியார் மிகப்பணிவுடன் முதல்வரிடம் கேட்டார், "நான் சற்று நேரம் பேசலாமா?" என்று. உடனே முதல்வர் எழுந்து ஒலி பெருக்கியை அவர் முன்னால் நகர்த்தி வைத்தார்கள். அவர் பேச ஆரம்பித்தவுடனே எங்களுக்குள் ஒரு பரபரப்பு. அவருடைய பேச்சைக் கேட்க எவ்வளவு நாட்களாகக் காத்திருந்தோம். அன்றுதான் அந்த அருமையான வாய்ப்பு எங்களுக்குக் கிடைத்தது. பேச ஆரம்பித்தார். "நான் சாலையில் சென்று கொண்டிருந்த போது அருகில் இருந்தவர் சொன்னார், "இதுதான் திரு. அவினாசிலிங்கம் மனையியல் கல்லூரி" என்று. அருகில் வந்தபோது ஒலிபெருக்கியில் பேசும் ஒலி கேட்டது. உடனே ஓட்டுநரிடம் கல்லூரி வாயிலின் அருகே வண்டியை நிறுத்தச் சொல்லி, நானும் உள்ளே வரலாமா

என்று காவலாளியிடம் கேட்டு வரச் சொன்னேன்". இன்று உங்களையெல்லாம் இந்தக் கூரையின் கீழ் ஒன்றாகக் காண்பது எனக்குப் பெருமகிழ்ச்சியைத் தருகிறது. பெண்களின் பெருமைகளையும் பண்பையும் அறிவையும் ஆற்றல்களையும் யாரும் சாதாரணமாக எண்ணி விடக் கூடாது என்று ஆரம்பித்தார். அந்தக் கருத்து திரு. ஜி. டி. நாயுடுவுக்கு அவர் கொடுத்த விடை என்று எல்லோருக்குமே புரிந்து போனது. அதற்குப் பிறகு அவர் எப்பொழுதுமே அந்த மாதிரி பேசவில்லை.

பெரியார் ஒரு மணிநேரம் பேசினார். அவர் பேச்சு எங்களுக்குப் பெருமை சேர்த்தது. அதற்குப் பிறகு நான்கு ஆண்டுகள் தான் அவர் உயிருடன் இருந்தார். அப்படியானால் அன்று அவர் பேசியபோது அவருக்கு வயது தொண்ணூற்று இரண்டு. தான் இறப்பதற்கு இரண்டு நாட்கள் முன்பு வரை பேசியிருக்கிறார். தம் மக்களுக்குத் தன் மூச்சிருக்கும் வரை கடமை ஆற்றியிருக்கிறார். நாம் அவருக்கு என்றென்றும் நன்றி கூறக் கடமைப்பட்டிருக்கிறோம்.

பெரியார் பேசி முடித்தவுடன், திருமதி. சரஸ்வதிபாய் பேச எழுந்தார்கள். திரு. ஜி. டி. நாயுடுவின் பேச்சு அவர்களுள் சற்றே கோபத்தை வரவழைத்திருந்தது. "பெண்களைப் பற்றி நீங்கள் என்ன நினைத்துக் கொண்டிருக்கிறீர்கள். திரு.வி.வி.கிரி முதல் குடிமகனாக இருக்கலாம். ஆனால் அவர் எனக்குக் கீழே தான். அவர் தலை என்றால், நான் கட்டை விரல், முதலில் அந்த விரல் அசைய வேண்டும்' என்று உரத்த குரலில் முழங்கத் தொடங்கினார்கள்.

எங்களால் நம்பவே முடியவில்லை. எதிர்பாராத விதமாக நடந்து முடிந்த அன்றைய நாள் நிகழ்ச்சிகள் எங்களை மிகவும் பெருமைப்படுத்தியது என்று தான் கூறவேண்டும். என் வாழ்க்கை வரலாற்றில் பொன்னேட்டில் பொறிக்கப்பட்ட செய்திகள் அவை. என் கல்லூரி வாழ்க்கை மிக நன்றாகப் போய்க் கொண்டிருந்தது. அப்பொழுதுதான் திடீரென்று என் அப்பா அந்த முடிவை எடுத்தார். எனக்குத் திருமணம் செய்ய வேண்டும் என்ற அந்த முடிவு எனக்கு மட்டுமல்ல; பலருக்கும் பெரும் அதிர்ச்சியைத் தந்தது. ஏன் திடீரென்று இந்த முடிவு? "அவள் தான் படித்துக் கொண்டிருக்கிறாளே" என்று சொன்ன அம்மாவிடம் ஏதேதோ விளக்கம் சொன்னார். உறவினர்கள் பலரும் இது குறித்துத் தன்னிடம் பேச வருகிறார்கள் என்று சொன்னார். திடீரென்று கதிரவன் என் வாழ்வில் மறைந்து விட்டதாக உணர்ந்தேன்: கலங்கினேன்.

"எனக்கு இப்பொழுது திருமணம் வேண்டாம், நான் படிக்க வேண்டும்" என்று இரண்டு முறை வற்புறுத்திக் கூறியும் அவர் கேட்கவில்லை. "நீ தமிழிலக்கியம் தானே படிக்கிறாய் அதைப் பிறகு எப்பொழுது வேண்டுமானாலும் படித்துக் கொள்ளலாம். இந்தத் தேர்வு எழுதுவதோடு நிறுத்திக் கொள்" என்றார். தேர்வும் முடிந்தது.

"நாளை நான் போய் மாற்றுச் சான்றிதழுக்கு விண்ணப்பம் கொடுத்து விட்டு வருகிறேன்." என்றார். அடுத்த நாள் கல்லூரிக்குச் சென்று இயக்குநர் திருமதி. கோதாவரி கமலநாதனிடம் இது குறித்துப் பேசியிருக்கிறார். அவர்களுக்கும் அது மிகப் பெரிய

அதிர்ச்சியாகவே இருந்திருக்கிறது. "Nonsense, என்ன பேசுகிறீர்கள். என்ன பெரிய கல்யாணம் இந்த வயதில்? இவ்வளவு நல்ல மாணவியின் வாழ்க்கையைக் கெடுக்க ஆசைப்படுகிறீர்களா? எங்கள் கல்லூரிக்கு நல்ல பெயர் கிடைக்க அவளும் ஒரு காரணமாக இருக்கிறாள். அவளும் நல்ல மாணவியாக முன்னேறிக் கொண்டிருக்கிறாள். எந்த ஒரு தகப்பனாவது அதைக் கெடுக்க விரும்புவாரா? அவளுக்கு மாற்றுச் சான்றிதழ் தரமுடியாது. நீங்கள் போகலாம். நாளை அவளைக் கல்லூரிக்கு அனுப்ப வேண்டும்!" என்று உரத்த குரலில் கோபமாகப் பேசி அவரைத் திருப்பி அனுப்பி விட்டார்கள். இருந்தும் அவர் மனம் மாறவில்லை. மீண்டும் என்னைக் கல்லூரிக்கு அனுப்பவில்லை. நான்கு ஆண்டுகள் கழித்து நான் மீண்டும் வற்புறுத்தவே கல்லூரிக்குச் சென்று மாற்றுச் சான்றிதழ் வாங்கி வந்தார்.

பதினெட்டு வயதைக் கூட எட்டவில்லை. மூன்று மாதங்கள் முடிந்தால் தான் பதினேழு வயது பூர்த்தியாகும். அப்பொழுது என் திருமணம் நடந்தது. ஏன் இப்படி ஒரு முட்டாள்தனமான காரியத்தைச் செய்தார் என்று தெரியவில்லை. மிகுந்த வலியுடன், வேதனையுடன் எனது சிறகுகளை மடக்கி நானும் இந்த உலகத்தில் வாழக் காலூன்றினேன்.

திருமணம் முடிந்து நான் கேரளாவிற்குச் சென்றேன். என் மாமனாரின் பெற்றோர் வணிகம் நிமித்தமாக கேரளாவில் உள்ள மண்ணார்க்காட்டிற்குப் புலம் பெயர்ந்தவர்கள். அவர்களுடன் சேர்ந்து ஒரு சில குடும்பங்களும் குடியேறின. பத்துக் குடும்பங்கள் ஒன்றாக ஒரே இடத்தில்

வாழத் தொடங்கியதால் அந்த இடம், 'பத்துக்குடி' என்றே அழைக்கப்பட்டது. அவர்கள் அனைவரும் ஏதோ ஒரு வகையில் உறவினர்களாக இருந்தனர். அந்த இடமும் மேற்குத் தொடர்ச்சி மலையடிவாரத்தில் பால்காட் கணவாய் அருகே அமைந்திருந்தது.

ஆனால் மனம் ஏனோ நான் வாழ்ந்த அந்த மண்ணைவிட்டு வர மறுத்தது. இருப்பினும் வேறு வழியில்லை. ஒரு வாரம் கழிந்த போது, அந்தச் சூழ்நிலை கண்டு மலைத்து நின்றேன். அந்தச் சூழலில் என்னை இணைத்துக் கொள்ள முடியவில்லை.

மிகப்பெரிய குடும்பம். எனது மாமனாரும், பெரிய மாமனாரும் ஒன்றாகவே கூட்டுக் குடும்பமாக இருந்தனர். என் கணவருடன் பிறந்தவர்கள் எட்டுப்பேர் அவருடைய பெரியப்பா வீட்டில் ஐந்து பேர். அதில் ஐந்து பெண்கள் திருமணமாகிச் சென்று விட்டார்கள். நான்கு மருமக்கள். நான்கு பேரும் இரண்டு வீடுகளில் வாழ்ந்திருந்தோம். ஆனால் நிர்வாகம் ஒன்றாகவே இருந்தது. மிகப்பெரிய வீடுகள். அனைத்துப் பணிகளுக்கும் பணியாளர்கள் இருந்தனர். மாமனார் இருவரும் எண்பது கிலோமீட்டர் சுற்றளவுக்கு மக்களால் அறியப்பட்டவர்களாக இருந்தனர். செல்வமும் செல்வாக்கும் அமையப் பெற்றவர்கள். பல வணிகம் நடத்தினர். மிகப்பரந்த வயல்வெளியும், காடும், கால்நடைச் செல்வங்களும் இருந்தன. ஆனால் அவை எதுவுமே என் மனதில் ஒட்டவில்லை. அத்தனை இருந்தும் மனதில் அமைதியில்லை.

கங்குகரை காணாத மாக்கடலின் நடுவே வங்கத்துக் கூம்பேறும் மாப்பறவையின் நிலைபோல ஆனது என்

நிலையும். திசைகள் தெரியவில்லை. சூழ்நிலையும் புரியவில்லை. படிப்பதை நிறுத்தினால் நான் உயிர்வாழ முடியாது என்று எனக்குத் தெரியும். எனது அழுகையைக் கட்டுப்படுத்த முடியவில்லை. என் தந்தை மீது எனக்குக் கடுமையான கோபம் வந்தது. யாரும் காணாத விடத்து அமர்ந்து அவ்வப்போது அழலானேன். இந்தச் சூழ்நிலையிலிருந்து மாறி நிற்க என்ன செய்வது என்று சிந்தித்துக் கொண்டே இருந்தேன்.

மாமியார் பழைய பழக்க வழக்கங்களையே பின்பற்றிக் கொண்டிருந்தார். நிலத்தோடு அமைந்திருக்கும் பெரிய அடுப்புகள் மாவரைக்க இயந்திரம் இல்லை, ஆட்டுக் கல்லில்தான் ஆட்ட வேண்டும். அரைப்பதெல்லாம் அம்மிக்கல்லில் தான். இயந்திரத்தில் அரைத்துச் செய்யும் உணவுகள் சுவையாக இருக்காது என்று நம்பினார். ஒருவருக்குப் பிடிக்கும் உணவு மற்றவருக்குப் பிடிக்காது. எனவே ஒவ்வொருவரும் பிடித்தாற்போல் பலவகை உணவு தயாரிக்க வேண்டும். நாங்கள் திருமணமாகி வந்தவுடன் சமையல் செய்து கொண்டிருந்த பெண்ணை நிறுத்திவிட்டார்கள்.

பத்துக் குடியில் மிகச் செல்வந்தர் வீடு என்பதால் எப்போதுமே விருந்தினர் வருவதுண்டு. மாமியாருடன் நெடுநேரம் பேசிக் கொண்டிருந்து விட்டுச் செல்வார்கள். எப்பொழுதுமே அடுப்பில் ஒரு தவலையில் பால் சூடாகவே இருக்கும். வருபவர்களுக்குத் தேநீர் தயாராத்துக் கொடுக்க வேண்டும். எதற்குமே பெண்கள் வெளியில் செல்ல வேண்டிய தேவை இருக்காது. காய்கறி வாங்கி வர துணிகளை எடுத்துக் கொண்டு போய் ஆற்றில்

துவைத்துக் கொண்டுவர, வீட்டைச் சுற்றிலும் கூட்டி சுத்தம் செய்ய என்று எல்லாவற்றிற்கும் பணியாட்கள் இருந்தனர்.

எங்களுக்கு அடுமனைப் பணிகள் மட்டுமே இருந்தன. காலையில் ஐந்து மணிக்கு சமைக்க உள்ளே சென்றால் இரவு ஒன்பது மணிக்குத்தான் வெளியில் வரமுடியும். இந்த வாழ்க்கையை என்னால் கற்பனை செய்து கூடப் பார்க்க முடியவில்லை. சிந்தித்து சிந்தித்து தலை புண்ணாகிப் போனது தான் மிச்சம். அப்போதுதான் டாக்டர். ராதாகிருஷ்ணன் அவர்கள் மீண்டும் தோன்றாத் துணையாக நின்றார். ஒருநாள் ஒரு மனிதர் டாக்டர். ராதாகிருஷ்ணனிடம் கேட்டார், "விதி என்றால் என்ன? மதி என்றால் என்ன?" என்று. அதற்கு அவர் சொன்ன விடை, "நாம் சீட்டாட்டம் விளையாடும் போது நமக்கு விழும் சீட்டுக்கள்தான் விதி. நமக்குக் கிடைத்த அந்த சீட்டுக்களை வைத்து நாம் எவ்வளவு சிறப்பாக விளையாடி வெற்றி பெறுகிறோம் என்பதுதான் மதி." என்பது. இதைவிட ஒரு அருமையான விளக்கத்தை யாரால் சொல்ல முடியும்.

ஆண்கள் அனைவரும் காலை ஒன்பது மணிக்குப் புறப்பட்டுச் சென்றால் மதிய உணவுக்கு வருவார்கள். மீண்டும் கடைக்குச் சென்றால் இரவு தான் வீடு திரும்புவார்கள். எதையும் கவனிக்க அவர்களுக்கு நேரமில்லை.

அந்தச் சூழ்நிலையை எப்படி எனக்குச் சாதகமாக்கிக் கொள்ள வேண்டும் என்று சிந்தித்து விடை தேடிய போது சட்டென்று அதற்கான விடையும் கிடைத்தது.

மறுநாள் காலையில் என் கணவரின் தங்கை பிரமிளாவின் அறைக்குச் சென்று கதவைத் தட்டிக் கொண்டு காத்திருந்தேன். அவள் எழுந்து வெளியில் வந்தாள். "நான் உங்களிடம் கொஞ்ச நேரம் பேசலாமா?" என்று கேட்டேன். அவள் சொன்னாள், "நீங்கள் என் அறைக்கு வரும்போது கதவைத் தட்டிவிட்டுக் காத்திருப்பதும், எனக்கு மிகுந்த மரியாதை கொடுத்துப் பேசுவதும் உங்களிடம் நெருங்க முடியாவண்ணம் ஓர் அச்ச உணர்வை என்னுள் தோற்றுவிக்கிறது." என்றாள். அவளுக்கு என்ன விடை கூறுவது என்று தெரியாமல் ஒரு சில விநாடிகள் நின்றேன்.

"இன்று ஆறுமணிக்கு நாம் பேசலாம். உங்களிடம் சில செய்திகளைப் பகிர்ந்து கொள்ள ஆசைப்படுகிறேன்." என்றேன். "சரி, ஆறு மணிக்குக் களத்தில் உட்கார்ந்து பேசலாம்." என்றாள்.

வீட்டிற்குப் பக்கத்திலேயே ஒரு மிகப்பெரிய கட்டிடத்தில் சில அரவை இயந்திரங்கள் வைத்திருந்தனர். அவற்றின் அருகே ஒரு கட்டிடத்தில் எண்ணெய் எடுக்கும் இயந்திரங்களும் வைக்கப்பட்டிருந்தன. அரைக்க வருபவர்கள் கொண்டு வரும் பொருட்களைக் காயவைத்த பின்னரே அரைப்பார்கள். நெல், கொப்பரை முதலியவற்றை வெயிலில் இட ஒரு மிகப்பெரிய இடமும் இருந்தது. அதையும் களம் என்றே சொன்னார்கள். அந்த நிலத்தின் இருபுறமும் குறைந்த உயரத்தில் சுற்றுச் சுவர் இருந்தது.

மாலை ஆறுமணிக்கு நாங்கள் இருவரும் அங்கே சென்று அந்தச் சுவர் மீது அமர்ந்தோம். நான் கேட்டேன்.

"உனக்குப் படிக்கப் பிடிக்குமா?"

"எனக்குப் படிக்க மிகவும் பிடிக்கும்."

"நாம் இருவரும் சேர்ந்து தினமும் கொஞ்ச நேரம் படிக்கலாமா?"

"ஓ, படிக்கலாமே. என்ன படிக்கலாம்?

"நீ எனக்கு மலையாளம் கற்றுக்கொடு,

"நான் உனக்கு நல்ல தமிழில் எழுதவும், ஆங்கிலத்தில் சரளமாகப் பேசவும் எழுதவும் கற்றுக் கொடுக்கிறேன்."

"சரி, இது எனக்கு மிகுந்த மகிழ்ச்சியைத் தருகிறது."

மீண்டும் ஒரு வினா ஒரு விடை. அந்த வாழ்க்கையிலும் ஒரு மிக நல்ல திருப்பு முனையாக இருந்தது அது. எப்பொழுது நினைத்தாலும் மனதை நெகிழ வைக்கிற, கண்களில் கண்ணீரை வரவழைக்கிற, ஒரு வானுயர்வைக் கொண்டு வருகின்ற அந்த ஆழமான நட்பு எங்கள் இருவருக்குமே வேறு யாரிடமும் தோன்றியதில்லை.

காலைக் கதிரவன் தன் பொற்கதிர்களை வாரித் தெளிக்கும் போது இருள் விலகுவது போல் என் மனதை மருட்டிக் கொண்டிருந்த இருள் கொஞ்சம் கொஞ்சமாக விலகத் தொடங்கியது.

"எப்பொழுது ஆரம்பிக்கலாம்?" என்றாள்,

"நாளை நாம் விரிச்சி கேட்கலாமா?"

"அது என்ன விரிச்சி?"

"புறப் பொருளின் இலக்கணத்தைப் பற்றிக் கூறும் நூல்களுள் மிகச்சிறந்தது புறப்பொருள் வெண்பாமாலை. இதை எழுதியவர் ஐயனாரிதனார். இதில் வெட்சிப் படலத்தின் துறைகளுள் ஒன்று 'விரிச்சி'

"வேண்டிய பொருளின் விளைவு நன்கு அறிதற்கு

ஈண்டு இருள் மாலைச் சொல் ஓர்த் தன்று."

பகைவர் நாட்டுக்குச் சென்று அவருடைய ஆக்களைக் கவர்ந்து வர எண்ணிய வெட்சி மறவர் இருள் கவ்வுகின்ற மாலைப் பொழுதில் நற்சொல்லைக் கேட்டு ஆராய்ந்து அறிவர். வழிப்போக்கர் இருவர் தங்களுக்குள் பேசிக் கொண்டு செல்வதைக் கேட்பர். அவர்கள் நற்சொல்லைப் பேசிக்கொண்டு சென்றால் மறவர் தாம் மேற்கொள்ளப் போகும் செயல் வெற்றி பெறும் என்றும், அமங்கலச் சொற்கள் ஏதேனும் பேசிச் சென்றால் தாங்கள் மேற்கொள்ளப் போகும் வினை நன்றாக முடியாது என்றும் எண்ணி அதைக் கைவிடுவர். சரியான தருணத்திற்காகக் காத்திருப்பர். அச்செயல் இப்பொழுது 'சகுனம் பார்த்தல்' என்றே அறியப் படுகிறது.

அதுபோல நாம் நாளைக்குப் படிக்கத் தொடங்கலாமா என்று முடிவு செய்ய மாலையில் களத்தில் அமர்ந்து விரிச்சி கேட்கலாம் என்றேன்.

அடுத்த நாள் மாலை களத்தின் குறுகிய மதில் சுவர் மீது அமர்ந்தோம். தூரத்தில் இரண்டு பேர் வந்து கொண்டிருந்தார்கள். அவர்கள் கடந்து போகும் போது காதைத் தீட்டிக் கொண்டு காத்திருந்தோம். ஆனால் அவர்கள் எங்களைக் கடந்து செல்லும் போது எதுவுமே

பேசிக் கொள்ளவில்லை. சரி விடு, நாளைக்குப் பார்த்துக் கொள்ளலாம் என்று சொல்லி வீடு திரும்பினோம்.

மீண்டும் அடுத்த நாள் மாலைநேரம் அதே இடத்தில் அமர்ந்தோம். வெகுதூரத்தில் இருவர் பேசிக் கொண்டே வந்தனர். அதில் ஒருவர் கைகளையும் தலையையும் அசைத்து சுறுசுறுப்பாகப் பேசிக் கொண்டே வந்தார். எங்களுக்கு ஆர்வம் மிகுந்தது. அருகில் வந்து எங்களைக் கடந்து போகும் போது தான் தெரிந்தது, அவர் எதுவும் பேசவில்லை, பேச இயலாதவர், வெறும் ஒசை மட்டுமே எழுப்பிக் கொண்டு வந்தார் என்பதைப் புரிந்து கொண்டோம். சட்டென்று நாங்கள் உரக்கச் சிரிக்க ஆரம்பித்தோம். எங்கள் சிரிப்பொலி சுற்றிலும் இருந்த மலைகளிலும், மரங்களிலும், ஆற்றிலும், வயல்களிலும் எதிரொலித்தது. அன்று கேட்ட அந்தச் சிரிப்பொலி நாங்கள் இருவரும் அந்த வீட்டில் ஒன்றாக வாழ்ந்த காலம் வரை ஒலித்துக் கொண்டே இருந்தது.

அடுத்த நாள் படிக்கத் தொடங்கினோம். அவள் சொன்னாள், "நீ முதலில் 'புறப்பொருள் வெண்பா மாலை' நூல் முழுவதையும் விளக்கமாகச் சொல்' என்றாள். அதிலிருந்த திணைகளையும் ஒரு சில துறைகளையும் விளக்கிக் கூறினேன். அடுத்த நாள் காலை எங்களுக்குப் புதிய விடியலாக இருந்தது. கதிரவன் தன் பொன்னொளியை எங்களுக்குப் பரிசளிக்க வந்தது போலும், தெற்கிலிருந்து தென்றல் எங்களுக்காகத் தெம்மாங்கு பாடிக் கொண்டு வந்தாற்போலும் மகிழ்ந்தோம். எந்நேரமும் பாடல்தான். அடுமனைப் பணிகளின் சுமை கொஞ்சங்கூடத் தெரியவில்லை.

'கட்டோடு குழலாட ஆட ஆட

கண்ணென்ற மீனாட ஆட

என்ற பாடல் வரிகளையும்,

'காற்று வந்ததும் கொடியசைந்ததா

கொடியசைந்ததும் காற்று வந்ததா?

என்பது போன்ற பாடல்களையெல்லாம் இருவரும் பணியெடுத்துக் கொண்டே இருவேறு திசைகளிலிருந்து பாடலானோம்.

இரவு அனைவரும் உறங்கச் சென்றபின் அவள் மட்டும் தனியாக உட்கார்ந்து எழுதிக் கொண்டிருந்தாள். "என்ன எழுதுகிறாய்" என்று நான் கேட்டதற்கு, "எழுதி முடித்த பின் நானே காட்டுவேன், அப்போது தெரிந்து கொள்" என்றாள்.

மறுநாள் சமைக்க ஆரம்பித்த போது அவள் கேட்டாள், "இன்று என்ன குழம்பு வைக்கலாம்?" நான் சொன்னேன், 'தயிரை எடுத்துவா, புளிக்குழம்பு வைக்கலாம்" என்று. "என்ன" என்று அலறினாள். 'தயிரில் புளிக்குழம்பு வைப்பதா? உனக்கு இதுகூடத் தெரியாதா? என்றாள். "இல்லை கண்மணி, குறுந்தொகையில் முல்லை 167 வது பாடலில் கூடலூர் கிழார் அப்படித்தான் சொல்கிறார்."

"முளிதயிர் பிசைந்த காந்தள் மென்விரல்

கழுவுறு கலிங்கம், கழா அது உடீஇ,

குவளை உண்கண் குய்ப்புகை கழுமத்

தான் துழந்து அட்ட தீம்புளிப் பாகர்

'இனிது' எனக் கணவன் உண்டலின்

நுண்ணுதின் மகிழ்ந்தன்று

ஒண்ணுதல் முகனே.

புதிதாகத் திருமணமாகித் தலைவன் வீடு சென்ற தலைவியை செவிலித்தாய் வந்து மறைந்திருந்து அவள் குழம்பு வைக்கும் அழகைப் பார்த்து விட்டுச் சென்று நற்றாயிடம் கூறுவதாக அமைந்த பாடல் இது. முளிதயிர் என்றால் கெட்டியான தயிர். தீம்புளிப்பாகர் என்றால் "இனிமையான புளிக்குழம்பு என்று பொருள்" என்றே சொல்கிறார்.

"இதையெல்லாமா தமிழ் இலக்கியத்தில் எழுதியிருக்கிறார்கள்?"

"இது மட்டுமா, தமிழ் இலக்கியத்தில் கூறப் படாத செய்திகளே இல்லை"

அவள்தான் எனக்கு சமைக்கக் கற்றுக் கொடுத்தாள். கேரளா உணவு வகை, தமிழ் நாட்டு உணவு வகை அனைத்தையும் கற்றுக் கொடுத்தாள்.

எங்களுக்கு என்று புத்தகங்களை வாங்கிக் குவித்தோம். ஆங்கிலம், மலையாளம் மற்றும் தமிழில் ஒரு சில நூல்களையும் வாங்கினோம். என்னுடைய நூல்களையும் அங்கே கொண்டு சென்றேன். அனைத்தையும் ஒரு அலமாரியில் அடுக்கினோம். அடுக்கி வைக்கும் போது அவள் சொன்னாள், "வானதி இன்றுதான் வாழ்க்கை பொருள் பொதிந்ததாகத் தோன்றுகிறது." என்று. சில

நேரம் கடைகளுக்குப் பரிசுப்பொருட்கள் வருவதுண்டு. அத்தனையும் மற்றவர்களுக்கு அனுப்புவார்கள். ஆனால் குறிப்பேடுகள், பேனா பென்சில், போன்ற பொருட்கள் வந்தால் அவற்றை எங்களுக்கு அனுப்பி விடுவார்கள்.

நான் தயிர் கடைந்து கொண்டிருந்தேன். பிரமி குழம்பிற்கு அரைத்துக் கொண்டிருந்தாள். "பிரமி நளவெண்பாவிலே ஒரு பாடல்; இதைக்கேள்" வினையின் கொடுமையால் தமயந்தியைப் பிரிய முற்பட்டான் நளன். வாளை எடுத்து இருவரையும் பிணைத்திருந்த ஆடையைக் கிழித்தான். ஆடை மட்டும் அறுபடவில்லை, தன் உயிரையும் கிழித்து அறுத்தது போல் நளன் வேதனைப் படுகிறான். தமயந்தியைப் பிரிந்து செல்ல நேரிடும் போது தவிக்கிறான், மனம் துடிக்கிறது. போகலாமா வேண்டாமா என்ற அவனது மனப் போராட்டத்தைப் பற்றிக் கூறும் போது இப்படி எழுதுகிறார் புகழேந்தி.

"போய் ஒரு கால் மீளும் புகுந்தொருகால் மீண்டேறும்

ஆயர் கொணர்ந்த அடுபாலின் தோயல்

கடைவார்தம் கைபோல ஆயிற்றே காலன்

வடிவாய வேலான் மனம்"

ஆயர்குல ஆய்ச்சியர் தயிர்கடையும் போது அவர்களுடைய கைகள் சென்று சென்று திரும்புவது போல் நளனது மனமும் தமயந்தியிடம் சென்று சென்று திரும்புவதாகப் பாடியிருக்கிறார், பார் என்றேன். அன்று முழுவதும் அவள் அப்பாடலை நான்கைந்து முறை மீண்டும் மீண்டும் கேட்டாள். அடுத்த நாள் அவள் தயிர்

கடையும் போது அப்படியே அந்தப் பாடலை என்னிடம் கூறினாள். அவளுடைய ஆர்வத்தைக் கண்டு வியந்து போனேன்.

ஒரு வாரம் கழித்து அவள் எழுதிய ஏட்டைக் கொண்டு வந்தாள். "இன்று நான் எல்லா வேலைகளையும் செய்து கொள்கிறேன். நீ உட்கார்ந்து இதைப் படித்துப் பிழைகள் ஏதேனும் இருக்கின்றனவா என்று சொல்."

அதைப் பிரித்துப் படிக்கலானேன். அவள் எழுதிய, 'எயில் காத்தல்" என்னும் தலைப்பிலான ஒரு சரித்திரக்கதை. படித்து முடித்தவுடன் என் மனம் எவ்வளவு பரவசப்பட்டது என்று சொல்லச் சொற்களே இல்லாமல் போயிற்று. வியூகம் வகுத்தல், ஒற்றாடல், புது வியூகம். இது போன்ற சொற்களைப் பயன்படித்தியிருந்த விதம், அந்தப் போர்க்களக் காட்சிகளை அப்படியே கண்முன் கொண்டு வந்து நிறுத்தின. அப்பொழுது தான் நான் நினைத்தேன், இவள் இவ்வளவு திறமைசாலியா என்று.

"மோர் வாங்க யாரோ வந்திருக்கிறார்கள் என்று நினைக்கிறேன். நீ போய் இந்த மோரைக் கொடுத்து விட்டு வா"

நான் அதை எடுத்துக் கொண்டு வெளியில் சென்றேன். வாசலில் ஒரு பெண் நின்றிருந்தாள்.

"உன் பெயர் என்ன?"

"மல்லிகா"

"எந்த வகுப்பில் படிக்கிறாய்?"

"ஆறாம் வகுப்பு"

"உன் ஆங்கிலப்புத்தகத்தில் நீ படித்த ஒரு பாடலைச் சொல்கிறாயா?"

"ஓ சொல்கிறேனே,

What is this life if full of care

We have no time to stand and stare"

என்ற அந்தக் கவிதையைச் சொல்லி முடித்தாள். நான் மோரை அவளுடைய பாத்திரத்தில் நிறைய ஊற்றிக் கொடுத்தேன். அவளும் சென்று விட்டாள் நான் உள்ளே வந்த போது பிரமி சொன்னாள், "பணத்தை இனி இந்தப் பெட்டியில் தான் போட்டு வைக்க வேண்டும். பணத்தைக் கொடு" என்றாள். "பணமா, நான் வாங்கவில்லையே!" "என்ன காரியம் செய்தாய் நீ! என் அம்மாவிற்குத் தெரிந்தால் அவ்வளவு தான். அவர்கள் இரண்டு கைகளிலும் போட்டிருக்கிறார்களே பன்னிரண்டு தங்க வளையல்கள், அதெல்லம் பாலும் மோரும் விற்றுப் பெற்ற பொருளில் வாங்கியது தான்" என்றாள். அதற்குள் மல்லிகா தன் வீட்டின் அருகில் இருந்த சில பெண்களிடம் சொல்லி விட்டாள் என்று பிறகு தெரிந்து கொண்டேன் "நம் ஊருக்கு ஆங்கிலம் பேசுகிற ஒரு அக்கா வந்திருக்கிறார்கள். ஒரு ஆங்கிலக் கவிதையை ஒப்பித்ததற்காக என்னிடம் காசு வாங்கவில்லை" என்று.

அடுத்தநாள் பார்த்தால் வாசலில் பல பெண்கள் நின்று கொண்டிருந்தார்கள். நான் மோரை எடுத்துக் கொண்டு போன வேகத்தில் திரும்பி விட்டேன்.

"ஏன் மோர் கொடுக்கவில்லை?"

நான் அந்தச் செய்தியைச் சொன்னபோது அவள், "சரி சரி நீ இங்கேயே இரு. நான் போய்க் கொடுத்துவிட்டு வருகிறேன்" என்று சொல்லி மோரை எடுத்துக் கொண்டு போனாள்.

அன்று மாலை பத்துக்குடியிலிருந்து ஒரு பெண்ணும் அவளுடைய இரண்டு குழந்தைகளும் வந்திருந்தார்கள். என்னிடம், "அண்ணி, நன்றாக இருக்கிறீர்களா?" என்று கேட்ட உடனே எனக்கு ஆவல் மிகுந்தது. "இவர்கள் இரண்டு பேரும் எந்தப் பள்ளியில் படிக்கிறார்கள்? எந்த வகுப்பில் படிக்கிறார்கள்? பாடத்திட்டம் எளிதாக இருக்கிறதா? அவர்கள் படிக்கும் போது யார் கூட உட்கார்ந்து சொல்லிக் கொடுப்பீர்கள்?" என்று மிகுந்த உற்சாகத்தோடு கேள்விகளைக் கேட்க ஆரம்பித்தேன். அதற்கு அந்தப் பெண் சிரித்துக் கொண்டே நின்றாள். அதற்குள் பிரமி அவசர அவசரமாகச் சொன்னாள். "நீங்கள் உட்காருங்கள். வானதி நீ போய் அவர்களுக்குக் குடிக்க ஏதேனும் கொண்டு வருகிறாயா? நான் பேசிக் கொண்டிருக்கிறேன். நானும் உள்ளே சென்று தேநீர் தயாரித்து எடுத்து வந்தேன். குடித்து விட்டுக் கிளம்பி விட்டார்கள். பிரமி வேகமாகத் திரும்பி வந்து இடுப்பில் கைகளையும் வைத்துக் கொண்டு சற்றே கோபத்தோடு என்னிடம் கேட்டாள், "ரோமாபுரியில் வாழும் போது ரோமானியர்களைப் போல் வாழ வேண்டும் என்று உனக்குத் தெரியாதா?" என்று கேட்டாள். பத்துக் குடியிலிருந்து நம் உறவினர்கள் யாரேனும் வந்தால் நன்றாக இருக்கிறீர்களா? இன்று மதியம் என்ன சமைத்தீர்கள்? அதை எப்படி சமைப்பது? இந்தப் புடவை

நன்றாக இருக்கிறது, என்ன திரைப்படம் பார்த்தீர்கள்? இருங்கள் சாப்பிட்டு விட்டுப் போகலாம்" என்று இப்படிப்பட்ட கேள்விகளைத்தான் கேட்க வேண்டும். பாடத்திட்டம் பற்றியெல்லாம் பேசினால் அவர்களுக்குப் புரியாது. நான் சொல்வது புரிந்ததா என்றாள். "ஆனாலும் பிரமி செயற்கையாக இவற்றையெல்லாம் பற்றிப் பேசத் தெரியாதே", என்று சொல்லும் போதே அழுகை வந்தது. "பேசக் கற்றுக் கொள்" என்றாள்.

நான் அவளுக்குக் கற்றுக் கொடுத்த ஏட்டுக் கல்வியை விட, அவள் எனக்குக் கற்றுக் கொடுத்த வாழ்க்கைப்பாடம் எவ்வளவு விலை மதிக்க முடியாத செல்வம் என்பதைப் புரிந்து கொண்டேன். சூழ்நிலையைப் புரிந்து நடந்து கொள்ளக் கற்றுக் கொடுத்தாள்.

திறமையாக வீட்டை நிர்வகிப்பது எப்படியென்று கற்றுக் கொடுத்தாள். அவளிடம் எனக்கு மிகுந்த நன்றியுணர்வு தோன்றியது. எந்தச் சூழ்நிலையாக இருந்தாலும் அனுசரித்துப் போக அவள் கற்றுக் கொண்டிருந்தாள். எந்தச் சூழ்நிலையாக இருந்தாலும் என் தன்மானமும் சுய மரியாதையும் பாதிக்கப்படாத அளவிற்கு மட்டுமே நான் ஒத்துப் போவேன். அதை யாரேனும் சீண்டிப் பார்க்க முயன்றால், அதன்பின் முன்னால் நிற்பது யார் என்று பார்க்க மாட்டேன். இது என்னுடன் பிறந்த குணமாகிப் போனது. அதனால் என்ன இழப்பு வந்தாலும் அது குறித்து நான் கவலைப்பட மாட்டேன்.

மாலையில் ஒரு மணி நேரம் ஆங்கில இலக்கணம் படித்தோம். 'wren and martin' எழுதிய ஆங்கில நூலில், மிகச் சுலபமான, அடிப்படை இலக்கணம் பற்றிக்கூறும்

தலைப்புகளில் வரும் பயிற்சிகளை மட்டும் பார்த்தோம். பிறகு அடுத்தடுத்த பயிற்சிகளுக்குச் சென்றோம். நானும் மலையாளம் கற்றுக் கொள்ள ஆரம்பித்தேன். 'சூரியன்' என்னும் தலைப்பில் வெறும் ஆறுவரிக் கவிதையை மட்டுமே முதன்முதலாக எழுதினேன்.

மாலைப்பொழுதில் களத்தில் அமர்ந்து நாங்கள் படிக்கும் போது தினமும் வெண்மையான கொக்குகள் சிறு சிறு கூட்டமாய் மேற்கு நோக்கிப் பறந்து சென்றன. மாலையில் மலையில் இருக்கும் தங்கள் கூடுகளுக்குத் திரும்பிச் செல்லும் பறவைகள் காலையில் இந்த வழியாகத் தானே கிழக்கு நோக்கி இரைதேடச் செல்லும் என்று சிந்தித்தோம். காலையில் வெளியில் வரவே நேரமிருக்காது. அனைவரும் ஒன்பது மணிக்குள் தயாராகி கடைகளுக்குப் புறப்பட்டுச் சென்று விடுவர். அதற்குள் அவர்களுக்குத் தேவையான அனைத்தையும் தயாராக்கிக் கொடுக்க வேண்டும். இருந்தாலும் அவை மேற்கிலிருந்து கிழக்கில் பறந்து செல்வதைக் காண வெளியில் சென்று ஒரு சில மணித்துளிகள் நின்று அந்த அழகை மனதில் உள்வாங்கிக் கொண்டு உள்ளே ஓடிச் செல்வோம்.

கலாக்கா தொடர்ந்து கடிதம் எழுதிக் கொண்டிருந்தார்கள். 'வகுப்பே வெறுமையானது போல் இருக்கிறது' என்று அவர்கள் எழுதியிருந்த கடிதத்தைப் படித்தபோது கண்கள் நிறைந்தன. இலக்கியச் செய்திகளை எழுதினார்கள். தன்னம்பிக்கை தரும் கடிதங்களையும் எழுதினார்கள். Dr.Fafunso ஒவ்வொரு நாட்டிற்குச் செல்லும் போதும் அந்தந்த நாட்டைப்

பற்றிய செய்திகளை விரிவாக எழுதினார். சில ஆய்வுக் குறிப்புகளையும் அவ்வப்போது எழுதுவார். Kadri தன் வகுப்பில் நடக்கும் நிகழ்ச்சிகளையும், தான் கற்கும் பாடங்களையும் பற்றி எழுதுவாள். என் வாழ்க்கையின் தரத்தை உயர்த்திக் கொள்ள இவையெல்லாம் போதும் என்று நினைத்தேன்.

தினமும் மாமியார் வயலுக்குச் சென்று விடுவார்கள். மதியம் அவர்களுக்கு உணவெடுத்துச் செல்ல யாரையேனும் அனுப்புவார்கள். ஒரு நாள் நான் பிரமியிடம் கேட்டேன், "இன்று நாம் உன் அம்மாவிற்கு உணவெடுத்துக் கொண்டு செல்லலாமா?" என்று. அவளும் சரியென்று சொல்லவே உணவை எடுத்துக் கொண்டு வயலுக்குச் சென்றோம். தமிழ் கூறும் குறிஞ்சி, முல்லை, மருதம் ஆகிய மூன்று நிலங்களையும் ஒருங்கே கண்டது மிகுந்த மகிழ்ச்சியைத் தந்தது. மலைக்கும் வயலுக்கும் இடையே ஓடிக் கொண்டிருக்கும் ஆறு. சூரிய ஒளி பட்டுத் தெரிக்கும் மலை, மலையில் நெடிதுயர்ந்து வளர்ந்த மரங்கள், கண்ணுக்கெட்டிய தூரம் வரை பச்சைப் பசேலென்று மின்னும் வயல்கள், வயல்களில் இருந்த நெற்களுக்கு இடையே முளைத்து சிரித்துக் கொண்டு நின்ற நீல மலர்கள், மற்றும் மஞ்சள் மலர்கள், மறுபுறம் மாடுகளை மேய்த்துக் கொண்டிருந்தவர்கள். இக்காட்சிகள் அனைத்தையும் கண்டபோது சங்க காலத்தில் வாழ்ந்து கொண்டிருப்பதாகவே எண்ணத் தோன்றியது. திரும்பி வரும்போது நான் கேட்டேன், "நாம் அந்த மலை மீது ஏறிவிட்டு வரலாமா?"

"வேண்டாம், வேண்டாம் அந்த இடங்களெல்லாம் பாதுகாப்பானது அல்ல." என்று சொல்லி விட்டாள்.

"நீங்கள் சாப்பிட்டு விட்டீர்களா?" மாமியார் கேட்டார்கள். இல்லை என்று சொல்லவே, "சீக்கிரம் கிளம்பிப் போங்கள், பிரமி அவளை பத்திரமாகக் கூட்டிக் கொண்டு போ" என்று அவசரப்படுத்தினார்கள். வரும்போது ஆற்றுக்குள் இறங்க ஆசை. சட்டென்று இறங்கிவிட்டேன். பிரமி பயந்து போய் உரக்கக் கத்தினாள், "கரை ஓரத்திலேயே நில், கொஞ்சம் உள்ளே நகர்ந்தால் அடித்துக் கொண்டு போய்விடும்" என்று பதறிக் கொண்டே அருகில் வந்து என் கையைப் பிடித்து இழுத்துக் கொண்டே வந்து விட்டாள். எங்கள் இருவருக்குமே தினமும் அங்கு சென்று சற்று நேரம் இயற்கையின் அழகைக் கண்டுகளிக்க ஆசைதான். ஆனால் நிச்சயமாக அதை அவர்கள் அனுமதிக்க மாட்டார்கள் என்று எங்களுக்குத் தெரியும்.

அன்று இரவு மாமியாரின் அறையைக் கடந்து போகும் போது உள்ளே அவர்கள் வலியில் முனகும் ஓசை கேட்டது. உள்ளே சென்று அவர்களிடம் என்னவென்று கேட்ட போது கால்கள் மிகவும் வலிப்பதாகக் கூறினார்கள். வலியைப் போக்கும் தைலத்தை எடுத்து வந்து இரண்டு கால்களிலும் அழுத்தித் தேய்த்துக் கொடுத்தேன். அவர்கள் கண்களில் கண்ணீர், துடைத்துக் கொண்டே இருந்தார்கள். "ஏன் அழுகிறீர்கள்?" என்று கேட்டதற்கு, "எனக்கு என் அம்மாவின் நினைவு வந்துவிட்டது" என்றார்கள். அவர்கள் மீது எனக்கு இரக்கம் தோன்றியது.

மறுநாள் காலையில் யாரையோ உரக்கத் திட்டிக் கொண்டே அடுப்படியில் வேலை செய்து

கொண்டிருந்தார்கள். நாங்கள் உள்ளே செல்லும் போது, "இப்ப என்ன பிரமி?" என்று கேட்டேன். "அவர்களுக்குக் கோபம் வந்தால் அது யாராக இருந்தாலும் இப்படித்தான் திட்டிக் கொண்டிருப்பார்கள். யாரும் பக்கத்தில் போக முடியாது.

நீ அதைப் பொருட்படுத்தாதே. விட்டுவிடு"

"இப்படி அடிக்கடி திடீரென்று உரக்கக் கூச்சலிட்டால் அட்ரினல் சுரபியும் திடீரென்று அதிகமாகச் சுரந்து காலப்போக்கில் மாரடைப்பு வந்து விடுமே?

"நீ கொஞ்சம் சும்மா இருக்கிறாயா? இங்கே யாருடைய போக்கையும் நாம் மாற்ற முடியாது."

ஆனால் சிறிது நாட்களிலேயே புரிந்து கொண்டேன். சூழ்நிலை எப்பொழுது மாறும் என்று காத்திருந்தேன்.

அன்று அவர்கள் வயலுக்குப் புறப்பட்டுச் சென்ற பிறகு பிரமி சொன்னாள், "இன்று உனக்கு இடியாப்பம் செய்து தரட்டுமா? சுவையாக இருக்கும்" அரிசியை எடுத்து ஊறவைத்து உரலில் இடித்து, சலித்து, வறுத்து மீண்டும் சலித்து இடியாப்பம் செய்து தேங்காய்ப்பாலும் செய்து எனக்கு முதலில் தட்டத்தில் வைத்துக் கொடுத்தாள்.

"ஏன் பிரமி, இந்த இடியாப்பம் செய்வதற்கும் சாப்பிடுவதற்கும் ஒரு நாள் முழுவதும் வேலை செய்ய வேண்டுமா?

"இல்லையில்லை, உனக்கு இதைச் செய்து தர வேண்டும் என்று பல நாட்களாக நினைத்துக் கொண்டிருந்தேன்". உண்மையில் நான் நெகிழ்ந்து போனேன்.

இரவு மாமியார் சாப்பிட உட்கார்ந்தார்கள். இடியாப்பத்தைச் சாப்பிட்டுக் கொண்டே என்னைப் பார்த்துச் சொன்னார்கள், "பார்த்தாயா நான் எப்படி வளர்த்தியிருக்கிறேன் என்று. தனியாகவே எப்படி இதைச் செய்திருக்கிறாள் பார்" என்றார்கள். சட்டென்று நான் அவளைத் திரும்பிப் பார்த்த போது அவளும் என்னைப் பார்த்தாள். அந்தப் பார்வையின் பொருள் எனக்குப் புரிந்தது.

மறுநாள் அவள் செய்த அனைத்தையும் அதேபோல நானும் செய்து இடியாப்பம் தேங்காய்ப்பால் தயாரித்தேன். இரவு சாப்பிட அமர்ந்தபோது, "இன்றும் இடியாப்பம் செய்திருக்கிறாயா?" என்று அவர்கள் கேட்க, "இன்று நான் செய்யவில்லை, அண்ணிதான் செய்தார்கள்"

நான் கேட்டேன், "நன்றாக இருக்கிறதா என்று சாப்பிட்டு விட்டுச் சொல்லுங்கள் அத்தை. இது ஒன்றும் பெரிய காரியமே இல்லை. கண்கள் பார்த்தால் கைகள் செய்யக் கூடிய செயல் மட்டும் தான்" தலையைத் தாழ்த்தி சாப்பிட்டு விட்டு பேசாமல் எழுந்து சென்றார்கள். ஆனால் நிச்சயமாக அவர்கள் மனதில் என்ன எண்ணங்கள் தோன்றியிருக்கும் என்று என்னால் கற்பனை செய்ய முடிந்தது. அந்தக் காலகட்டத்தில் அப்படி ஒரு உறுதிப்பாடு என் மனதில் இருந்தது. யாரும் என்னிடம் சவால் விடக் கூடாது.

தீபாவளி முடிந்து பதினாறாவது நாள் சூரன்போர் நிகழ்ச்சியைக் கலைஞர்கள் கோயிலுக்கு முன் நடத்திக் காட்டுவார்கள். ஊரே அங்கு திரண்டிருக்கும். இது போன்ற நிகழ்ச்சிகளில் தான் ஒன்று கூடுவார்கள்.

இவையே பெரும்பாலும் மகிழ்ச்சியைத் தரும் பொழுது போக்காய் இருந்தன. நானும் பிரமியும் திண்ணையில் அமர்ந்திருந்தோம். மாமனார் வந்து சாப்பிட்டு விட்டு சற்று நேரம் உறங்குவார். அதன் பின்னர் தான் நாங்களும் சற்று ஓய்வெடுக்க முடியும். சாப்பிட வந்தவர் எங்களைப் பார்த்து, "சூரன் போருக்கு நீங்கள் செல்லவில்லையா? ஊரே திரண்டிருக்கிறது. இப்பொழுது ஆரம்பித்து விடுவார்கள். சீக்கிரம் கிளம்பிப் போங்கள்" என்றார்.

பிரமி சொன்னாள், "நாங்கள் அம்மாவிடம் சொல்லவில்லையே"

அதெல்லாம் நான் சொல்லிக் கொள்கிறேன்"

"உங்களுக்கு சாப்பாடு போட்டு விட்டுச் செல்கிறோம்'

"நான் போட்டு சாப்பிட்டுக் கொள்கிறேன். நீங்கள் கிளம்பிப் போங்கள்!"

அவ்வளவுதான், அடுத்த ஐந்தாவது நிமிடம் கோயிலில் இருந்தோம். அனைவருக்கும் வியப்பு, "என்ன அதிசயம், நீங்களும் வந்திருக்கிறீர்கள்?" என்று ஒருவர் விடாமல் விசாரித்தார்கள். பத்து நிமிடம் அனைவரிடமும் பேசிவிட்டு ஆற்றங்கரைக்குப் பறந்து சென்றோம்.

கிட்டத்தட்ட இரண்டு மணி நேரம் அங்கே அந்தச் சூழலின் அழகை நுகர்ந்தவாறே, சங்க இலக்கியம் காட்டும் நட்பைப் பற்றி மட்டுமே அன்று பேசிக் கொண்டிருந்தோம். பாரி - கபிலர், ஒளவை - அதியமான், கோப்பெருஞ்சோழன் = பிசிராந்தையார் இவர்களுடைய நட்பைப் பற்றி விளக்கிக் கூறும்போது எனக்குள்ளும்

கேட்கும்போது அவளுக்குள்ளும் பெருமித உணர்வு தோன்றியது. காதலைப் பற்றிப் பேசும் போது ஒரே ஒரு செய்தியைத் தான் அவளிடம் கூறினேன். சுந்தரம் பிள்ளை எழுதிய, 'மனோன்மணி' யில், மனோன்மணி வாயிலாக இதைச் சொல்கிறார், "காதல் என்பது நாய் மாதிரி, ஓடுபவர்களைக் கண்டால் அது துரத்தும், துரத்துபவர்களைக் கண்டால் அது ஓடும்." அதன் பிறகு எப்பொழுது நாயைப் பார்த்தாலும் சிரிப்பு வரும். "பிரமி, இப்படி ஒரு வாய்ப்பை ஏற்படுத்திக் கொடுத்த உன் அப்பாவிற்கு நன்றி கூற வேண்டும்" என்று சொல்லிச் சிரித்தோம்.

இந்தச் செயல்கள்தான் மற்றவர்கள் மனதில் பொறாமை என்னும் விதையை விதைத்தன. இலைமறை காயாக இருந்த அந்த எண்ணம் கொஞ்சம் கொஞ்சமாக வெளியேறத் தொடங்கியது. ஒரு சிலர் மீது எங்களுக்குக் கடுமையான கோபம் எழுந்தது. நான் பிரமியிடம் கேட்டேன், "பிரமி, நாம் அவர்கள் மீது அறம் பாடலாமா? நந்திவர்மன் மீது அவனுடைய அண்ணன் (பங்காளி) அறம் பாடியது போல"

"ஓ, பாடலாமே! எப்பொழுது பாடலாம்?"

"நாளைக் காலையில் பத்து மணிக்கு வழிபாட்டு அறையில் அமர்ந்து பாடலாம்"

"சரி"

அடுத்த நாள் காலையில் நாங்கள் அடுமனையில் வேலை செய்து கொண்டிருந்தோம். பத்து மணிக்கு மாமியார் வயலுக்குப் புறப்பட்டு வெளியில் நின்றார்கள்.

திடீரென்று என்னைக் கூப்பிட்டு இதோ இங்கே கீரையைக் கொண்டு வந்து வைத்திருக்கிறார்கள். மதிய உணவிற்கு இதைக் கடைந்து வை. பச்சை மிளகாய் அதிகமாகவே போட்டுக் கடை அப்போதுதான் சுவையாக இருக்கும் என்று சொல்லிவிட்டு கீரையை எடுத்து என் கையில் கொடுத்தார்கள். நான் மிகுந்த முயற்சி செய்து என் சிரிப்பைக் கட்டுப்படுத்திக் கொண்டு உள்ளே சென்றேன். பிரமியும் அதைக் கேட்டுக் கொண்டிருந்தாள். உள்ளே சென்று இருவரும் உரக்கச் சிரித்தோம். வெகுநேரம் சிரித்தோம். நாம் முதலில் கீரை கடையலாம், பிறகு அறம் பாடலாம், என்று கூறிக் கொண்டோம்.

கீரையை வேகவைத்து, கடைவதற்காக இறக்கி வைத்தாள். கல் சட்டியில் தான் எப்போதும் கீரை கடைவார்கள். "நான் கடைகிறேன் நீ சட்டியைச் சுற்றிலும் துணியைச் சுற்றிப் பிடித்துக் கொள். நன்கு அழுத்தம் கொடுத்துக் கடைய வேண்டும், அப்போதுதான் மசியும்" என்றாள்.

"அப்படியானால் சரி, நானே கடைகிறேன். நீ சட்டியைப் பிடித்துக் கொள். நான் எப்போது இதையெல்லாம் கற்றுக் கொள்வது?" என்றேன்.

அவள் சட்டியைப் பிடித்துக் கொள்ள நான் என் வலுவைத் திரட்டிக் கொண்டு கடைய ஆரம்பித்தேன். "போதும் நிறுத்து" என்றாள்.

மத்தை வெளியில் எடுத்து விட்டுக் குனிந்து பார்த்தோம். சட்டியின் உள்ளே கீரையைக் காணோம்.

"அடடா என்ன காரியம் செய்தாய் நீ?" என்று அவள் பதறினாள். "கீரை எங்கே பிரமி?" சட்டியின் அடிப்பகுதி வட்டமாக உடைந்து கீரை முழுவதும் வெளியில் வந்து துணியில் விழுந்திருந்தது. எனக்குள்ளும் அச்சம் எழுந்தது. இனி என்ன செய்வது? மதிய உணவு கொடுத்து விட நேரமாகி விட்டது. அவள் சட்டிக்குள் இருந்த கொஞ்சம் கீரையை எடுத்துப் பாத்திரத்தில் போட்டு அவர்களுக்குக் கொடுத்து விட்டு, மற்றவர்களுக்கு அவசர அவசரமாக வேறு குழம்பு வைத்தோம்.

அந்தப் பதற்றம் சற்று நேரத்திற்குத் தான் இருந்தது. அதன் பிறகு அதை நினைத்து அன்று முழுவதும் சிரித்தோம். அதைப் பற்றிப் பேசி இன்றும் சிரிக்கிறோம்.

ஒரிரு மாதங்களுக்குப் பிறகு நான் பிள்ளைப் பேற்றிற்காக என் தாய் வீட்டிற்குச் சென்றேன். போகும் போது பிரமி சொன்னாள், "குழந்தை பிறந்த பிறகு சீக்கிரமாகவே வந்துவிடு. நான் உன்னையும் குழந்தையையும் கவனித்துக் கொள்கிறேன்." என்றாள். எப்படியும் நான் திரும்பி வர ஐந்தாறு மாதங்களாவது ஆகும். அதனால் அதுவரை நாங்கள் என்ன படிக்கலாம் என்று முடிவு செய்து கொண்டோம். இப்பொழுது உள்ளது போல் அன்று அலைபேசி இல்லை. அஞ்சல் வழியாகத்தான் எதையும் பகிர்ந்து கொள்ள முடியும். புறப்பட்டுச் செல்லும் போது ஒரு புறம் மகிழ்ச்சியாகவும் மறுபுறம் வருத்தமாகவும் இருந்தது. பெற்றோர், தாத்தா பாட்டி மற்றும் சில உறவினர்கள் வந்து முறைப்படி வளைகாப்பு செய்து கூட்டிக் கொண்டு போனார்கள்.

அவர் அடிக்கடி கோவை வந்து மருத்துவப் பரிசோதனைக்காகக் கூட்டிச் செல்வார். எனக்கு ஆண் குழந்தை பிறந்தது. அது இரு குடும்பத்தினருக்கும் மிகுந்த மகிழ்ச்சியைக் கொடுத்தது. அந்தக் குழந்தைக்கு நாங்கள் தேர்ந்தெடுத்த பெயர் 'வானவன்'. கேரளா முன்பு சேரநாடாக இருந்தது.

'வில்லுடையான் வானவன் வீயாத் தமிழுடையான்' என்று பாடல் மிகச் சிறந்ததாகத் தோன்றியது. அதனால் 'வானவன்' என்ற பெயரையே வைத்தோம். ஆறாவது மாதம் அவர்கள் வீட்டிலிருந்து அனைவரும் வந்து கூட்டிச் சென்றார்கள்.

திரும்பிச் சென்ற போது குழந்தையை கவனித்துக் கொள்ளும் மிகப்பெரிய பொறுப்புடன், என் உடல் நலனையும் கவனித்துக் கொள்ள வேண்டி வந்தது. பிரமி சொன்ன மாதிரியே என்னை மிக நன்றாக கவனித்துக் கொண்டாள். பழச்சாறு தயாரித்துக் கொடுத்தாள்; காய்கறிகளை வேகவைத்து வடி சாறு தயாரித்துக் கொடுத்தாள். இரவில் எனக்குத் தேவையான பாலை முதலில் எடுத்துத் தனியாக வைத்தாள். எங்களுக்குள் புரிதல் உணர்வு மிகவும் அதிகரித்திருப்பதாக உணர்ந்தோம். குழந்தையையும் மிக நன்றாக கவனித்துக் கொண்டாள். உண்மையில் அவள் எனக்கு அம்மாவைப் போல் ஒருத்தியாக இருந்தாள். என்றென்றும் அவளுக்கு நான் நன்றி கூறக் கடமைப் பட்டிருக்கிறேன். அந்த நன்றியுணர்வை வெறும் சொற்களால் சொல்லித் தீர்க்க முடியாது.

மாமனாருடைய நண்பரின் மகள் வனஜா வந்தாள். எங்களை ஒத்த வயதினள். சிறிது காலம் எங்களுடன் மிக நல்ல முறையில் நட்புப் பாராட்டியிருந்தாள்.

குடும்ப நண்பராக இருந்த திரு. அண்ணாமலைப் புலவர் வந்தார். அதுவும் என் வாழ்க்கைக் குறிப்பேட்டில் மிகப் பெரிய செய்தியாக இருந்தது.

வயதில் மிகவும் மூத்தவர். பாலப்புரம் அவரது ஊர். தனியாக வாழ்ந்து வந்தார். அவ்வப்போது வந்து மாமனாருடன் சிறிது காலம் தங்கிச் செல்வார். அன்று மதியம் உணவுண்ண அமர்ந்த போது என்னைப்பற்றி அனைத்தையும் கேட்டுத் தெரிந்து கொண்டார். பல நல்ல கருத்துக்களை அவரிடமிருந்து கற்றுக்கொள்ள முடியும் என்பதால், அவர் அங்கிருந்த காலம்வரை நாங்கள் படிப்பதை சற்று நிறுத்தி வைத்தோம். தான் வாழ்க்கையில் கற்ற பல செய்திகளை எங்களுடன் பகிர்ந்து கொண்டார். அடுமனையில் நாங்கள் பணியெடுக்கும் போது அங்கேயே ஒரு நாற்காலியைப் போட்டு அமர்ந்து கொள்வார்.

சிறிது காலம் அங்கேயே தங்கியிருந்தார். அப்போது எனக்கு சங்க காலத்தில் புலவர்களைப் போற்றிய புரவலர்கள் எல்லாம் நினைவுக்கு வந்தனர். அவருக்கு உணவு பரிமாறிய போது சொன்னேன். " உங்களுக்கு சாப்பிட என்னவெல்லாம் பிடிக்கும் என்று சொல்லுங்கள், சமைத்துத் தருகிறேன்" என்றேன். சில சமயம் என்ன பிடிக்கும் என்று சொல்வர். சில சமயம் இலக்கியப் பாடல்களைக் கூறி விளக்கம் சொல்வர். அவை பெரும்பாலும் பக்தி இலக்கியங்களாகவே இருக்கும். திடீரென்று ஒருநாள் காலையில் ஊருக்குப் புறப்பட்டுச்

சென்றார். ஒரு மாதம் கழித்துத் திரும்பி வந்தார். வந்தவுடன் பையிலிருந்து ஒரு புத்தகத்தை எடுத்து என்னிடம் தந்தார். "இது நான் உனக்குத் தரும் மிகச் சிறந்த பரிசு" என்றார். அவசர அவசரமாக நாங்கள் அதைத் திறந்து பார்த்தோம். முன்னால் இரண்டு பக்கங்கள் இல்லை. கிழிந்து போயிருந்தன. அந்நூலில் இருந்த அத்தனையும் மருத்துவச் செய்திகளாக இருந்தன. வெண்பா வடிவில் மருத்துவச் செய்திகள். பொருள் விளக்கமும் இருந்தன. உண்மையிலேயே அது அரிதான நூல்தான். இப்போது அந்நூல் விற்பனையில் உள்ளதா என்று தெரியாது. எவ்வளவு விலை மதிக்க முடியாத பரிசைத் தந்திருக்கிறார். அவரிடம் மிகுந்த நன்றியுணர்வு எழுந்தது. வெறும் இலைகளிலும், காய்களிலும், கொட்டைகளிலும் இவ்வளவு மருத்துவ குணங்கள் உள்ளனவா என்று வியந்து போனோம். அதற்குப் பிறகுதான் எனக்கு இயற்கை மருத்துவத்தில் மிகுந்த ஈடுபாடு ஏற்பட்டது. அப்போது Dr.Fafunso எழுதிய கடிதத்தில் புற்று நோயை குணப்படுத்தக்கூடிய, இலைகளில் உள்ள புரதத்தின் மூலக்கூறுகளைப் பற்றிய செய்திகளையும் நினைத்துப் பார்த்தேன்.

கேரளாவில் மழைக்காலம் என்பது நம் கற்பனைக்கும் அப்பாற்பட்டதாக இருக்கும். மிகக் கடுமையான மழைப்பொழிவு. ஒரு நாள் காலையிலேயே மழை தொடங்கியது. வைகறையில் ஆரம்பித்து விட்ட மழையால் விடியல் கூடத் தெரியவில்லை. தொடர்ந்து பெய்த மழை காரணமாக இரவா பகலா என்று கூட கண்டுபிடிக்க முடியவில்லை. மதிய உணவிற்குப் பின்

பிரமி கேட்டாள், "மாலையில் விளக்கேற்ற வேண்டும். மழை விட்டபாடில்லை. நேரமும் தெரியவில்லை" என்று இயல்பாகப் பேசிக் கொண்டே இருந்தாள்.

"பிரமி நாம் கொஞ்சம் முல்லை மொட்டுக்களைப் பறித்துக் கொண்டு வரலாமா"

"இப்பொழுதா,? எதற்கு?"

"வா சொல்கிறேன். நான் குடைபிடிக்கிறேன். நீ பறி"

என்று சொல்லி, இருவரும் ஒரு சிறிய தட்டம் நிறைய மொட்டுகளைப் பறித்து வந்து பூசை அறையின் முன்னால் வைத்தோம்.

"இது எதற்கு?"

"எப்பொழுது இந்த மொட்டுக்கள் மலர்கிறதோ அப்பொழுது மாலை நேரம் தொடங்கி விட்டது என்று பொருள். அப்பொழுது நீ விளக்கேற்றலாம். அப்படித்தான் நெடுநல் வாடை கூறுகிறது."

"மடவரல் மகளிர் பிடகைப் பெய்த

செவ்வி யரும்பின் பைங்காற் பித்திகத்து

அவ்வித ழவிப்பதங் கமழப் பொழுதறிந்து

இரும்புசெய் விளக்கின் ஈர்ந்திரிக் கொளீஇ

நெல்லு மலருந் தூஉய்க் கைதொழுது "

என்ற பாடல் வரிகள் எவ்வளவு இன்பம் பயக்கிறது பார் பிரமி.

நெடுநேரம் அங்கேயே உட்கார்ந்திருந்தாள். "இந்த சில அடிகள் நமக்கு இவ்வளவு மகிழ்ச்சியைத் தருகிறது என்றால் தமிழ் இலக்கிய நூல்களை ஆழ்ந்து படிக்கும் போது நாம் எத்தகைய இன்பங்களை நுகர முடியும்?" என்றாள். நாம் பொழுதை அறிந்து கொள்வது எளிதுதான், ஆனால் இவ்வாறு தெரிந்து கொள்வது பேரின்பம் தருமல்லவா.

"ஓடுகின்ற மேகங்காள்! ஓடாத தேரில் வெறும் கூடு வருகுதென்று கூறுங்கள்"என்ற இலக்கியப் பாடலின் வரிகளிலிருந்த பொருள்நயத்தை ஒரு நாள் முழுவதும் பகிர்ந்து மகிழ்ந்தோம்.

மறுநாள் மாலையில் மாமியார் வயலிலிருந்து திரும்பி வந்து வழக்கம் போல் திண்ணையில் உள்ள நாற்காலியில் அமர்ந்தார்.

மிகப்பெரிய செவ்வக வடிவ நாற்காலி அது. இருபுறமும் கிட்டத்தட்ட எட்டுப்பேர் அமரலாம். என்னைக் கூப்பிட்டு அருகில் அமரச் சொன்னார்கள். மறுபுறம் மாமனாரும் புலவரும் அமர்ந்திருந்தார்கள். "இன்று கணக்கு சரியாக வரவில்லை. கணக்குப் பார்த்துச் சொல்" என்று சொல்லி பணத்தையெல்லாம் எடுத்துக் கையில் கொடுத்தார்கள். ஒரு தாளை எடுத்து வந்து வரவு செலவு கணக்குகளைப் பார்த்து பணம் சரியாக இருக்கிறதா என்று எண்ணிக் கொடுத்தேன். திடீரென்று புலவர், "வானதி எப்படி இந்தக் கூட்டத்திற்குள் வந்து சேர்ந்தாய்" என்று கேட்டுவிட்டார். உடனே மாமனார் அவருடைய கையில் தட்டி 'பேச வேண்டாம்' என்று வாயில் கை வைத்து சைகை செய்தார்.

வீட்டில் மற்றவர்கள் யாரும் கேட்டு விடக்கூடாது என்று எண்ணினார் போலும்.

அந்தக் குடும்பத்தில் எல்லோரும் ஒரே போல் இருக்க நான் மட்டும் வேறுபட்டவளாக இருந்தது மற்றவர்களுக்கு உறுத்தலைக் கொடுத்தது. பொது நிகழ்ச்சிகளில் குடும்பத்தில் அனைவரும் ஒன்றாகக் கூடும் நேரத்தில் அவர்கள் வெளிப்டையாகக் காட்ட ஆரம்பித்தார்கள். ஒருத்தி தலைமை தாங்க மற்றவர்கள் அவள் பின்னால் அணிவகுத்து நின்றனர்.

ஆனாலும் வீட்டில் எப்பொழுதுமே எங்கள் சிரிப்பொலி கேட்டுக் கொண்டே இருந்தது.

"எள்ளல் இளமை பேதைமை மடனென்

றுள்ளப் பட்டநகை நான்கென்ப"

என்று நகைப்பிற்கு நான்கு களன்களை கூறினார் தொல்காப்பியர். எள்ளல், இளமை, பேதைமை (பைத்தியம்) மடன் (தேறாது தெளியாது நம்பும் இயல்பு) இந்த நான்கு காரணங்களில், எள்ளலும் இளமையுமே எங்கள் சிரிப்பிற்குக் காரணங்களாக இருந்தன. ஆனால் மற்றவர்கள் எங்கள் சிரிப்பிற்குக் காரணம் பேதைமை என்றார்கள்.

வானதிக்கும் பிரமிக்கும் பைத்தியம் பிடித்து விட்டது என்று ஊரெல்லாம் அவதூறு பரப்ப ஆரம்பித்தார்கள்.

பத்துக்குடியிலிருந்து வந்தவர்கள் ஒருசிலர் இதைச் சொன்னபோது நாங்கள் இருவரும் உரக்கச் சிரித்தோம். ஊர்மக்கள் பாராட்டினார்கள்; மகிழ்ந்தார்கள். ஒரு

அண்ணியும் கொழுந்தியும் இவ்வளவு ஒற்றுமையாக இருந்து எங்குமே நாங்கள் பார்த்ததில்லை என்றார்கள். அதுவும் அவர்கள் காழ்ப்புணர்விற்கு ஒரு காரணமாக இருந்தது.

வானதி தன் குழந்தையைப் பார்த்துக் கொள்ள பிரமியை வயப்படுத்திக் கொண்டாள்; மயப்படுத்திக் கொண்டாள் என்று பேச ஆரம்பித்தார்கள். நான் எதற்காக அவளை வயப்படுத்த வேண்டும்? சொந்த அண்ணனின் குழந்தையை அல்லவா அவள் பார்த்துக் கொண்டாள். அந்தக் குடும்பத்தில் மற்ற குழந்தைகளையும் அவள் வேறுபாடு காட்டாமல் கவனித்திருக்கிறாள்; உதவிகள் செய்திருக்கிறாள்.

வானதி, தான் மகிழ்ச்சியாக இருப்பதற்காக அவளையும் அதற்கேற்ப மாற்றி விட்டாள் என்று குற்றஞ் சுமத்தினார்கள். அதிலென்ன ஐயம்? அது தான் உண்மை. அவள் தான் என் மகிழ்ச்சிக்குக் காரணமாக இருந்தாள்.

வெளிப்படையாகவும், மறைமுகமாகவும் என்னைத் தாழ்த்திப் பேச ஆரம்பித்தார்கள். பிரமியைக் குறைகூற ஆரம்பித்தார்கள். "முன்பெல்லாம் பிரமி அடுக்களையிலேயே அமர்ந்திருப்பாள். யாருக்கு என்ன வேண்டுமோ அனைத்தையும் செய்து கொடுப்பாள். வீட்டில் எல்லோருக்குமே உதவிக் கொண்டிருப்பாள். இப்போது சமைக்கும் நேரம் தவிர, எந்த நேரமும் அவளுடைய அறையில் உட்கார்ந்து எழுதிக் கொண்டும், படித்துக் கொண்டும் இருக்கிறாள். முன்பெல்லாம் வீட்டிற்கு விருந்தினர் யார் வந்தாலும் வெளியில் வரமாட்டாள். இப்பொழுது யார் வந்தாலும் முன்னால் வந்து நின்று

பேசுகிறாள். முன்னால் இருப்பது ஆணா பெண்ணா என்று கூடப் பாராமல் தலையுயர்த்தித் தெளிவாகப் பேசுகிறாள். விடை பெற்றுச் செல்லும் போது அவர்கள் கையசைத்து விடைபெற்றால் இவளும் கையசைத்து விடைதருகிறாள் என்று பலவிதமாகப் பேசத் தொடங்கினார்கள்.

பிரமி சொன்னாள், "தரிசு நிலமாக இருந்த என்னை விளைநிலமாக மாற்றியிருக்கிறாய். கல்வி கேள்விகளில் சிறந்தவளாக ஆக்கி இருக்கிறாய். நாம் நட்புப் பாராட்டியிருக்கவில்லை என்றால் நான் நிச்சயமாகக் கிணற்றுத் தவளையாகத் தான் இருந்திருப்பேன்"

அறிவு தெளியத் தெளிய அவள் தலை நிமிர்ந்தாள். யாருடன் பேசுவதாக இருந்தாலும் அவர்கள் கண்களைப் பார்த்து, தான் சொல்ல வந்த கருத்துக்களைத் தெளிவாகக் குரலுயர்த்திப் பேச ஆரம்பித்தாள். அது குடும்பத்தில் உள்ள மற்றவர்களால் செரிக்க முடியாமல் போயிற்று. அது மட்டுமல்ல எங்கள் செயல்களால் பலரது பார்வையும் எங்கள் மீது திரும்பியது.

அதே சமயம் வேறு சில சிக்கல்களும் குடும்பத்தில் எழுந்தன. அந்தக் குடும்பத்தின் மிக விரைவான பொருளாதார வளர்ச்சியும் மாமியாரின் அதிகாரப்போக்கும் அக்குடும்பத்தினருக்குப் பல எதிரிகளையும் உருவாக்கி விட்டன. நாளுக்கு நாள் சிக்கல் அதிகரிக்கவே ஒரு பணிக்கரை வரவழைத்துக் குடும்பத்தில் என்ன நடக்கிறது என்று கணித்துச் சொல்லச் சொன்னார்கள். கேரளாவில் அதற்கெல்லாம் மிக முக்கியம் கொடுத்திருந்தார்கள். சோதிடம், செய்வினை போக்கல், மாந்திரீகம் இவற்றில்

மிகத் தேர்ந்த பணிக்கர்கள் இருப்பதாகக் கூறினார்கள். அதை என்னால் நம்ப முடியவில்லை.

ஆனால் அவர் சொன்ன இடத்திலெல்லாம் புதைத்து வைக்கப்பட்டிருந்த பொருட்களை எடுத்தார்கள். அது மிகவும் வியப்பாக இருந்தது. குடும்பத்தில் மூன்று அகால மரணங்கள் நிகழும் என்றார். அவர் கூறியவாறே சில வருடங்களில் மூன்று அகால மரணங்களும் நிகழ்ந்தன.

மற்றவர்களுக்கு எங்கள் மீதிருந்த காழ்ப்புணர்வை வெளிப்படையாகவே காட்டத் தொடங்கினார்கள். "பிரமி நீ மிக மகிழ்ச்சியாகவே இருக்கிறாய், இப்படியே இருந்துவிடு," என்றும், "இவள் நாகரிகத்திற்கு ஏற்ப ஒரு மாப்பிள்ளையை எங்கு போய்த் தேடுவது?" என்றும் பேசத் தொடங்கிய போது தான் சட்டென்று எனக்கு ஒவ்வொன்றாய்ப் புரியத் தொடங்கியது. எங்கள் இருவரின் மகிழ்ச்சியான வாழ்க்கை முறை அக்கம் பக்கத்திலிருந்தவர்களின் பார்வைகளும் எங்கள் மீது திரும்பக் காரணமாயின. அவளுக்குத் திருமணம் செய்ய வேண்டும் என்ற எண்ணமே அவளுடைய அம்மாவிற்கு இல்லாமல் போனது. ஒரு சிலர் திருமணம் பேசும் எண்ணத்துடன் மாமியாரை அணுகினார்கள். ஆனால் அவர்கள் அதற்கு முக்கியத்துவம் தராமல் விட்டுவிட்டார்கள். எதையும் கவனிக்காமல் லகான் போட்ட குதிரை மாதிரி வாழ்க்கையில் ஓடிக் கொண்டிருந்த நாங்கள் சற்று நின்றோம்.

நான் அவளிடம் சென்னேன், பிரமி, நான் இந்தச் சூழ்நிலையிலிருந்து சற்றே விலகி இருப்பது அவசியம் என்பதை உணர்கிறேன். எனக்கும் ஒரு மாற்றம்

தேவைப்படுகிறது. சிறிது காலம் என் பெற்றோருடன் இருந்து விட்டு வருகிறேன். அதற்குள் உன் திருமணமும் முடிந்து விடும். நம் காலம் நம் கைகளில் தான் உள்ளது. கவலைப்படாதே. உன் வாழ்க்கை மிகச் சிறப்பாக அமைய வேண்டும். அது மட்டுமே இப்பொழுது என் சிந்தனையில் உள்ளது. என்றேன். "இன்னும் கொஞ்ச காலம் பொறுத்துக் கொள். எனக்குத் திருமணம் முடிந்தவுடன் இருவரும் இங்கிருந்து செல்லலாம்".

அது நிச்சயமாக நடக்காது என்று புரிந்து கொண்டேன். "நான் இங்கிருக்கும் காலம் வரை உனக்குத் திருமணம் நடக்காது. உன் திருமணம் நல்ல விதமாக முடிந்து நீ மகிழ்ச்சியாக வாழ வேண்டும்" என்றேன். என் கணவரிடம் அனைத்தையும் விளக்கமாக எடுத்துச் சொன்னேன். அவர்களுடைய அம்மாவை மீறி அவர்களால் எதுவும் பேசவோ, செய்யவோ முடியாது. அடுத்த நாள் மாலை புறப்பட்டுத் தயாராக இருக்கும்படி சொன்னார்.

அன்று இரவு என்னிடமிருந்த புத்தகங்களையும், ஏடுகளையும் மற்ற சில பொருட்களையும் எடுத்து அவளிடம் கொடுத்தேன்.

அவளுடைய அழுகை கட்டுக் கடங்காமல் போனது. kadri க்கு அனுப்புவதற்காக வாங்கி வைத்திருந்த ஏசு சிலையை அவள் கைகளில் கொடுத்து விட்டுச் சொன்னேன், "ஏசு இதயத்தைத் திறந்து காட்டுவது போல் நமக்கும் நம் இதயத்தைத் திறந்து காட்ட முடிந்தால் எவ்வளவு நன்றாக இருக்கும்" என்றேன். "வலது கையில் இரு விரல்களை மட்டும் பிரித்துக் காட்டுவது போல் இருக்கிறது பார்த்தாயா?" அதைப்

பார்க்கும் போது எனக்கும் ஒரு செய்தியை உன்னிடம் கூறத் தோன்றுகிறது. என் இதயத்தில் இரண்டு பேருக்கு மட்டுமே இடம் இருக்கிறது. "ஒன்று உனக்கு மற்றொன்று என்னைத் திருமணம் செய்து கொள்ளப் போகிறவருக்கு." அந்த நேரம் நாங்கள் சிறுமிகளாகவே மாறிப் போனதாகத் தோன்றியது. எங்களைப் பற்றியும், நாங்கள் ஒன்றாக ஒரு வீட்டில் வாழ்ந்திருந்த நான்காண்டு கால வாழ்க்கையையும் பற்றி எழுதியிருக்கும் செய்திகள் மிகச்சொற்பமே சுருக்கம் வேண்டி, சொல்லாமல் விட்ட செய்திகளோ ஏராளம். அவை அனைத்தும் எங்கள் மனக் கருவூலத்தில் நாங்கள் சேமித்து வைத்திருக்கும் புதையல்களே. மறுநாள் மாலை நான்கு மணிக்கு அவர் வண்டியுடன் வந்தார். நாங்கள் புறப்பட்டுச் சென்றோம். பிரமியைத் தவிர யாரிடமும் நான் சொல்லவில்லை. பயணம் செய்யும் போது ஒவ்வொரு காட்சியாக மனத்திரையில் ஓடிக் கொண்டிருந்தது. எவ்வளவு நல்ல வாழ்க்கையாக, மகிழ்ச்சியும், பெருமையும் மிகுந்ததான வாழ்க்கையாக இருந்தது.

மாலை வயலிலிருந்து திரும்பிய மாமியார் அதிர்ச்சியடைந்தார்கள். பூகம்பம் ஏற்பட்டது போல் ஒரு சூழ்நிலை உருவாயிற்று என்று தெரிந்து கொண்டேன்.

பிரமியின் மனநிலை எப்படி இருந்திருக்கும் என்று என்னால் புரிந்து கொள்ள முடிந்தது. என்னை பெற்றோரிடம் விட்டு விட்டு, "சிறிது நாட்கள் வானதி உங்களிடம் இருக்கட்டும். சற்று ஓய்வெடுத்த மாதிரியும் இருக்கும்" என்று சொல்லிவிட்டுத் திரும்பிச் சென்றார்.

என் பெற்றோர்க்கு அது புரிந்து கொள்ளக் கூடியதாகவும் ஏற்றுக் கொள்ளக் கூடியதாகவும் இருந்தது.

திடீரென்று ஏற்பட்ட இந்தப் பிரிவு எங்களுக்கு மிகுந்த வலியைத் தந்தது. சிறிது காலம் சொல்லவியலாத துன்பத்தில் கழிந்தது. அவள் மிகவும் குழப்பத்திலேயே இருந்தாள். ஒரு வாரம் கழித்து எனக்கு ஒரு கடிதம் எழுதினாள். பாரிமகளிர் எழுதிய பாடலினை ஒத்ததாக இருந்தது அது.

"அற்றைத் திங்கள் அவ்வெண்ணிலவில்

அருகில் இருந்தாய் அமைதியும் இருந்தது.

இற்றைத் திங்கள் இவ்வெண்ணிலவில்

நீயும் இலையால் நினைவுகள் அழுதன"

என்று தொடங்கி ஒரு சிறு கவிதை எழுதியிருந்தாள். இதைப் படித்த போது என்னுள் எழுந்த துயரம் சொற்களால் வடிக்க முடியாமல் போனது.

மீண்டும் என்னைத் திருப்பிக் கூப்பிட்டுக் கொண்டு போக மாமியார் தன் தந்தையையும், உறவினர் ஒருவரையும் அனுப்பினார்கள். என் கணவரின் மூன்றாவது அண்ணா என் தந்தையிடம் பேசினார், "இங்கு மீண்டும் பிரச்சனை எதுவும் ஏற்படா வண்ணம் நான் பார்த்துக் கொள்கிறேன், வானதியைத் திருப்பி அனுப்புங்கள்" என்றார். ஆனால் என் அப்பா அனுப்ப மறுத்து விட்டார். மனச்சுமை கொஞ்சம் கொஞ்சமாகக் குறைய ஆரம்பித்தவுடன் மீண்டும் திரும்பிச் சென்றேன். ஆனால் அந்த வீட்டிற்கு அல்ல, மற்றொரு வீட்டிற்கு என்னைத் திரும்பவும்

கொண்டு போய் விட எங்களுடன் என் அப்பாவும் வந்தார். போகிற வழியில், நான் அங்கிருந்து வந்த போது அங்கே என்ன குழப்பங்கள் எல்லாம் நிகழ்ந்தன என்பதைப் பற்றிக் கூறினார். அதிர்ச்சியாக இருந்தது. சிறிது காலமே அங்கிருந்தோம். மீண்டும் நான் இரண்டாவது பிள்ளைப் பேற்றிற்காக அம்மா வீட்டிற்குச் சென்றேன். சற்று சீக்கிரமாகவே சென்று விட்டேன்.

பிரமிக்கும் திருமணம் நடந்தது. கால வெள்ளத்தின் சுழற்சி எங்களை இருவேறு திசையில் அடித்துக் கொண்டு சென்றது.

பிரமி திருமணம் முடிந்து சென்ற பிறகு அவளுக்கும் குடும்பப் பொறுப்புகள் கூடிப் போயின. இரண்டு குழந்தைகளுக்குத் தாயானாள். கணவர் காரியங்களை கவனித்தல், பிள்ளைகளை வளர்த்தல், அவர்களுடைய படிப்பில் உதவி செய்தல் என்று தன் கடமைகளில் மூழ்கி விட்டாள். கடமை என்று வரும்போது சூழ்நிலைக்குத் தக்கவாறு மனம் தன்னைப் பக்குவப்படுத்திக் கொள்கிறது. நாங்கள் எப்பொழுதாவது எந்த நிகழ்ச்சிகளிலாவது சந்திக்க நேர்ந்தால் ஒரு சிரிப்பு, ஒரு கையசைத்து விடைபெறல் அவ்வளவுதான். எங்கள் கடமைகள் அனைத்தையும் செவ்வனே நிறைவேற்றிய பிறகு நாற்பது ஆண்டுகளுக்குப் பின் நாங்கள் சந்தித்தோம்.

2018 ஆம் ஆண்டு சூன் மாதம் ஒரு நாள் அவளுடன் அலைபேசியில் பேசினேன். மறுநாள் காலையில் அவள் வீட்டிற்கு வந்து அவளைக் கூட்டிக் கொண்டு பேரூர் கோவிலுக்குச் செல்வதாகக் கூறினேன். அவளுடைய கணவரிடமும் இது பற்றிக் கூறி அவரின் அனுமதியும்

பெற்றேன். அவர் சொன்னார், "நாளைக் காலை பத்து மணிக்குத் தயாராக இருக்கும்படி சொல்கிறேன்." என்று. அங்கு சென்றபோது எனக்கு இரண்டு மகிழ்ச்சியான செய்திகள் காத்திருந்தன. ஒன்று, நான் மஞ்சள் பட்டாடை உடுத்திச் சென்றிருந்தேன். அவளும் மஞ்சள் பட்டாடை அணிந்து நின்றிருந்தாள். இரண்டு, அன்று நண்பர்கள் தினம் என்று அவள் சொல்லித் தெரிந்து கொண்டேன். நீண்ட கால இடைவெளிக்குப் பின் நாங்கள் சந்தித்துக் கொண்டது எங்கள் மனதில் மகிழ்ச்சியை நிறைத்தது. எனக்குப் பிடித்த உணவை அவள் தயாரித்து எடுத்து வந்திருந்தாள். நான் போகும் வழியில் அவளுக்குப் பிடித்த இனிப்புகளையும் பழங்களையும் வாங்கிக் கொண்டேன். கோவிலுக்குச் சென்று விட்டு, பேரூரில் உள்ள சாந்தலிங்க அடிகளார் தமிழ்க் கல்லூரிக்குச் சென்றோம். அங்கே ஒரு மரத்தடியில் அமர்ந்தோம்.

என்னுடன் பகிர்ந்து கொண்ட செய்திகளில் நான் தெரிந்து கொண்டது இதுதான். அவள் மிகச்சிறப்பாகக் குடும்பம் நடத்தியிருக்கிறாள். குழந்தைகளுக்குப் படிப்பின் அவசியத்தை உணர்த்தி, படிப்பில் உதவி செய்து அவையில் முந்தியிருக்கச் செய்திருக்கிறாள். நல்ல பழக்கவழக்கங்களைக் கற்றுக் கொடுத்து நன்மக்களாக வளர்த்தியிருக்கிறாள். தத்தம் துறைகளில் அவர்களை வல்லுநர்களாக்கி இருக்கிறாள். ஒரு மகன் கணினிப் பொறியாளர், மற்றொரு மகன் கைதேர்ந்த மருத்துவர். அன்பும் திறமையும் உள்ள மருமக்கள் பேரக்குழந்தைகள். ஒரு ஆலமரம் போல் தழைத்து நிற்கிறாள். இதை விடச் சிறப்பாக ஒரு பெண் குடும்பத்தைப் போற்ற முடியுமா?

"பிரமி, இனிவரும் காலத்தில் சற்று நேரம் நமக்காகவும் இருக்கட்டுமே"

"ஆமாம் வானதி, இருக்கட்டுமே !"

மீண்டும் உரக்கச் சிரித்தோம். பழைய காலம் திரும்பி வந்தது போல் உணர்ந்தோம். எங்கள் இருவரின் மனமும் லேசானது. மனம் முழுக்க மகிழ்ச்சியை நிறைத்துக் கொண்டு திரும்பி வந்தோம். சட்டென்று அந்த நினைப்பு எனக்கு வந்தது.

"என் இதயத்தில் இருவருக்கு மட்டும் தான் இடம் இருக்கிறது."

இன்று அவள் மக்கள், மருமக்கள், பேரக்குழந்தைகள் என்று பல உறவுகளுக்குள் தலையாய இடத்தில் நிற்கிறாள். இப்பொழுது அதை மீண்டும் சொல்வாளா? என்று நினைத்த போது சிரிப்பு வந்தது. "ஏன் சிரிக்கிறாய்?"

"ஒன்றுமில்லை பிரமி, எனக்குப் பழைய நாட்கள் நினைவில் வந்தன."

"எவ்வளவு மகிழ்ச்சியான காலம் அது"

"கவலைப் படாதே, மீண்டும் அந்த நாட்களைக் கொண்டு வரலாம்."

"தாய்க்குத் தாய் தோழிக்குத் தோழி
நோய்க்கு மருந்து வறுமைக்குச் செல்வம்"

என்பது எவ்வளவு உண்மையானது.

அவளை வீட்டில் இறக்கிவிட்டு நான் திரும்பி வந்தேன். பழைய உற்சாகம் மீண்டும் எங்களைத் தொத்திக் கொண்டது.

இரண்டாவதாக எனக்குப் பெண்குழந்தை பிறந்தது. அவளுக்கு வளர்மதி என்று பெயரிட்டோம். அந்தச் சமயத்தில் மண்ணார்க்காட்டில் பல எதிர்பாராத நிகழ்ச்சிகள் நடந்து விட்டன. ஒரு முறை இவருடைய அண்ணாவிற்கு ஏதோ ஐயம் தோன்றவே, தனது பெரியப்பா பணம் வைத்திருந்த கருவூலத்தைத் திறக்கும் போது உள்ளே சென்று கணக்குக் கேட்டிருக்கிறார். அப்பொழுது அங்கே கருத்து வேறுபாடு தோன்றி வாக்குவாதம் ஏற்பட்டிருக்கிறது. அதன் பின்னர் பெரிய மாமனார் சொத்துக்களைப் பிரித்து விட முடிவு செய்தார். இருவருக்கும் பங்கு பிரிப்பதில் தீவிரம் காட்டினார். ஒரே வாரத்தில் சூழ்நிலை தலைகீழாய் மாறிப்போனது. அவர் தம்பியை வஞ்சித்து விட்டதாக அனைவரும் நம்பினர்.

எங்கள் மாமனார் சிறு வயதிலிருந்தே கடுமையான உழைப்பாளியாக இருந்தார். தன்னுடைய ஆண் மக்களின் உதவியுடன் வணிகத்தைப் பல வழிகளிலும் முன்னுக்குக் கொண்டு வந்தார். ஆனால் கடைசியில் அவர் கவனித்துக் கொண்டிருந்த கடையை விட்டு இறங்க வேண்டி வந்தது. கடையில் உட்கார்ந்திருந்த தன் அண்ணன் மகன் முன்னால் தன் சட்டைப் பையைத் திருப்பி உதறி விட்டு, அவரிடம், நன்றாக கடைகளை கவனித்து நடத்தி மேலும் மேலும் முன்னேற வேண்டும் என வாழ்த்தி விட்டுக் கீழே இறங்கினார், அதைக் கேட்டு அவர் அழுதார். சுற்றி நின்றவர்கள் அழுதனர். வீட்டிற்கு

வந்தவர் ஒரு வாரம் திண்ணையில் அமர்ந்து தன்னைப் பற்றியும், தன் மக்களைப் பற்றியுமே சிந்திக்கலானார், பேசலானார். சொத்துக்களைப் பிரித்த போது அதிலிருந்த பேதத்தைப் பற்றிப் பேசினார். எங்களுக்கே நினைவிருந்தது, இந்திரா காந்தி பிரதமராக இருந்த போது, அவசர காலத்திட்டத்தைப் பிரகடனப் படுத்தியிருந்தார். அப்போது மாமியாரின் பாதுகாப்பிலிருந்த பல பண மூட்டைகளை எடுத்துக் கொண்டு போய் பெரியவர் தன் பாதுகாப்பின் கீழ் வைத்துக் கொண்டார். மரத்தினாலான விட்டத்தில் தங்கக் கட்டிகளை மறைத்து வைத்திருந்தார்.

அவையெல்லாம் எங்கே போயின? ஏன் கணக்கில் கொண்டு வரவில்லை?.

மாமனாரின் நண்பர்கள் பலரும் வந்து அவருக்கு ஆறுதல் கூறினார்கள். அந்தச் சமயத்தில் நான் அங்கிருக்கவில்லை. ஒருசில செய்திகளைப் பிரமி என்னிடம் சொன்னாள். மாமனாரின் நண்பர் திரு. கந்தசாமி (வனஜாவின் அப்பா) அவரிடம் பேசிய போது, அவர் தன் ஒவ்வொரு மகனைப் பற்றியும் பேசிப் பேசிக் கவலைப்பட்டாராம். வனஜாவின் குடும்பத்தினருக்கு எங்கள் குடும்பத்தைப் பற்றி மிக நன்றாகவே தெரியும் அதனால் அவர் சொல்லியிருக்கிறார், "உங்கள் மகன் ஜெயராமனைப் பற்றி நீங்கள் கொஞ்சம் கூடக் கவலைப்பட வேண்டாம். அவருடைய மாமனார் அவரைத் தன் சொந்த மகனைப் போல் கவனித்துக் கொள்வார்." என்று. அதே போல் என் தந்தை எங்களை மிக நன்றாக கவனித்துக் கொண்டார்.

இவருடைய அண்ணி கேட்டிருக்கிறாள்." "உங்கள் அண்ணன் தன் ஒரே மகனுக்காக எத்தனையோ சேர்த்து வைத்தார். நீங்கள் உங்கள் மக்களுக்காக என்ன சேர்த்து வைத்தீர்கள்? என்று. "உண்மைதான் நான் என் மக்களுக்காக தனியாக எதையுமே சேர்த்து வைக்கவில்லை. என் அண்ணன் மீது நான் அளவு கடந்த நம்பிக்கையும் பாசமும் வைத்திருந்தேன்" என்று சொல்லும் போதே கண் கலங்கினார். அதைப் பார்த்து மாமியார் முதல் அனைவரும் கண் கலங்கினார்கள்.

எல்லோரும் ஒன்றாக இருந்த போது என் கணவரின் அண்ணன்மார் லட்சக் கணக்கில் பணம் செலவழித்து ஊட்டியிலுள்ள பள்ளியில் படிக்க வைத்தார்கள், கோவையில் பள்ளி விடுதியில் சேர்த்துப் படிக்க வைத்தார்கள், மற்றவர் பாலக்காட்டில் சேர்த்தார். ஆனால், வானவன் ஆரோக்கியமான குடும்பச் சூழ்நிலையில் வளர வேண்டும் என்பதற்காக என் பெற்றோர் அவனைத் தங்களுடன் கூட்டிக் கொண்டார்கள். அதனால் எங்களுக்கு அந்தச் செலவும் இருக்கவில்லை. ஆனாலும் நாங்கள் என்ன செலவு செய்தோம் என்று கணக்குக் கேட்டார்கள். ஏன் கேட்டார்கள்? எங்களுக்குத் தெரியவில்லை. அவர்கள் வேறு எத்தனையோ செலவு செய்தார்கள். பெரிய மாமனார் சொன்னார், "இன்னும் கொஞ்சகாலம் விட்டிருந்தால் அவர்கள் ஒவ்வொருவருக்கும் ஒரு லட்சம் கடனாக்கி வைத்திருப்பேன். அவசரப்பட்டு விட்டார்கள்" இதை யாராலும் தாங்கிக் கொள்ள முடியாமல் போனது.

நான் வளர்மதியை எடுத்துக் கொண்டு வந்தபோது அனைவருமே தனித்தனிக் குடும்பமாகப் பிரித்து

வாழத் தொடங்கியிருந்தனர். நாங்களும் தனிவீட்டிற்குக் குடியேறினோம். எனக்கு உதவிக்காக புஷ்பா என்னும் உறவுப் பெண் வந்து சேர்ந்தாள். தினமும் காலையில் வந்தால், வீட்டைச் சுத்தம் செய்வது முதல் சமையல் வேலைகள் வரை அனைத்தையும் செய்வாள். மற்ற நேரங்களில் வளர்மதியைப் பார்த்துக் கொள்வாள். அந்நேரம் ஒரு ஆங்கில மாத இதழ் என் கைக்கு வந்தது. அதில் வந்திருந்த ஒரு கட்டுரை எனக்கு மிகவும் பயனுள்ளதாக இருந்தது. குழந்தை பிறந்தவுடன் முதல் இரண்டு ஆண்டுகளில் மூளை 80 விழுக்காடு வளரும். அதன்பின் நான்கு ஆண்டுகளில் 20 விழுக்காடு வளர்ந்து விடும். எனவே குழந்தையின் மூளை ஆறு வயதுக்குள் முழுவதுமாக வளர்ச்சி அடைந்து விடும். அதன் வளர்ச்சிக்கு மிகவும் உதவும் பொருட்கள் என்னென்ன என்று எழுதியிருந்தார்கள். அவை

முள்ளங்கி இலை

கமலா ஆரஞ்சு

முருங்கைக்காய்

நெல்லிக்காய்

கொய்யாப் பழம்

கொத்த மல்லித்தழை

புதினா

இவற்றை ஆறு வயதுக்குள் குழந்தைகளுக்குக் கொடுத்தால் அறிவாற்றல் அதிகம் கிடைக்கும் என்று தெரிந்து கொண்டேன். இவற்றை மிகுதியாக வளர்மதிக்குக்

கொடுத்தேன். எனக்கு நிறைய நேரம் கிடைத்தது. அதனால் எனது படிப்பைத் தொடர முடிவு செய்தேன். என் வேதியியல் ஆசிரியர் ருக்மணிக்குட்டி அவர்களுக்கு இது குறித்துக் கடிதம் எழுதினேன். அவர்கள் எனக்குச் சரியான வழிகாட்டுதல் தந்தார்கள். மதுரை காமராசர் பல்கலைக் கழகத்தின் அஞ்சல் வழிக் கல்வித்துறையில், இளங்கலை தமிழிலக்கியத்தில் சேர்ந்தேன். மிகுந்த நம்பிக்கையுடனும் உற்சாகத்துடனும் என் கல்வியைத் தொடர்ந்தேன். அதன் பின் மற்றவர்களுக்கு என் மீதிருந்த காழ்ப்புணர்வு கூடிப்போனது.

எங்கள் உறவினர்கள் பலரும் என்னிடம் உதவி கேட்டு வந்தார்கள். எனக்குத் தெரியும், நம் வாழ்க்கைப் பயணம் ஒரு வழிப்பாதையில் என்று. எனவே என்னைச் சுற்றி இருந்தவர்களுக்கெல்லாம் இயன்றவரை உதவிகள் செய்தேன்.

என் கணவருடைய அண்ணன் (பெரியப்பாவின் மகன்) மகன் மோகன் ஒரு நாள் காலையில் வீட்டிற்கு வந்து, 'சின்னம்மா எனக்கு ஒரு உதவி செய்வீர்களா? என்று கேட்டான். நான் என்ன செய்ய வேண்டும் என்று கேட்ட போது, "நான் பத்தாம் வகுப்பு முடித்திருக்கிறேன். நான் மூத்த மகன் என்பதால் குடும்பப் பொறுப்புகளை நானும் பகிர்ந்து கொள்ளலாம் என்று நினைக்கிறேன். என் உடன் பிறப்புகளுடைய திருமணம், கல்வி ஆகியவற்றையும் கவனிக்க வேண்டும். அதனால் கோழிப்பண்ணை ஒன்று தொடங்கலாம் என்று ஆசைப்படுகிறேன். எனக்குப் பணம் தந்து உதவ முடியுமா?" என்று கேட்டான். அவனுடைய பொறுப்புணர்ச்சி எனக்கு மகிழ்ச்சியைத் தந்தது.

கணப்பொழுது கூட சிந்திக்கவில்லை. அவனுக்குத் தேவையான பண உதவி செய்தேன். உடனே ஆரம்பித்து மிக நன்றாக நடத்தினான். தந்தைக்கு உதவியாக நின்று தன் கடமைகளையும் முடித்தான். சில ஆண்டுகளுக்கு முன் குலதெய்வக் கோவிலுக்கு ஒரு லட்சம் நன்கொடை கொடுத்திருக்கிறான். சில பொழுது அன்னதானமும் செய்வதுண்டு.

எதிர் வீட்டில் ஒரு குடும்பம் வசித்து வந்தது. அவர்களும் எனது வேலைகளில் ஏதேனும் உதவி தேவைப்பட்டால் செய்து கொடுப்பார்கள். அவர்களது மகன் ஐந்தாம் வகுப்பில் படித்துக் கொண்டிருந்தான். அவனுக்கு சில சமயம் நான் பள்ளிக் கட்டணம் கட்டுவதுண்டு. சத்துள்ள உணவைக் கொடுப்பதுண்டு. இன்று அவன் வெளிநாட்டில் நல்ல வேலையில் இருப்பதாகக் கேள்விப்பட்டேன்.

ஒருவருக்கு உதவி செய்தால் அதை வெளியில் சொல்லக் கூடாது என்பார்கள். ஆனால் இதை நான் எதற்காக இங்கே எழுதுகிறேன் என்றால், இதைப் படிப்பவர்களில் சிலருக்கேனும், இது போன்று எண்ணம் தோன்ற வேண்டுமே என்ற ஆசையே காரணம். ஒருவருக்கு மிகச் சரியான நேரத்தில் மிகச் சரியான உதவி செய்தால் அது அவர்கள் வாழ்நாள் முழுவதற்குமான உதவியல்லவா?

மற்றொரு அண்ணன் மனைவி ஒரு நாள் வந்தார்கள். தன் மகனைப் பற்றிச் சொன்னார்கள். பொருளாதாரம் கடைசி ஆண்டு படிக்கிறான். எப்படியாவது சொல்லிக் கொடுத்து அந்த ஆண்டு தேர்ச்சி பெறச் செய்ய வேண்டும். அது மிகப் பெரிய உதவியாக இருக்கும் என்றார்கள்.

ரவி ஏற்கனவே ஒரு சில தாள்களில் தேர்ச்சி பெறாமல் இருந்தான். அவனுடைய புத்தகங்களைப் பார்த்தேன். பொருளாதாரம் எனக்குப் புதிய பாடங்கள். இருந்தாலும் அவனுக்குப் படிக்க உதவி செய்தேன்.

ஒவ்வொரு நாளும் எந்தத் தாளுக்கு எத்தனை மணிநேரம் ஒதுக்க வேண்டும் என்று அட்டவணை இட்டுக் கொடுத்தேன். எப்படிக் குறிப்பெடுக்க வேண்டும், ஒரு வினாவிற்கு எப்படி கருத்துகளைத் தொகுத்துக் கட்டுரை வடிவில் எழுத வேண்டும் என்பதையெல்லாம் கற்றுக் கொடுத்தேன். ஒவ்வொரு தாளுக்கும் ஒவ்வொரு கட்டுரையை மாதிரியாக எழுதிக் கொடுத்து அதே போல் அவனைத் தயாரிக்கச் சொன்னேன். அனைத்தையும் சொன்ன மாதிரியே செய்தான். அந்த ஆண்டின் இறுதியில் அத்தனை தாள்களையும் ஒன்றாக எழுதி முடித்தான். தேர்வு முடிவுகள் வெளிவருவதற்கு முதல் நாள் எனக்குத் தான் மிகுந்த அச்சம் எழுந்தது. ஒரு வேளை எதாவது பாடத்தில் தோற்றுப் போனால் கூட அது என்னுடைய தோல்வியாகவே இருக்கும். மறுநாள் காலை தேர்வு முடிவுகள் வெளி வந்தன. அனைத்துத் தாள்களிலும் வெற்றி பெற்றிருந்தான் அடுத்த பத்தாவது நிமிடம் நிறைய இனிப்புகளைக் கொண்டு வந்து அவனும் அவனுடைய அம்மாவும் தங்கள் மகிழ்ச்சிகளைப் பகிர்ந்து கொண்டார்கள். அது எனக்கும் மிகுந்த மகிழ்ச்சியைத் தந்தது. அவனுடைய அம்மா, "உன்னுடைய அப்பாவிடம் சொல்லி இவனுக்கு ஏதாவது வேலைவாங்கிக் கொடுக்கச் சொல்கிறாயா?" என்று கேட்டார்கள். நான் ரவியை அப்பாவிற்கு அறிமுகம் செய்து வைத்தேன். சான்றிதழ்கள்

அனைத்தும் வந்த பிறகு எடுத்துக் கொண்டு கோவைக்கு வரச் சொன்னார்.

ஆனால் அந்தக் காலகட்டத்தில் தான் மற்றவர்கள் என் செயல்களில் தலையிட்டார்கள். அதென்ன ஆண்களுக்கெல்லாம் மணிக்கணக்கில் உட்கார்ந்து பாடம் சொல்லிக் கொடுப்பது? என்று அவதூறு பரப்பத் தொடங்கினார்கள். இது குறித்து என் கணவருடன் பேசினேன், "அதைப் பற்றியெல்லாம் நீ கவலைப் படாதே" என்று சொன்னார். எனக்கு ஒரு கரும்பலகை செய்து தரச் சொன்னேன். "தச்சரை வரச் சொல்கிறேன், நீ தேவைப்படுகிற மாதிரி செய்து கொள்" என்று சொல்லி ஒரு தச்சரை வரவழைத்தார். எனக்குத் தேவைப்பட்ட மாதிரி ஒரு பெரிய கரும்பலகை செய்து கொண்டேன். அக்கம் பக்கத்தில் உள்ள மாணவர்களிடம் சொன்னேன், படிப்பில் யாருக்கு என்ன ஐயம் இருந்தாலும் வந்து கேட்கச் சொன்னேன். கரும்பலகையை முற்றத்தில் வைத்தேன். பத்துக்குடியிலிருந்து பல மாணவர்கள் படிக்க வந்தார்கள். பெரும்பாலான மாணவர்கள் ஆங்கிலப் பாடங்களைக் கற்றுக் கொள்ளவே வந்தனர்.

அது மற்றவர்களுக்கு என் மீது அதிகமான கோபத்தை ஏற்படுத்தியது, இந்த சலசலப்புகளுக்கெல்லாம் நான் அஞ்ச மாட்டேன் என்பதைக் காலப்போக்கில் புரிந்து கொண்டார்கள். அவர்களைப் போலவே நானும் ஒரு குடும்பப் பெண்ணைப் போல் நடந்து கொள்ள வேண்டும் என்று வற்புறுத்தினார்கள். எப்படி?

காலையில் பணிப்பெண்கள் வருவார்கள். அவர்களிடம் ஊர் நடப்புகள் அனைத்தையும் தெரிந்து

கொள்வதே முதல் வேலையாக இருக்கும். சுவையான உணவுகள் தயாரிப்பார்கள். தங்கள் சமையல் திறமையைப் பறைசாற்றிக் கொள்ள அந்த உணவுகளை மற்றவர்களுடன் பகிர்ந்து கொள்வார்கள். மதிய உணவு உண்ட பின் தங்களுள் யாரேனும் ஒருவர் வீட்டில் அனைவரும் ஒன்று கூடுவார்கள். அன்று தாங்கள் சேகரித்த செய்திகளையெல்லாம் பகிர்ந்து கொள்வார்கள். 'மூக்கின் உச்சி சுட்டுவிரல் சேர்த்தார்' எனும் புலவர்தான் அப்போது நினைவுக்கு வருவார். மீண்டும் அடுமனைப் பணி. உணவு, உறக்கம்.

இவர்கள் தான் குடும்பப் பெண்கள் என்றால் மற்ற பெண்களெல்லாம் யார்?

அப்படி ஒரு வாழ்க்கை என்னால் வாழ முடியுமா? கற்பனை கூட செய்து பார்க்க முடியாது.

அவர்களுடன் நான் ஒத்துப் போவதில்லை என்பதற்காகவே இந்தக் குற்றச்சாட்டு.

"தேடிச் சோறு நிதந் தின்று - பல

சின்னஞ்சிறு கதைகள் பேசி - மனம்

வாடித் துன்பமிக உழன்று - பிறர்

வாடப் பல செயல்கள் செய்து - நரை

கூடிக் கிழப்பருவ மெய்தி - கொடுங்

கூற்றுக் கிரையெனப் பின் மாயும் - பல

வேடிக்கை மனிதரைப் போலே நான்

வீழ்வேனென்று நினைத்தாயோ

நின்னைச் சில வரங்கள் கேட்பேன் - அவை

நேரே இன்றெனக்குத் தருவாய் - என்றன்

முன்னைத் தீவினைப் பயன்கள் - இன்னும்

மூளா தழிந்திடுதல் வேண்டும். இனி

என்னைப் புதிய வுயிராக்கி - எனக்

கேதுங் கவலையறச் செய்து - மதி

தன்னை மிகத் தெளிவு செய்து - என்றும்

சந்தோ சங் கொண்டிருக்கச் செய்வாய்!"

என்ற பாரதியாரின் பாடலை நானும் உரக்கப் பாட வேண்டும் போல் இருந்தது. ஆனாலும் எதுவுமே ஓய்ந்த பாடில்லை. நான் வளரக் கூடாது என்ற எண்ணத்தில் எனக்குப் பல சிக்கல்களை உருவாக்கிக் கொண்டிருக்கிறார்கள் என்று புரிந்து கொண்ட போது கண் விழித்துக் கொண்டேன். ஒவ்வொரு முறையும் நாங்கள் ஏதேனும் ஒரு நிகழ்ச்சியில் ஒன்றாகக் கலந்து கொள்ள வேண்டிவரும் போது ஒருத்தி தலைமை தாங்க மற்றவர்கள் அவள் பின்னால் அணிவகுத்து நின்று தரக்குறைவான, மனம் நோகும்படியான சொற்களைப் பேச ஆரம்பித்தனர். என் வளர்ச்சியைத் தடுக்கவே அந்த முயற்சி.

'இளைதாக முள்மரம் கொல்க' என்பது எனக்குத் தெரியும். இதற்கு உடனே ஒரு முடிவு கட்டியாக வேண்டும் என்று நினைத்தேன்.

தடியைக் கொடுத்து அடிவாங்கிக் கொண்டது போல் எனக்குச் சண்டை போடக் கற்றுக் கொடுத்து அவர்களுக்கு எதிராக என்னைத் திருப்பி விட்டார்கள். கடுமையான கோபத்தில் ஒரு நாள் அந்தச் சூழ்நிலை வந்தபோது அவர்களுடைய மொழியிலேயே திருப்பிப் பிடித்தேன். அதிர்ச்சியில் உறைந்து போய் நின்றார்கள். அதன் பின்னர் வீட்டில் அனைவரும் கண் விழித்தார்கள். அடுத்த ஒரு வாரத்தில் அனைவரும் ஒன்று கூடி விசாரித்து முடிவு செய்ய எண்ணினார்கள். ஆனால் என்னை அங்கு வரவேண்டாம் என்று சொல்லி விட்ட காரணத்தால் நான் கலந்து கொள்ளவில்லை. அனைத்துப் பிரச்சனைகளையும் கேட்டு காரணம் என்னவென்று கண்டுபிடித்தனர். இனி இது போன்ற ஒரு நிகழ்ச்சி நடக்கக் கூடாது என்று அறிவுறுத்தினர். சிக்கலின் ஆணிவேரை அனைவரும் தெரிந்து கொண்டனர்.

வானவனை என் பெற்றோரிடம் விட்டுவிட்டு வந்த போதே முடிவு செய்திருந்தோம், சரியான வாய்ப்பு எப்பொழுது கிடைக்கிறதோ அப்போது நாங்கள் சொந்த மண்ணுக்கே திரும்பிப் போக வேண்டும் என்பதை. வானவன் ஆறாம் வகுப்பில் படித்துக் கொண்டிருந்தான். அப்போது எங்களுடன் சேர்ந்து கொள்ள விரும்பினான். வளர்மதி முதல் வகுப்பில் படித்துக் கொண்டிருந்தாள். நாங்கள் எதிர்பார்த்த பாடத்திட்டம் உள்ள பள்ளி எதுவும் மண்ணார்க்காட்டில் அப்போது இல்லை. அவரும் வணிகம் செய்து கொண்டிருந்ததால் அதை எங்கு வேண்டுமானாலும் செய்யலாம், அதிலும் சிக்கல் எதுவும் இல்லை. எனவே கோவைக்கே திரும்பிப் போக எண்ணினோம்.

என் அம்மா எனக்குக் கற்றுக் கொடுத்திருந்த சிக்கனமான வாழ்க்கை முறை எனக்குத் தேவையான சொத்துக்களை கோயமுத்தூரில் வாங்கிக் கொள்ள உதவியது. வீடு, கடைகள் அனைத்தையும் தயாராக வைத்துக் கொண்டோம். இந்த முயற்சியையும் குடும்பத்தில் இருந்த மற்றவர்கள் பழித்தனர். சொந்த ஊரை விட்டு வேறு ஊருக்குச் செல்கிறார்கள் என்று பேச ஆரம்பித்தார்கள். இதைக் கூட சரியாக சிந்திக்கத் தெரியாதவர்களாக இருந்தார்கள். நாங்கள் அயல் மண்ணிலிருந்து, சொந்த மண்ணுக்கல்லவா திரும்புகிறோம்! எங்கள் நலனில் அக்கரை கொண்டிருந்தவர்கள் மிகவும் கவலைப்பட்டார்கள். ஒரு செடியைப் பிடுங்கி வேறொரு இடத்தில் நட்டு வைக்கும் முயற்சி இது என்றார்கள்.

ஆனால் குடும்பத்தை நிர்வகிக்கத் தேவையான பணம் முதல் தேதியன்றே என் கைக்கு வர ஏற்பாடு செய்து கொண்ட பிறகு தான் கோவையில் காலூன்றினோம்.

"வானதி வீட்டிலிருந்து இறங்கியதோடு இக்குடும்பத்தின் நற்பேறும் இல்லாமல் போனது" என்று என் மாமியார் பலரிடமும் சொல்லி வருத்தப்பட்டதாக அவர்கள் என்னிடம் சொன்னார்கள்.

வளர்மதி இரண்டாம் வகுப்பில் நுழையும் நேரம் 1986 ஆம் ஆண்டு நாங்கள் கோவைக்கே திரும்பி வந்தோம்.

என் பெற்றோர் என்னை எப்படி ஒரு நல்ல பெண்ணாக வளர்த்து அனுப்பினார்களோ அதே போல் இம்மியளவும் மாறாத அதே பண்புடன் திரும்பிக் கோவைக்கு வந்தேன்.

மோரிலிருந்து வெண்ணெய் எடுத்த பிறகு பாலிலோ, நீரிலோ, மோரிலோ போட்டாலும் அதனுள் அவைபுகா. மற்றவர்கள் எத்தனையோ இடர்களை எனக்குத் தந்தாலும் என் நல்லியல்பிலிருந்து மாறவில்லை.

1986ஆம் ஆண்டு பல முக்கியமான நிகழ்ச்சிகள் நடந்தன. நாங்கள் மே மாதம் கோவைக்குத் திரும்பி வந்தோம். என் தம்பி மூன்று மாதங்களுக்கு முன்னதாகவே கடைகளைத் திறந்து நடத்திக் கொண்டு வந்திருந்தான். அதனால் வந்த உடனே அவர் கடைக்குச் சென்று வியாபாரத்தைத் தொடங்கி விட்டார்.

வளர்மதியை வீட்டிற்கு அருகில் இருந்த அவிலா கான்வென்ட்டில் சேர்த்தோம். வானவன் திரு.ராமலிங்கம் செட்டியார் உயர்நிலைப் பள்ளியில் ஏழாம் வகுப்பிற்குள் நுழைந்தான். ஆகஸ்ட் மாதம் எனது மாமனார் காலமாகி விட்டார். நான் முதுகலைத் தமிழிலக்கியம் பயில மதுரை காமராசர் பல்கலைக் கழக அஞ்சல் வழிக் கல்வித்துறையில் சேர்ந்தேன். கல்வியியல் துறையில் சேர்ந்து கல்வியியல் இளையர் பட்டமும் பெற்றேன்.

எனது தந்தை பணியிலிருந்து ஓய்வு பெற்றார். எனது பெரியப்பா திரு. மு. இரா. பெருமாள் முதலியார் அவர்கள் கோவைக்கு வந்து எங்களுடன் ஒரு மாதம் தங்கினார்.

அவரைப்பற்றிப்பல செய்திகளை இங்கேபெருமையுடன் பகிர்ந்து கொள்ள விரும்புகிறேன். 1955 ஆம் ஆண்டு ஜூன் மாதம் சென்னை சைதாப்பேட்டையிலுள்ள புகழ் வாய்ந்த ஆசிரியப் பயிற்சிக் கல்லூரியின் முதல்வராகப்

பணியேற்றார். 1965 ஆண்டு வரை அக்கல்லூரியின் திறமைமிக்க முதல்வராக இருந்தார்.

ஐக்கிய நாடுகள் சபையைச் சார்ந்த (U.N.O) ஐக்கிய நாடுகள் கல்வி, சுகாதாரம் மற்றும் பண்பாட்டுக் கழகம் (UNESCO) என்ற அமைப்பு ஒரு திட்டத்தைத் தொடங்கியது. உலகின் இருபது நாடுகளைச் சேர்ந்த 25 அறிஞர்களைத் தேர்ந்தெடுத்து அவர்களுக்குப் பயிற்சி அளித்து, அந்தக்குழுவை எந்த நாட்டுக்கு மேலே சொன்ன துறைகளில் உதவி தேவையோ அந்த நாட்டுக்கு அனுப்பி, அந்நாட்டு மக்களின் வாழ்க்கையைச் செம்மைப்படுத்தலாம் என்பது அவ்வமைப்பின் திட்டம். அக்குழுவில் பணிபுரிய இந்தியாவில் இரண்டு பேர் தேர்ந்தெடுக்கப்பட்டனர். அவர்களில் இவரும் ஒருவர். அக்குழுவுக்கு மைசூருக்கு அருகில் உள்ள 'ஏல்வால்' என்ற இடத்தில் பயிற்சியளிக்கப்பட்டது. அங்கு பயிற்சி எடுத்துக் கொண்டிருந்த போது இவருக்கு உடல்நலக் குறைவு ஏற்பட்டதால் பயிற்சியைக் கைவிட்டு ஊருக்குத் திரும்பி விட்டார்.

சென்னை பொதுக்கல்வி இயக்குநர் அலுவலகத்தின் மூத்த அதிகாரிக்கும் இவருக்கும் ஏற்பட்டிருந்த மோதல் உச்சகட்டத்தை அடைந்தது. இவருடைய பதவி உயர்வுக்கு மூத்த அதிகாரி குறுக்கே நின்றார். திருவண்ணாமலையில் நடந்த அருணகிரிநாதர் விழாவிற்குத் தலைமை தாங்க புதுவை மாநில முதல்வர் திரு.வெங்கடசுப்பா ரெட்டியார் வந்திருந்தார். அப்போது பேச்சாளராக இருந்த திரு.பெருமாள் முதலியாரின் பேச்சு புதுவை மாநில முதல்வரைப் பெரிதும் கவர்ந்தது.

அவரைப் பற்றி முழுவதும் கேட்டறிந்தார். "உங்களுக்கு என்னுடைய மாநிலப் பொதுக்கல்வி இயக்குநராகப் பதவி கொடுக்கிறேன் வந்து விடுங்கள்." என்று சொல்லி உடனே சென்னை அரசுக்கு எழுதி ஏற்பாடு செய்தார். புதுவை மாநிலப் பொதுக்கல்வித் துறைக்குத் தலைவராக (Director of public Instructions) 1965 மு.ரா.பெ பதவியேற்றார்.

1967 ல் திமுக ஆட்சிக்கு வந்தவுடன் இவரைப் பற்றி முழுதும் தெரிந்திருந்த அண்ணா அவர்கள் இவரைச் சென்னைக்கே அழைத்து தற்காலிகமாக சைதை ஆசிரியக் கல்லூரியில் மீண்டும் முதல்வராக்கினார். அதன் பிறகு சென்னை அரசின் தமிழ்வளர்ச்சி இயக்குநராக நியமித்தார்கள்.

தமிழார்வம் மிக்க இவர் அக்காலத்தில் தமிழறிஞர் பெருமக்களான ஞானியாரடிகள், ஒளவை சு. துரைசாமிப்பிள்ளை, ரா. பி. சேதுப்பிள்ளை, டாக்டர் ம. ராசமாணிக்கனார், டாக்டர் ஏ. சி. செட்டியார், பாவேந்தர் பாரதிதாசன், டாக்டர் மு.வ, முதலியோருடன் நெருங்கிப் பழகியும், மறைமலையடிகள், திரு. வி. க போன்ற தண்டமிழ்ச் சான்றோர்களின் பேருரைகளைப் பலகால் கேட்டும் தம் தமிழ் அறிவை வளர்த்துக் கொண்டார். யாப்பு மரபு மாறாமல் பாப்புனையும் ஆற்றலையும் பெற்றார். தமிழ்ப் புலமைக்கு இணையாக ஆங்கிலத்திலும் தேர்ச்சி பெற்றவராக இருந்தார். இருமொழிப் புலமைமிக்க இவருக்குச் சவால் விடுவது போல் ஒரு நிகழ்ச்சி நடந்தது.

1947 ம் ஆண்டு சென்னைப் பல்கலைக் கழகம், 'மோர்லண்டு' என்பவரும் 'சாட்டர்' என்பவரும் எழுதிய

(A Short History of India) என்னும் வரலாற்று நூலை ஆங்கிலத்திலிருந்து தமிழில் மொழி பெயர்க்க விழைந்தது; அம்மொழி பெயர்ப்பைச் செய்ய விரும்புவோர், அந்நூலின் முதல் அதிகாரத்தை மொழி பெயர்த்துப் பல்கலைக் கழகத்துக்கு அனுப்பி வைக்குமாறு அறிவித்தது. அப்போட்டிக்கான நடுவர் குழுவில் திரு. ரா. பி. சேதுப்பிள்ளை, திரு. மகாலிங்க ஐயர், திரு. இராமச்சந்திர தீட்சிதர் ஆகிய அறிஞர் பெருமக்கள் இருந்தனர். 93 பேர் கலந்து கொண்ட அப்போட்டியில் மு.ரா.பெ அவர்கள் வெற்றி பெற்றார்.

அவ்வெற்றியானது இவருக்கு மொழிபெயர்ப்பில் பேரார்வத்தை உண்டாக்கியது. திரு. மினு மசானியின் நமது இந்தியா (Our India 1953) திரு. நீலகண்ட சாஸ்திரியவர்களுடைய, "தென்னிந்திய வரலாறு (A History of South India) தென்னிந்தியாவைப் பற்றிய வெளிநாட்டினர் குறிப்புகள் (Foreign notices of south India) பொருளாதார நூலான வேலை, செல்வம், கூலி (Work Wealth and Wages) திரு. ரட்யார்டு கிப்ளிங் எழுதிய ஆங்கிலக் கதைகள், யூனெஸ்கோ கூரியர் என்னும் மாத இதழுக்காக நூற்றுக்கணக்கான ஆங்கிலக் கட்டுரைகள் போன்றவை இவரது மொழி பெயர்ப்புத் திறனுக்குச் சான்று பகர்கின்றன.

1955 ஜூன் மாதத்தில் சைதை ஆசிரியர் பயிற்சிக் கல்லூரியில் முதல்வராகப் பணியேற்ற இவர், அடுத்த ஆண்டு மார்ச் முதல் தேதியன்று கல்லூரியின் நூற்றாண்டு விழாவைக் கொண்டாட ஏற்பாடு செய்தார். அந்நூற்றாண்டு விழாவிலேயே அந்த ஆண்டு ஜூலை

மாதத்திலிருந்து பி.எட், ஆசிரியப் பயிற்சி வகுப்பில் விருப்பப் பாடங்கள் ஆங்கிலத்துக்கு மாறாகத் தமிழில் கற்பிக்கப்படும் என்று அறிவித்தார். அந்தத் திட்டத்தை நிறைவேற்றினார். ஆகவே பி.எட், மாணவர்கள் 1957 ஏப்ரல் மாதத்தில் எழுதிய பல்கலைத் தேர்வில் விருப்பப் பாடங்களைத் தமிழில் எழுதினார்கள். ஆனால் பி.எட். பயிற்சிக் கல்வியைத் தமிழில் படிப்பதற்குத் தேவையான நூல்கள் அப்போது இல்லை. மாணவர்களும் துணிந்து நீரிற் குதித்து முயன்று கரையேறினார்கள். அந்த வெற்றியைக் கண்டதும் இவர் பேருக்கம் பெற்றார்.

ஆதலால் கட்டாயப் பாடங்களையும் தமிழில் கற்பிக்க முடிவு செய்து தம்முடன் பணியாற்றிய ஆசிரியர்களின் துணையோடு அதற்குரிய வேலைகளைத் தொடங்கினார். முதலில் 3500 ஆங்கிலச் சொற்களுக்கு ஏற்ற கலைச் சொற்கள் தமிழில் உருவாக்கப்பட்டு அச்சேறின. சைதைக் கல்லூரி ஆசிரியர்களே பல பாடங்களுக்கும் தேவையான நூல்களை எழுதினார்கள். அவர்களுக்கு இவரும், மற்றும் உள்ள தமிழாசிரியர்களும் உதவினார்கள். அதன் விளைவாக திரு. துரைக்கண்ணு முதலியார், திரு. ந. சுப்புரெட்டி "அறிவியல் கற்பிக்கும் முறைகள்" என்னும் நூலையும், திரு.சரவண ஆறுமுக முதலியார் 'தமிழ் கற்பிக்கும் முறைகள்' என்னும் நூலையும் எழுதினார்கள். சைதைக் கல்லூரிப் பேராசிரியர் திரு. சந்தானம் என்பவர் எழுதிய உளவியல் நூல் இன்று பல பதிப்புக்களைக் கண்டுள்ளது. அது சுமார் 900 பக்கங்களைக் கொண்டது. இவ்வாறு ஒவ்வொரு பாடத்திற்கும் ஒவ்வொரு நூல் என்ற முறையில் நூல்கள் உருவாக்கப்பட்டன.

இப்பணிகளை எல்லாம் பாராட்டும் முறையில் சென்னை மாகாணத் தமிழ்ச் சங்கச் செயலாளர் காலஞ் சென்ற திரு. இ. மு. சுப்பிரமணியம் பிள்ளை சென்னையில் ஒரு கூட்டத்தைக் கூட்டினார். அதற்குத் தமிழக ஆளுநர் தலைமை தாங்கினார். அன்றைய கல்வி அமைச்சர் திரு. சி. சுப்ரமணியம் சிறப்புரை ஆற்றினார். சைதைக் கல்லூரிக்குச் சென்னை மாகாணத் தமிழ்ச் சங்கத்தின் சார்பில் ஒரு கேடயம் வழங்கப்பட்டது.

அதன் பின்னர் 1961 அக்டோபரில் சென்னைப் பல்கலைக் கழகம் சைதைக் கல்லூரியில் ஒவ்வொரு பாடத்தையும் தமிழில் கற்பிப்பதற்கான இசைவை அளித்தது. 1961 மே மாதத்தில் அரசினர் ஆசிரியப் பயிற்சிக் கல்லூரிப் பேராசிரியர்களைச் சைதாப் பேட்டைக்கு அழைத்து தமிழில் பாடங்களை நடந்துவதற்கான பயிற்சியை அளித்தார். அந்தப் பயிற்சியின் நிறைவு விழாவிற்குக் கல்வி அமைச்சர் திரு.சி.சுப்ரமணியம் தலைமை தாங்கினார். விழாவைப் பற்றிய செய்தி நாளேடுகளில் வந்தது. அதைப் பார்த்தவுடன் பல்கலைக் கழக துணைவேந்தர் முன்னர் அளித்த இசைவை எந்தக் காரணமும் காட்டாமல் திரும்பப் பெற்றுக் கொண்டார். அரசும் கல்வித்துறையும் அதைப்பற்றிக் கவலைப் படவில்லை. ஆனால் இவர் மட்டும் துணைவேந்தரோடு மோதினார். அதனால் அவர் பல்வேறு இழப்புகளுக்கு ஆளானார். மோதல் நான்காண்டுகள் தொடர்ந்தது. ஆனால் தமிழில் கற்பிப்பதற்குப் பல்கலைக் கழகத்தின் இசைவை அவர் மீண்டும் பெற முயலவில்லை. காலம் மாறும் என்று காத்திருந்தார்.

காலம் மாறிற்று. அண்ணா அவர்களின் ஆட்சி தமிழகத்தில் மலர்ந்தது. 1967 ஜூலை 27 ம் நாள் அண்ணா அவர்கள் முதலமைச்சர் என்ற தகுதியில் கல்லூரிக்கு வந்து தமிழே எல்லாப் பாடங்களுக்கும் பயிற்சி மொழி என்று அறிவித்தார். அதற்காக எடுத்த விழாவில் கல்வி அமைச்சர் நாவலர் திரு. நெடுஞ்செழியன் அவர்களும், பொதுப்பணித்துறை அமைச்சர் கலைஞர். கருணாநிதி அவர்களும் கலந்து கொண்டார்கள். அண்ணா அவர்கள் மு. ரா. பெ வின் பணியைப் பாராட்டி அவருக்குச் சென்னை மாகாணத் தமிழ்ச் சங்கத்தின் சார்பில், 'தமிழ்ப் பெரும் புலவர்' என்னும் பட்டத்தையும் அதற்குரிய கேடயத்தையும் வழங்கினார்கள். மேலும் அதுவரை தமிழக அரசின் தலைமைச் செயலகத்தில் கல்வித்துறையுடன் சேர்ந்திருந்த தமிழ் வளர்ச்சித் துறையைத் தனித்துறையாக்கி இவரை தமிழ் வளர்ச்சி இயக்குநராக நியமித்து முதலமைச்சர் அண்ணா ஆணையிட்டார். பதினோராண்டு காலம் ஆசிரியக் கல்லூரியின் முதல்வராகப் பணியாற்றிய போது இவருடைய நிர்வாகத் திறனும், கல்வித்துறை அனுபவமும் நன்கு வெளிப்பட்டன. அவர் முதல்வராயிருந்த காலத்தை ஆசிரியக் கல்லூரியின் 'பொற்காலம்' என்றே அனைவரும் பேசினர். அத்தகைய செய்திகளை நன்கறிந்திருந்த அந்நாளைய முதலமைச்சர் அண்ணா அவர்கள் இவரை, கல்வித்துறையில் உதவிச் செயலாளராகவும் நியமித்தார்.

இந்நாட்டுக் கல்வி நிறுவனங்களில் இன்று பணியாற்றும் ஆசிரியர்களில் ஆயிரக்கணக்கானோர்

இவர்தம் அன்பு மாணாக்கர்களேயாவர். இவருடைய பணியைப் பாராட்டும் வகையில் ஆசிரியர் கல்லூரியில் அமைந்திருக்கும் விடுதி வளாகம் ஒன்றிற்கு Prof. M. R. Perumal Mudaliar Block என்று பெயர் வைக்கப்பட்டுள்ளது. தமிழ் வளர்ச்சித் துறையில் இவரது பணியைப் பாராட்டி, "சொல்லாக்க வல்லுநர்" என்ற பட்டம் வழங்கப்பட்டது.

இரண்டாம் உலகத்தமிழ் மாநாட்டுக்கு அமைப்புச் செயலாளராகவும் நியமிக்கப்பட்டார். மாநாட்டில் இவர் திறமையாகப் பணிசெய்ததைப் பாராட்டி அப்போது பொதுப்பணித்துறை அமைச்சராக இருந்த கலைஞர். மு. கருணாநிதி அவர்கள் மாலை அணிவித்துப் பெருமைப் படுத்தினார்.

தமிழகப் புலவர் குழுவில் 49 தமிழ் அறிஞர்கள் இருந்தனர். அக்குழுவானது துறைக்கு ஏழு தமிழறிஞர்கள் வீதம் ஏழு துறைகளாகச் செயல்பட்டு வந்தது. அவற்றில் மொழிபெயர்ப்புத் துறையில் திரு. மு. ரா. பெ வும் இருந்தார். திரு. கி. ஆ. பெ. விஸ்வநாதன் அவர்களுடைய "கதிர்" விழாவும், புலவர் குழுவின் வெள்ளி விழாவும் 08.10.1983 அன்று சேலத்தில் நடைபெற்றன. அப்போது திரு. மு. ரா. பெ வுக்குத் 'தமிழ்ச் சான்றோர்' என்னும் பட்டம் வழங்கப்பட்டது.

பழைய மாணவர் திரு.சி. நடராசன் பின்வருமாறு கூறுகிறார். "நெடிய இனிய தோற்றமும், அதற்கேற்ற உயர்குணமும் உடையவர். அச்சம் என்பதை அறியாதவர். உண்மையே பேசுபவர். நேர்மையாய் நடப்பவர். கல்வியறிவும் செயல்திறனும் மிக்கவர். மாணவர்களின் நண்பர். மாணவர்களும் ஆசிரியர்களும் அவரை

எப்போது வேண்டுமானாலும் அணுகி எந்த உதவியையும் கேட்கலாம். கேட்கும் உதவி நியாயமானதாகவும் தம்மால் செய்ய இயன்றதாகவும் இருந்தால் அதனை உடனே செய்து விடுவார். அவர்தான் ஆசிரியக் கல்லூரி முதல்வராயிருந்த திரு. மு. இரா. பெருமாள் முதலியார்."

எனது தந்தை திரு. மு. இரா. நடராசன் தன் தமையனைக் குறித்து எழுதிய, 'மு. ரா. பெருமாள் முதலியார் வாழ்வும் பணியும்' என்ற நூலிலிருந்து அவர் எழுதிய வண்ணமே பல செய்திகளை இங்கே தந்திருக்கிறேன். வந்த இரண்டு நாட்களிலேயே என்னிடம் கேட்டார், "உனக்கு மட்பாண்டத்தில் சமைக்கத் தெரியுமா?" என்று. அதன் பொருள் மட்பாண்டத்தில் சமைக்கிறாயா என்பதுதான். அன்றே போய் தேவையான மட்பாண்டங்களையெல்லாம் வாங்கி வந்தேன். முதல் நாளே, அடுத்த நாள் என்ன சமைப்பதெனக் கேட்டுக் கொண்டேன். அவர் எங்களுடன் தங்கியிருந்த ஒரு மாத காலமும் அவருக்குப் பிடித்ததைச் சமைத்துக் கொடுத்தேன்.

நேரம் கிடைக்கும் பொழுதெல்லாம் அவருடன் அமர்ந்து அவர் சொல்வதை எழுதிக் கொடுப்பேன். அவர் எழுதியதைப் படித்துக் காட்டச் சொல்லி சரிபார்ப்பார். நிறைய இலக்கியச் செய்திகளைப் பகிர்ந்து கொள்வார். அவை எல்லாம் மகிழ்ச்சியான தருணங்களாக இருந்தன. ஒரு நாள் என்னிடம் கேட்டார், "உன்னிடம் கம்பராமாயண நூல் இருக்கிறதா?" என்று. நானும் இருக்கிறதென்று சொல்லவே, என்ன வெளியீடு? நாளை வரும்போது கொண்டு வா" என்றார். நான் வைத்திருந்தது கழக வெளியீடு. அடுத்த நாள் அதைக் கொண்டு சென்றேன்.

கங்கைப் படலத்தில், "வெய்யோன் ஒளி" என்று தொடங்குகின்ற பாடலைப் படிக்கச் சொன்னார். நானும் படித்தேன்.

"வெய்யோன் ஒளி தன் மேனியின் விரிசோதியின் மறைய

பொய்யோ எனும் இடையாளொடும் இளையாளொடும் போனான்

மையோ மரகதமோ மறிகடலோ மழைமுகிலோ

ஐயோ இவன் வடிவென்பதோர் அழியா வழகுடையான்."

"இந்தப் பாடலில் ஏதேனும் இடரல் தெரிகிறதா?" என்று கேட்டார். நான் மீண்டும் படித்துப் பார்த்தேன். "நீ வீட்டில் போய்ப் படித்து விட்டு நாளைக்கு வரும் பொழுது சொல்" என்றார்.

அன்று இரவு உட்கார்ந்து மீண்டும் மீண்டும் படித்துப் பார்த்தேன். பொருளில் எந்த வேறுபாடும் தெரியவில்லை. யாப்பில் உள்ளதா என்று தேடிப்பார்த்தேன். அசைசீர் பிரித்துப் பார்த்ததில் என்னுள் ஒர் ஐயம் எழுந்தது.

தன்மேனியின், இடையாளொடும்,

மரகதமோ, வடிவென்பதோர்.

அப்படியானால் முதலடியின் இரண்டாவது சீரில், 'தன்' என்னும் அசை வேறுபட்டிருக்கிறது.

மறுநாள் இதை அவரிடம் சொன்ன போது, 'கண்டுபிடித்து விட்டாயா?" கம்பர் பிழை செய்திருக்க மாட்டார். அந்த அசைக்கு மாறாக எதை எழுதினால் பொருந்தும்? நிறை

அசை 'திரு' என்று எழுதினால் சரியாக இருக்குமா? அந்த அசையைப் பொருத்திப் பார்த்தால் சரியாக இருந்தது.

கழகத்தார் எழுதி வைத்திருந்த பாடலில் இந்த வேறுபாட்டை 'தன் மேனியின்' என்பதை அழித்து விட்டு, 'திருமேனியின்' என்று எழுதினேன். ஆனால் நான் மாற்றி எழுதி வைத்ததைக் கூட இன்று வரை யாரும் கண்டுபிடிக்க வில்லை.

இவர் இவ்வளவு நுட்பமாக அனைத்தையும் கவனிக்கக் கூடியவரா என்று வியந்து போனேன்.

அன்றிலிருந்து அந்தப் பழக்கம் எனக்குள்ளும் தொற்றிக் கொண்டது. எங்கு பிழை கண்டாலும் அதை உடனே மாற்றி எழுதச் சொல்வேன்.

சுவரில் விளம்பரம் எழுதிக் கொண்டிருந்தவரிடம், "ற் என்னும் றகர ஒற்றுக்குப் பின்னால் மீண்டும் ஒரு மெய்யெழுத்து வராது அதை அழியுங்கள்" என்று சொல்லிவிட்டு நகர்ந்தேன்.

அப்பொழுது வந்து கொண்டிருந்த நாளிதழ்களில், வார இதழ்களில், மாத இதழ்களில் அவர் படித்த செய்திகளில் தமிழைப் பற்றி ஏதேனும் பொருட்குறை காணப்பட்டால் உடனே கடிதம் எழுதித் தன் எதிர்ப்பைத் தெரிவிப்பார். 'செந்தமிழ்ச் செல்வி' எனும் மாத இதழில் எழுதப்பட்டிருந்த ஒரு செய்திக்கு மிக்க கடுமையாகத் தன் கண்டனத்தைத் தெரிவித்திருந்தார். அதையும் என்னிடம் காட்டினார். "இவ்வளவு கடுமையாக எழுதியிருக்கிறீர்களே, இது தேவையா?" என்று கேட்டபோது, "அவர் எழுதியிருப்பது சரியா தவறா?"

"நிச்சயமாகத் தவறுதான்"

"அப்படியானால் அதைச் சுட்டிக் காட்டும் போது எப்படிச் சுட்டிக் காட்டுவாய்? அறியாமல் எழுதியிருந்தால் நம் எதிர்ப்பு வேறுமாதிரி இருந்திருக்கும். வேண்டுமென்றே எழுதினால் இப்படி எதிர்ப்பைத் தெரிவிப்பது தவறா? எந்தச் சிக்கலும் எழாது" என்றார்.

அன்று நானும் விழித்துக் கொண்டேன். தெரிந்தே, வேண்டுமென்றே யாரேனும் தாழ்த்திப் பேசும்போது, தலைநிமிர்ந்து தட்டிக் கேட்கும் பழக்கம் என்னுள் வளர்ந்தது.

மீண்டும் ஒருமுறை அன்று நடந்த ஒரு நிகழ்ச்சியை நினைவு படுத்திப் பார்க்கிறேன். மிக நெருங்கிய நண்பர்கள், பல ஆண்டுகளுக்குப் பிறகு மீண்டும் சந்திக்கும் காட்சியைக் காண எனக்கு மிகவும் பிடிக்கும். வானவன் பிறந்த போது பெரியப்பா அவனைக் காண வந்திருந்தார். அவரைக் காண அவருடைய நண்பர் திரு. குப்புசாமி நாயுடு அவர்கள் (மணி மேனிலைப் பள்ளி) காலை பத்து மணிக்கு வீட்டிற்கு வந்தார். வீட்டு முகப்பில் அவரை வரவேற்றார். இருவரும் மிகுந்த மகிழ்ச்சியுடன் தழுவிக் கொண்டார்கள். அவர் கையைப் பிடித்து உள்ளே அழைத்து வந்து நாற்காலியில் அமர வைத்தார். பெரியப்பா கேட்ட முதல் வினா, "நன்றாக இருக்கிறாயா? ஒன்பதாம் வகுப்பில் படிக்கும் மாணவர்களுக்கு தமிழில் முதல் பாடத்தை எப்படிக் கற்றுத் தந்து புரிய வைக்கிறாய்? இந்நிகழ்ச்சி எனக்கு மிகுந்த அதிர்ச்சியைத் தந்தது.

அவரும் சிரித்துக் கொண்டே விளக்கினார். தலையசைத்துக் கேட்டுக் கொண்டே இருந்தவர் "சரியே, அப்படித்தான் கற்பிக்க வேண்டும்." என்றார்.

அதற்குள் நான் அவர்களுக்குத் தேநீர் தயாரித்து எடுத்து வந்தேன். பல வருடங்களுக்குப்பின் சந்திக்கிறோம். இன்று மதியம் என்னுடன் உணவருந்தி விட்டுச் செல்லலாம் என்றார். அன்று முழுவதும் அந்த நிகழ்ச்சியையே திரும்பத் திரும்ப என் மனம் அசைபோட்டுக் கொண்டிருந்தது.

ஒருமுறை மாணவர்களுக்கு எப்படி இலக்கணம் கற்பிக்க வேண்டும் என்று கற்றுக் கொடுத்தார். அந்தத் திறமையை மேலும் மேலும் வளர்த்துக் கொண்டேன். இலக்கியத்தை விடச் சுவையாக இலக்கணத்தைக் கற்றுக் கொடுக்கும் திறனைப் பெற்றேன்.

அவர் சென்னைக்குத் திரும்பிச் செல்ல வேண்டிய நாளும் வந்தது. என் அப்பாவிடம் சொன்னார், "இதுவே எனது கடைசிப் பயணமாக இருக்கும். இனி என்னால் வர முடியாது." என்று அவர் சொன்னபோது மனதில் சுமை கூடியது. கண்களில் கண்ணீர் நிறைந்தது.

எனது தந்தையைப் பற்றியும் சில செய்திகளைக் கூற விழைகிறேன். தன் சகோதரரைப் போலவே எதற்கும் அஞ்சாதவர். 1973 ல் அரசு பாலிடெக்னிக்கில் பணியாற்றியபோது அந்த வளாகத்திற்குள் இருந்த ஆசிரியர் குடியிருப்பிலேயே அவருக்கும் வீடு கிடைத்தது. பணியில் சேர்ந்த அடுத்த நாள் காலையில் அலுவலகத்திற்குள் சென்றபோது அதிர்ச்சி அடைந்திருக்கிறார். அன்று வெள்ளிக்கிழமை என்பதால்

பெண்கள் மின் விசிரிக்குக் கீழே முடியுலர்த்திக் கொண்டும், சிலர் வார இதழ் படித்துக் கொண்டிருப்பதையும் பார்த்துக் கொண்டு நின்றிருக்கிறார். அங்கு அவர் சென்று நின்று அனைத்தையும் கண்காணித்ததைக் கூட யாரும் கவனிக்கவில்லை.

அன்றே ஒரு பணியாளரை வரவழைத்து தன் அறைக்கும் அவர்கள் பணியாற்றிக் கொண்டிருந்த அறைக்கும் நடுவில் இருந்த மரத்தடுப்பை நீக்கிவிட்டு, கண்ணாடித் தடுப்பை வைக்கச் சொன்னார். தினமும் அவர்களின் மேசை மேல் வைக்கப்படும் கோப்புகளைச் சரிபார்த்து, அன்றே முடித்துத் திருப்பி அனுப்பச் செய்தார். அந்தக் காரியத்தில் மிகவும் கண்டிப்பாக நடந்து கொண்டார். அதனால் அவர் பலருடைய விரோதத்தையும் எதிர்கொள்ள வேண்டியிருந்தது. அது குறித்து அவர் எள்ளளவும் அச்சப்படவோ, கவலைப்படவோ இல்லை.

அதன் பிறகு தடாகம் சாலையில் இருந்த அரசினர் பொறியியல் கல்லூரிக்குப் பணியிட மாற்றம் கிடைக்கப்பெற்று, அங்கும் ஆசிரியர் குடியிருப்பிற்குக் குடிபெயர்ந்தார். அது மிகப்பெரிய கல்லூரி என்பதால் பணிச்சுமையும் அதிகமாகவே இருந்தது. அங்கும் அவர் தன் மிகுதியான பணிச்சுமையை கடமை உணர்வோடு எதிர்கொண்டார். அங்கே பணியாற்றிய அத்தனை பேரும் தங்கள் பணிகளைச் சரியாக செய்கிறார்களா என்று கண்காணித்துக் கொண்டே இருந்தார். தோட்ட வேலை செய்து கொண்டிருந்த சூசை என்பவர் தான் எந்த வேலையையும் செய்யாமல் மற்ற பணியாளர்களை மிரட்டிப் பணியெடுக்க வைத்தார்.

மற்றவர்களிடம் அதிகாரத்துடனும் ஆணவத்துடனும் நடந்து கொண்டிருந்ததை தினமும் கவனித்து வந்தார். அதைச் சரி செய்யும் முயற்சியில் இறங்கினார். அதன் காரணமாக அவருக்கு என் தந்தையின் மீது கடுமையான பகை வளர்ந்தது. அவருடைய இருசக்கர வாகனத்தை உடைத்தார். மற்ற சிலரிடமிருந்து பலமான அச்சுறுத்தல்கள் எழுந்தன.

மறுநாள் அப்பா ஆட்சியர் அலுவலகத்திற்குச் சென்று அப்போது ஆட்சியாளராக இருந்த ஷீலாராணி சுங்கத் அவர்களைச் சந்தித்தார். தனக்கு, ஒரு கைத்துப்பாக்கி வைத்துக் கொள்ள அனுமதி வேண்டினார். அவர் அரைமணி நேரம் பேசி அப்பாவிடம் அனைத்தையும் கேட்டுத் தெரிந்து கொண்டார். அப்பாவிற்குத் துப்பாக்கி வைத்துக் கொள்ள அனுமதியும் வழங்கினார். மிகக்குறுகிய காலமே அந்த ஆட்சியர் கோவையில் பணியாற்றினார்.

சிறிது நாட்களிலேயே காவல் நிலையத்திலிருந்து இரு காவலர் வீட்டிற்கு வந்து அப்பாவிடம் கைரேகை சரிபார்ப்பிற்காக காவல் நிலையம் வர வேண்டும் எனக் கூறிச் சென்றனர். அடுத்த நாள் காவல் நிலையத்திற்குச் சென்று கைரேகைகளையும், விரல் ரேகைகளையும் பதிவு செய்து விட்டு வந்தார். அந்தச் செய்தி காட்டுத்தீ போல கல்லூரிக்குள் பரவியது. சூசை தள்ளிவிட்ட இருசக்கர வாகனத்தை எடுக்காமல் அங்கேயே விட்டு வைத்திருந்தார். அடுத்த நாள் காலை சூசையே வந்து வண்டியை எடுத்துச் சென்று சரிசெய்து கொண்டு வந்து அதே இடத்தில் நிறுத்தினார்.

அவற்றையெல்லாம் கேட்ட அம்மா மிகவும் அச்சப்பட்டார்கள். மற்றவர்களைப் போல இருக்கச் சொல்லி அப்பாவிடம் மன்றாடினார். அதற்கு அப்பா சொன்ன விடை இதுதான், "நேர்மையாக நாணயமாகக் கடமையாற்ற பொதுவாழ்க்கைக்கு வந்துவிட்டால் இதற்கெல்லாம் அஞ்சக்கூடாது."

தன்னிடம் பணிபுரியும் எவரும் சட்டத்தை வளைக்க முயற்சி செய்யக் கூடாது என்பதில் உறுதியாக இருந்தார். திரு. மாயன் அவர்கள் கேரளாவைச் சேர்ந்தவர், ஒருமுறை அக்கல்லூரிக்கு முதல்வராக வந்தார். அவரும் இதே இயல்புடையவர் தான். கல்லூரிக்குள் சில சிக்கல் எழுந்தபோது அப்பா அவரிடம் சென்றுசில செய்திகளை விளக்கி, "நீங்கள் எப்பொழுதும் மிகக்கவனமாக இருக்க வேண்டும் என்று கூறினார். "நான் எப்பொழுதுமே எச்சரிக்கையாகத்தான் இருப்பேன். நீ எச்சரிக்கையாக இருந்தால் போதும் தம்பி" என்று சொல்லிவிட்டு மேசைக்குள் இருந்த கைத்துப்பாக்கியை எடுத்து மேசைமேல் வைத்துவிட்டுச் சிரித்தாராம். அவருடைய துணிச்சலைப் பலமுறை பாராட்டியிருக்கிறார்.

1986ல் பணியிலிருந்து ஓய்வு பெற்றபோது அருகிலேயே வேலாண்டிபாளையத்தில் வீட்டைக் கட்டிக்கொண்டு குடியேறினார்.

அதே ஆண்டு ஆகஸ்ட் 9ம் தேதி, தலையில் இரத்தக் குழாயில் அடைப்பு ஏற்பட்டு எனது மாமனார் காலமானார். எதிர்பாரத விதமாக நடந்து விட்டது அந்தத் துயர நிகழ்ச்சி.

வானவனுக்கும் வளர்மதிக்கும் பள்ளி திறக்கப்பட்டவுடன் இருவருமே புதிய உற்சாகத்துடன் பள்ளிக்குப் புறப்பட்டுச் சென்றனர்.

மாலை வேளைகளில் அவர்களுடன் அமர்ந்து பாடங்களைப் படித்து அவர்களுக்கு உதவியது எனக்கும் அவர்களும் மிகுந்த உற்சாகத்தைக் கொடுத்தது. வளர்மதி விரைவாகத் தமிழ் கற்றுக் கொண்டாள். காலாண்டுத் தேர்வு எழுதிவிட்டு வந்தபோது தமிழ்த் தாளை எப்படி எழுதினாய் என்று மீண்டும் மீண்டும் கேட்டேன். "மதிப்பெண் வரும்போது பார்த்துக்கொள்" என்று சொல்லிவிட்டாள். முதல் முறையாகத் தமிழ்த் தேர்வு எழுதியிருக்கிறாள் என்பதால் ஏற்பட்ட பதற்றம். விடுமுறை முடிந்து பள்ளிக்குச் சென்ற போது விடைத்தாள்களைக் கொடுத்திருந்தார்கள். பரபரப்போடு தமிழ்விடைத்தாளை எடுத்துப் பார்த்தேன். 67 விழுக்காடு மதிப்பெண்கள் வாங்கியிருந்ததைப் பார்த்து நிம்மதிப் பெருமூச்சு விட்டேன். எப்படியும் இனி தமிழை வேகமாகப் படிக்கக் கற்றுக் கொள்வாள் என்ற நம்பிக்கை பிறந்தது. படிப்பிலும் முதல் மாணவியாக இருந்தாள். பல கலை நிகழ்ச்சிகளிலும் கலந்து கொண்டாள். இசைக் கருவிகள் வாசிப்பவர் குழுவிலும் இருந்தாள். முதல் வரிசையில் நின்று மூன்று பேர் மிகப்பெரிய ஊது கொம்பை (Trumpet) இசைத்தனர். அதில் நடுவில் நின்று வாசித்தாள். பள்ளியின் வெள்ளி விழாவில் அது மிகச் சிறப்பான நிகழ்ச்சியாக இருந்தது.

வானவன் பள்ளியில் படிக்கும் போது தேசிய மாணவர் படையில் (NCC) சேர்ந்திருந்தான். குளு, மணலி

மலையேற்றப் பயிற்சிக்கு அவன் படித்த பள்ளியிலிருந்து மூன்று பேர் அனுப்பப் பட்டிருந்தனர். அதில் வானவனும் இருந்தான். மிகுந்த உற்சாகத்துடனும் நம்பிக்கையுடனும் திரும்பி வந்தான். Skeet Shooting ல் தமிழ்நாடு அளவில் இரண்டாவது இடத்தையும், அகில இந்திய அளவில் நான்காவது இடத்தையும் பெற்றான்.

வானவன் வளர்மதி இருவருமே பள்ளியில் அனைத்து ஆசிரியர்களின் அன்பிற்கும் நம்பிக்கைக்கும் உரியவர்களாக இருந்தனர். அனைவரின் நன் மதிப்பையும் பெற்றிருந்தனர்.

வானவன் பத்தாம் வகுப்பை முடித்தபிறகு பதினொன்றாம் வகுப்பு பாரதி பதின்மப் பள்ளியில் சேர்ந்தான்.

பன்னிரண்டாம் வகுப்பை முடித்தவுடன் என்னிடம் கேட்டான். "அம்மா நான் ஆங்கில இலக்கியம் படிக்க விரும்புகிறேன். படிக்கட்டுமா?

"நிச்சயமாகப் படிக்கலாம்."

"ஆனால் அம்மா, பெற்றோர் பெரும்பாலும் தங்கள் பிள்ளைகளை மருத்துவம், பொறியியல் படிப்பில் சேர்ப்பதையே பெருமையாக எண்ணுகிறார்கள். அதற்காகத் தங்கள் பிள்ளைகளை ஆயத்தம் செய்கிறார்கள். உங்களுக்கும் அப்படி ஒரு ஆசை இருக்கிறதா?"

"உன் மேற்படிப்பைப் பொறுத்தவரை எங்களுக்கு என்று எந்த ஆசையும் இல்லை. நீ விரும்புகிற எந்தப் பாடப்பிரிவிலும் சேர்ந்து படித்துப் பட்டம் பெறலாம்.

ஆனால் எதைப்படித்தாலும் ஐயமின்றிப் படிக்க வேண்டும். அதில் ஆழ்ந்த புலமை பெற வேண்டும்."

"சரி. என் நண்பர்கள் எல்லாம் பூ. சா. கோ கலைக் கல்லூரியில் சேர்கிறார்கள். நானும் அங்கேயே சேர்ந்து கொள்ளட்டுமா?"

"சேர்ந்து கொள்ளலாம்."

1993 ல் வானவன் பூ. சா. கோ கலைக் கல்லூரியில் ஆங்கில இலக்கிய வகுப்பில் சேர்ந்தான். நாங்கள் விரும்பியவாறே மிக நன்றாகப் பயின்றான். 92 விழுக்காடு மதிப்பெண் பெற்றான்.

அவன் கல்லூரிக்குச் செல்ல நீண்ட தொலைவு பயணம் செய்ய வேண்டியிருந்ததால் அப்பாவும் அம்மாவும் பீளமேட்டிலிருந்த எங்கள் வீட்டிற்குக் குடியேறி வானவனைத் தங்களுடன் வைத்துக் கொண்டார்கள். வீட்டிலிருந்து நடந்து செல்லக்கூடிய தொலைவிலேயே கல்லூரி இருந்தது.

அதிகாலையிலேயே கல்லூரிக்குச் சென்று விடுவான். அங்கே தேசிய மாணவர் படையில் சேர்ந்துள்ள மாணவர்களுக்குப் பயிற்சியளித்துக் கொண்டிருந்த ஆசிரியருடன் பெரும்பாலான நேரத்தைச் செலவழித்தான். இயந்திரம் இல்லாமல் வானில் பறந்து செல்லும் விமானம் (glider) ஓட்டக் கற்றுக் கொடுத்தார். பயிற்சி ஆசிரியர், தினமும் காலையில் அவனுக்குப் பயிற்சியளித்தார்.

1986 ஆம் ஆண்டில் நான் என் கல்வியைத் தொடர எண்ணினேன். பிள்ளைகள் இருவரும் பள்ளிக்குச்

சென்று விட்ட பிறகு எனக்கு நிறைய நேரம் கிடைத்தது. கலையியல் நிறைஞர் பட்டப்படிப்பில் சேர்ந்தேன் (M.A) கடைசி இரண்டு தாள்கள் விருப்ப பாடப்பகுதியாக இருந்தன. சைவசிந்தாந்தக் கொள்கைகள் அல்லது ஆய்வியல் நெறிமுறைகள். அவற்றில் நான் ஆய்வியல் நெறிமுறைகள் பிரிவையே தேர்ந்தெடுத்தேன். மொத்தம் பன்னிரண்டு தேர்வுகள் இரண்டு ஆண்டுகளில் கலையியல் நிறைஞர் பட்டம் பெற்றேன்.

1988 ஆம் ஆண்டு மண்ணார்க்காட்டில் உடன்பிறப்புகள் தங்களுக்குள் சொத்துக்களைப் பங்கிட்டுக் கொண்டனர். இரண்டாவது முறையாக மீண்டும் எங்களுக்கு வஞ்சனை செய்தார்கள். என் கணவரும் உடன் பிறப்புகள் சரியாகவே பிரித்திருப்பார்கள் என்று நம்பினார். நாங்கள் சென்று கையெழுத்துப் போட்டு விட்டு வந்தோம். மீண்டும் அடுத்த முறை அங்கே சென்ற போது தான் தெரிந்தது, அவர்கள் என்ன செய்திருந்தார்கள் என்று. வீடும், கடையும் ஒரு ஏக்கர் நிலமும் தந்திருந்தார்கள். ஆனால் எங்களுக்கென்று ஒதுக்கியிருந்த இடத்திற்குள் நுழைய வழியே இல்லை. ஒருபுறம் எங்கள் இடத்தை ஒட்டியவாறு அட்டவணைப் பட்டியல் மக்களுக்கான சுடுகாடு. அதன் அருகிலேயே அவர்கள் அத்தனை பேரும் குடியிருந்தார்கள். எனது மாமியாரிடம் கேட்டேன், "எங்களுக்கு ஒதுக்கியிருக்கும் இடத்திற்குள் நுழைய வழி எங்கே இருக்கிறது? என்று. அவர்களும் சர்வேயர் தான் அப்படி அளந்தார் என்று என்னவெல்லாமோ சொல்லிச் சமாளித்தார்கள். இனி இதில் எதுவும் செய்ய முடியாது என்று எனக்குப் புரிந்தது.

எப்படியும் நாங்கள் அந்த ஊருக்குப் போக மாட்டோம் என்று தெரியும். எனவே அங்கிருந்த சொத்துக்களை விற்று விட்டு, கோயமுத்தூரிலேயே பிள்ளைகளுக்கு சொத்துக்களை வாங்கிக் கொள்ளலாம் என்று முடிவு செய்தோம்.

வீடு கடை இரண்டையும் விலை பேசிய போது இவரது உடன்பிறப்பே பல சிக்கலை உருவாக்கினார். மண் சுவர் வீடு. எங்கள் குடும்ப நண்பர் ஒருவர் அந்த வீட்டை வாங்க ஒரு கல்லூரிப் பேராசிரியரைக் கூட்டி வந்தார். விலைபேசி முடித்து, கோவையில் எங்கள் வீட்டிற்கு முன்பணம் கொடுக்க வந்தனர். ஆனால் அதற்குள் "எதற்காக அந்தத் தொகைக்குக் கேட்கிறீர்கள். குறைத்து ஒன்றேகால் லட்சத்திற்குப் பேசி முடியுங்கள்" என்று மூத்த அண்ணா சொல்லி விட்டிருக்கிறார். எப்படியிருந்தாலும் மீண்டும் மீண்டும் பிரச்சனையை எழுப்பி விற்க முடியாமல் செய்வார்கள் என நினைத்து வெறும் ஒன்றேகால் லட்சத்திற்கே கொடுத்தோம். அந்த வீட்டைத் தானே வைத்துக் கொள்வதாகக் கூறி அவருடைய அண்ணா தன் சகோதரருடனும், நண்பர்களுடனும் எங்கள் வீட்டிற்கு வந்து கேட்டார். அதற்குள் இவர் பேசி முடித்து விட்டார்.

கடையை வாங்க வந்திருப்பதாகத் தகவல் கொடுத்தார்கள். ஆனால் அதையும் முடிக்கவிடாமல் தடுத்து விட்டார்கள். மீண்டும் ஒருவர் வந்தபோது இவருடைய அண்ணா தன் அம்மாவிடம் சென்றுபுலம்பி அந்தக் கடையை அவர்கள் கேட்ட விலைக்கு கிட்டத்தட்ட பாதிவிலையை மட்டும் கொடுத்துப் பெற்றுக்கொண்டார்.

அதன் பின்னர் சில மாதங்களில் பல லட்சம் ரூபாய்க்கு அதை விற்றார்.

ஆனால் எங்களுக்காக ஒதுக்கியிருந்த இடத்தை எவ்வளவு முயன்றும் எங்களால் விற்க முடியவில்லை. செய்தித்தாளில் விளம்பரம் கொடுத்திருந்தோம். ஆனால் அந்த ஊரில் இருந்தவர்களே அதைத் தடுத்தனர். இவருடைய நண்பர்கள் பலரும் எங்களுக்கு உதவி செய்ய முன்வந்து, வாங்குவதற்குப் பலரையும் கூட்டி வந்தனர். ஆனால் அவர்கள் காணவரும் போது அங்கே இருந்த சமாதிகளின் மீது மலர்வளையம் வைத்துவிட்டுச் சென்றார்கள். அதைக்கண்ட அவர்கள் திரும்பிச் சென்றார்கள். எவ்வளவு முயன்றும் அதை விற்க முடியவில்லை.

எனக்கும் என் மாமியாருக்குமிடையே சில கருத்து வேறுபாடுகள் ஏற்பட்டன. எந்தச் சூழ்நிலையிலும், எதைப் பேசுவதாக இருந்தாலும் என் கருத்துக்களைத் தெள்ளத் தெளிவாக நேராகப் பேசுவதுதான் என் வழக்கம். காரியத்தைச் சாதித்துக் கொள்ள கேட்பவர்களுக்குச் சாதகமாகப் பேசும் கலையை நான் கற்றிருக்கவில்லை. என்மீது அவர்களுக்குக் கோபம் ஏற்பட்டது. எங்களுக்கு ஒதுக்கியிருந்த இடத்திற்குள் நுழைய யாரும் எங்களுக்கு வழிதரக் கூடாது என்று தன் மக்களுக்குச் சொல்லி விட்டார். 2003 ஆம் ஆண்டு நோய்வாய்ப்பட்டார்கள். படுக்கையிலிருந்து எழுந்திருக்க முடியாத நிலை. அந்த நேரத்தில் நாங்கள் அவரைப் பார்க்கச் சென்றிருந்தோம். என்னைக் கண்ட மாத்திரத்தில் அவருடைய கண்களிலிருந்து கண்ணீர் வழிய ஆரம்பித்தது.

பேச முடியவில்லை. பேச முயன்ற போது வெறும் கரகரப்பான ஒலியே எழுந்தது. வெகுநேரம் அழுதார்கள். கையால் சைகை செய்து என்னைப் பக்கத்தில் உட்காரச் சொன்னார்கள். நெற்றியில் கைவைத்த போது என் மனம் கலங்கியது. அவர்களைப் பெற்றபோது அவர்களுடைய அம்மா எப்படியெல்லாம் சீராட்டிப் பாராட்டி அன்பும் பாசமும் காட்டி வளர்த்திருப்பார்கள்.

அவர்களைக் கவனித்துக் கொள்ள ஒரு பெண்ணை நியமித்திருந்தார்கள். அனைத்துத் தேவைகளையும் செய்து கொடுத்தாள். எந்நேரமும் அவருடனே இருந்தாள். இரவில் கூடவே தங்கியிருந்தாள். இறுதிவரை உடனிருந்தாள்.

அதன் பிறகு இரண்டு நாட்கள் மட்டுமே உயிரோடு இருந்தார்கள். ஒரு வாரம் சென்ற பிறகு தான் நாங்கள் செய்தியைத் தெரிந்து கொண்டோம்.

மாமியாருடன் இருந்த இளைய மகன் அவர்கள் இறப்பதற்குச் சில நாட்களுக்கு முன்பு மருத்துவமனைக்குக் கூட்டிச் செல்வதாகப் பிறரிடம் சொல்லிவிட்டு பத்திரப்பதிவு அலுவலகத்திற்குக் கூட்டிச் சென்று அந்த வீட்டைத் தன் பெயருக்கு எழுதி வாங்கிக் கொண்டார் என்ற செய்தி வெளியே வர ஆரம்பித்தது. அது அதிர்ச்சியான செய்தியாகவே இருந்தது. ஆறு கோடிக்கு மேல் மதிப்புள்ள சொத்து.

அந்தச் சொத்தை உருவாக்கியதில் தன் பங்கு எதுவும் இல்லை என்பதையோ, தன் மக்களைப் போல்தான் தன் உடன்பிறப்பின் மக்களும் என்பதைப் பற்றியோ கொஞ்சம்

கூட நினைத்துப் பார்க்கவில்லை. சட்டத்தின் கண்களை மூடிவிட்டார். ஐந்தாவது முறையாக எனது கணவர் வஞ்சிக்கப்பட்டார்.

மீண்டும் அவருக்குக் கொடுத்திருந்த இடத்தை விற்க முயற்சி செய்தோம். பதினான்கு ஆண்டுகளுக்குப் பிறகு என் மாணவன் ஒருவனின் தந்தை ராமசாமி அவர்களின் உதவியுடன் அதை விற்றோம். ஆனால் அதற்காக மேற்கொண்ட போராட்டம் அவ்வளவு எளிதானதாக இருக்கவில்லை. அப்போது நான் திரு. ராமசாமி மேனிலைப் பள்ளியில் ஆசிரியையாகப் பணியாற்றிக் கொண்டிருந்தேன். அன்று மிக்க மன உளைச்சலில் இருந்தேன். மாணவர்களுக்குக் கற்பிக்கும் மனநிலையில் இல்லை. மாணவர்களைப் படிக்கச் சொல்லி விட்டுப் பின்னால் கடைசி வரிசையில் இருந்த நாற்காலியில் அமர்ந்தேன். அன்று மாலையில் வீடு திரும்பும் போது திரு.ராமசாமி வீட்டிற்கு வெளியே நின்று கொண்டிருந்தார். அவருடைய மகன் தனவிக்னேஷ் என்னிடம் ஒன்பதாம் வகுப்பில் படித்துக் கொண்டிருந்தான். நான் வீட்டைக் கடந்து செல்லும்போது, "தயவு செய்து ஒரு ஐந்து நிமிடம் உள்ளே வர முடியுமா? உங்களிடம் நாங்கள் கொஞ்சம் பேச விரும்புகிறோம்" என்று அவரும் அவர் மனைவியும் சொன்னார்கள்.

"தனவிக்னேஷ் எங்களிடம் சொன்னான். "இன்று வானதி மேடம் எங்களுக்கு வகுப்பெடுக்கவில்லை. வழக்கத்திற்கு மாறாக மிகவும் வருத்தத்துடன் இருந்தார்கள். எங்களிடம் எதுவும் பேசவில்லை. படிக்கச் சொல்லி விட்டு கடைசி வரிசையில் சென்று அமர்ந்து

கொண்டார்கள். அவர்களுக்கு ஏதோ சிக்கல் இருப்பதாகத் தோன்றுகிறது". என்று.

"உங்களுக்கு ஏதேனும் சிக்கல் உள்ளதா மேடம்? எங்களிடம் சொல்லலாம் என்று நீங்கள் நினைத்தால் சொல்லுங்கள். எங்களால் ஏதேனும் உதவி செய்ய முடிந்தால் நிச்சயமாகச் செய்வோம்." என்றார்கள். சற்றே ஆறுதலாக இருந்தது.

என்னுடைய சிக்கல் என்ன என்பதை விரிவாகக் கூறினேன். அவர் சொன்னார், "அடடா இதுதான் உங்கள் பிரச்சனையா? இதெல்லாம் ஒரு பிரச்சனையே இல்லை. இது குறித்து நீங்கள் இனிக் கவலைப்பட வேண்டாம். நான் ஏற்பாடு செய்கிறேன்." என்றார்.

உடனே இடம் விற்கும் தரகர் திரு. ஷோபன் பாவுவைத் தொலைபேசியில் அழைத்து மறுநாள் அவர் வீட்டிற்கு வரச் சொன்னார். அவரிடம் அனைத்தையும் விளக்கினார். கேரளாவைச் சேர்ந்தவர்.

பாலக்காட்டில் D.S.P யாக இருந்த தன் நண்பரைத் தொடர்பு கொண்டு அவரிடமும் அனைத்தையும் விளக்கினார். "அவரிடம் அங்கு சென்று வேலைகளை ஆரம்பிக்கச் சொல்லுங்கள். ஏதேனும் பிரச்சனை உருவானால் என்னைத் தொடர்பு கொள்ளச் சொல்லுங்கள்" என்று அவருடைய அலைபேசி எண்ணையும் கொடுத்தார்.

நல்ல விதமாக நடந்து கொள்ளத் தெரிந்த அவருக்கு, வில்லன்களிடம் எப்படி வில்லனாக நடந்து கொள்ள வேண்டும் என்றும் தெரிந்திருந்ததே. ஒரு வாரத்தில் எங்கள் வீட்டிற்கு வந்து ஐந்து லட்சம் ரூபாயை முன்பணமாகக்

கொடுத்துவிட்டு, அவர் அந்த இடத்தை எந்தத் தடையுமின்றி சுதந்திரமாக விற்க ஒரு உடன்படிக்கையும் தயாரித்து வந்து எங்களிடம் கையெழுத்து வாங்கிச் சென்றார்.

மறுநாள் அந்த இடத்திற்கு அவர் சென்று நின்ற போது அத்தனை பேரும் கொந்தளித்தார்கள். பெரும்பாலானோருக்கு இந்தக் குடும்பத்தின் மீது காழ்ப்புணர்வு இருந்தது. இவருடைய இடத்திற்குப் பக்கத்திலேயே இடம் வைத்திருந்த அண்ணனிடம் வழிக்கு இடம் கேட்டிருந்தார். ஆனால் அவர் தர மறுத்து விட்டார். மற்ற மூன்று பக்கங்களிலும் வழி ஏற்படுத்தும் முயற்சியில் இறங்கினார். அவர் மிகப் பெரிய போராட்டங்களுக்குப் பிறகு, முயற்சிகளுக்குப் பிறகு செய்து முடித்தார். அந்த இடத்தை வாங்க வருபவர்கள் காணும்படி தங்களுக்குள் இறந்தவர்களின் சடலங்களைக் கொண்டு வந்து எங்கள் வேலியோரம் புதைத்து விட்டு மலர்வளையங்களை வைத்து விட்டுச் செல்வார்கள். அப்படிப்பல முயற்சிகளும் தோல்வியடைந்தன. பிறகுதான் அவர் அந்த இடத்தை சிறு சிறு வீட்டுமனைகளாகப் பிரித்து விற்று, கிட்டத்தட்ட ஆறு மாதங்களுக்குள் முடித்துக் கொடுத்தார். அவ்விய நெஞ்சத்தினரின் அழுக்காறுகளைக் கண்டு மனம் நொந்தேன். மற்றவர்களுக்குத் தீங்கு செய்வதையே பலரும் வேலையாக வைத்திருந்தனர். பணத்திற்கு மேல் வேறு எதுவுமே உயர்ந்ததில்லை என்று சிலர் எண்ணிச் செயல்பட்டனர்.

எங்களுக்கு உதவிய அத்தனை நல்லுள்ளங்களுக்கும் நாங்கள் என்றென்றும் நன்றிக்கடன் பட்டிருக்கிறோம்.

அவர்கள் செய்த உதவி மிகப் பெரியது. நன்றி சொல்ல நாவில்லாமல் நலிந்தேன்.

1988 ஆம் ஆண்டு கலையியல் நிறைஞர் பட்டம் பெற்றவுடன் தொடர்ந்து அந்த ஆண்டே கல்வியியல் இளைஞர் பட்டப் படிப்பைத் தொடங்க வேண்டும் என்று முடிவு செய்தேன். இல்லையெனில் என் கல்வி ஒரு முழுமையைப் பெறாது என்று நம்பினேன். கல்வியியலில் சேர்ந்த போது அந்தக்கல்வி என் வாழ்வில் மீண்டும் ஒரு மிக நல்ல திருப்புமுனையைக் கொண்டு வந்தது.

அந்நாட்களில், மதுரை காமராசர் பல்கலைக்கழகத்தின் கல்வியியல் துறை மிகச் சிறப்பாகச் செயல்பட்டு வந்தது. அந்தக் கல்விப்பயணமும், அங்கு நான் பெற்ற பயிற்சியும் என் வாழ்க்கையில் மிகுந்த மகிழ்ச்சியையும், மதிப்பையும் எனது வாழ்க்கைக்கு ஒரு பொருளையும் கொண்டு வந்து சேர்ந்தது.

நெடுங்காலம் குருடனாக இருந்த ஒருவனுக்கு திடிரென்று பார்வை கிடைத்தால் எவ்வளவு மகிழ்ச்சி அடைவானோ அதுபோல, பல நாட்களாகப் பசித்திருந்தவன் முன்னால் அறுசுவை உணவைப் பரிமாறினால் அவன் மனநிலை என்னவாக இருக்குமோ அதுபோல அன்று என் மனநிலையும் இருந்தது. மிகுந்த நம்பிக்கையுடனும் உற்சாகத்துடனும் படிக்கத் தொடங்கினேன்.

பாட வழிகாட்டியை அனுப்பத் தொடங்கினார்கள். கூடவே கல்வியியல் தொடர்பாக பல கல்வியாளர்களின் கோட்பாடுகளும், வழிகாட்டுதல்களும் அடங்கிய பல நூல்களின் பட்டியலையும் அனுப்பினார்கள்,

இத்துறையில் தங்கள் அறிவை மேலும் மேலும் வளர்த்துக் கொள்ள வேண்டும் என்ற நோக்கத்துடன் அனைத்து நூல்களையும் வாங்கிக் கொண்டேன். நேரம் கிடைக்கும் பொழுதெல்லாம் படித்தேன்.

ஆறு தேர்வுகள் எழுதினோம். நான் சிறப்புத்தமிழ் பாடப்பிரிவை எடுத்திருந்தேன். வளரும் இந்திய சமுதாயத்தில் ஆசிரியரும் கல்வியும், தமிழ் கற்பிக்கும் முறைகள், ஆசிரியரும் மாணவரும், திட்டமிட்டுக் கற்றல் இவை அனைத்தையும் உள்ளடக்கியதாக இருந்தது.

ஆசிரியரும் மாணவரும் என்ற பாடப்பகுதி மிகுதியான கருத்துக்களை உள்ளடக்கியதாக, ஒரு ஆசிரியரின் பொறுப்புகளை விரிவாகக் கூறுவதாக இருந்தது.

மதுரை காமராசர் பல்கலைக்கழகக் கல்வியியல் துறைத்தலைவராக இருந்த திருமதி. சிவகாம சுந்தரி, மற்ற ஆசிரியர்கள், கோவை அரசுக் கல்வியியல் கல்லூரியின் முதல்வராக இருந்த திருமதி. சாந்தா, அவரது கணவர், மிகுந்த ஆர்வத்துடனும் உற்சாகத்துடனும் கற்க வந்திருந்த மாணவர்கள், எல்லோருமே ஒருங்கிணைந்திருந்த அந்தக்குழு மிகவும் சிறப்பானதாக அமைந்திருந்தது.

ஆசிரியரும் மாணவரும் என்ற பாடப்பகுதியையே முதலில் படிக்க ஆரம்பித்தேன்.

மாணவனின் வாழ்க்கையில் மிகவும் நெருக்கடியான காலம் இது. பகல் கனவுகள், சாதனைகள், நெருக்கமான உறவுகள், இதயத்தைக் கலக்கும் செயல்கள் போன்றவற்றை உள்ளடக்கிய பருவம் இது.

கல்வியாளர்கள் இப்பருவத்தினை, 'கிளர்ச்சியும் அலைப்பும் கொண்ட காலம்' என்கின்றனர்.

திரு. இரவீந்திரநாத் தாகூர் அவர்கள், 'மனித இனக் காரியங்களிலேயே பதினான்காம் வயதில் ஓர் ஆண் தரக்கூடிய தொல்லை போன்று வேறு எதுவும் இல்லை' என்கிறார். அதே போன்று ஸ்டான்லி ஹால் என்பவரும் இப்பருவத்தை, "சிக்கலான அமைதியற்ற பருவம்" என்று கருதுகின்றார். முரண்பாடுகள் நிறைந்த பருவம் இது. தளர்நோக்கு (Pessimism) தளராநோக்கு (Optimism) உள்ளவர்களாகவும் செயல்படுவதைப் பார்க்கலாம்.

மீத்திறக் குழந்தைகளைக் கண்டறிந்து அவர்களை ஊக்குவிக்கும் முறைகளையும், பிற்பட்ட குழந்தைகளின் கல்விமுறையையும் கற்றேன். ஒரு குழந்தை வகுப்பில் தூங்குவதற்கும், கல்வியில் பிற்பட்டிருப்பதற்கும் கல்வி உளவியலார் ஒன்பது காரணங்களைக் கூறுகின்றனர். நுண்ணறிவுக் கோட்பாடுகள், நாட்டங்கள், நுண்ணறிவுச் சோதனை வகைகள், நுண்ணறிவு ஈவு பற்றித் தெரிந்து கொண்டேன்.

தார்ண்டைக் என்னும் உளவியல் அறிஞர், தான் நடத்திய சோதனைகளின் விளைவாகப் பொது விதிகளான கற்றல் விதிகள் என்னும் கோட்பாடுகளை உருவாக்கினார். அவை:

1. ஆயத்த விதி

2. பயிற்சி விதி

3. பயன் விதி என்பன.

ராபர்ட் கிளேசர் கற்பித்தல் முறையை நான்கு நிலைகளாகப் பிரித்துள்ளார்.

1. கற்பித்தல் நோக்கங்கள்.

2. கற்போரது ஆரம்பநிலை.

3. கற்பித்தல் பாதையின் உத்திகள்.

4. செயல்திட்ட அளவீடு.

குழந்தைகட்கு தண்டனை அளித்தல் பற்றிய செய்திகளை ஆசிரியர் நன்கு தெரிந்து கொள்ள வேண்டியது அவசியமாகிறது. கடுமையான தண்டனைகள் குழந்தைகளைப் பாழாக்கிவிடும்.

ஒழுங்கற்ற நடத்தையைச் சீர்செய்தல், கவனமின்மையைத் தடுத்தல், முன்னேற்றமின்மையைக் களைதல் போன்ற நல்ல நோக்கங்களுக்காகத் தண்டனை அளிக்கப்படலாம். ஆனால் அவற்றிற்குச் சில எல்லைகள் வரையறுக்கப்பட வேண்டும். சில சமயங்களில் அளிக்கப்படும் தண்டனைகள் மாணவர்களைத் திருத்துவதற்கு பதிலாக மேலும் தீவிரமான தீய நடத்தையுடையவர்களாக மாற்றக்கூடும். எனவே தண்டனைகள் மாணவர்களின் தன்மானத்தை பாதிப்பதாகவோ, தாழ்வுணர்ச்சியை ஏற்படுத்துவதற்காகவோ, உடலை வருத்துவதாகவோ அமைதல் கூடாது.

கல்வி உளவியல் அறிஞர்கள், குழந்தை உளவியல் அறிஞர்கள் ஆய்ந்து கூறியிருந்த உண்மைகள் மற்றும்

வழிகாட்டுதல்களின் படியே கல்வியியல் பாடத்திட்டத்தை உருவாக்கியிருந்தார்கள்.

உற்று நோக்கல் படிவங்களைத் தயாரித்தோம். நான் சிறப்புத் தமிழிழப் பாடப்பிரிவாக எடுத்திருந்தேன்.

உற்று நோக்கல் முறை (Objective Observation) பிறர் நடத்தையைத் தொடர்ந்து கூர்ந்து கவனித்து, அவ்வாறு கவனித்தலினின்றும் தோன்றும் உண்மைகளை அறியும் முறையே, 'உற்று நோக்கல் முறை' எனப்படும். உற்று நோக்கல் முறை, பிறரது நடத்தைக் கோலங்களை அவர்களுக்குப் புறம்பாகவிருந்து நோக்கி ஆராய்தலாகும். குழந்தைகள், பள்ளி மாணாக்கர் போன்றோரது நடத்தை பற்றிய விவரங்களையறிய இம்முறை பெரிதும் உதவுவதாகும். உற்றுநோக்கல் முறையைப் பயன்படுத்திப் பெறப்படும் முடிவுகளில் தெளிவும் திட்டமும் ஒருங்கமைய உளவியலார் சில முறைகளைக் கையாளுகின்றனர்.

பல பயிற்சி பெற்ற நோக்கர்கள் (Observers) ஒரே சமயத்தில் ஒருவனது நடத்தையை உற்று நோக்கிக் குறிப்புகளை எடுத்துக் கொள்வது.

உற்று நோக்கப்படுபவனுக்குத் தெரியாமலேயே அவனது நடத்தையைக் கூர்ந்து கவனிப்பது.

உற்று நோக்கலில் திரைப்படக் கருவிகள், ஒலிகளை நாடாவில் பதிவு செய்யும் கருவிகள் போன்றனவும், உளவியல் ஆய்வுக்களங்களில் பயன்படுத்தப்படுகின்றன. உற்று நோக்கலின் வழியே அறிந்தவற்றை நாம் உடனுக்குடன் பதிவு செய்து வைத்துக் கொள்ள வேண்டும்.

பின்னர் இப்பதிவுகளை ஆராய்ந்து, அவற்றினின்றும் பெறக்கூடிய உண்மைகளை அறியலாம்.

பள்ளியில் ஆசிரியர் எளிதில் பயன்படுத்தக் கூடிய முறை இதுவேயாகும். மாணாக்கர்களின் பொது, சிறப்பு இயல்புகளைப் பற்றிய அறிவு, ஆசிரியர் கற்பித்தல் தொழிலைத் திறம்பட நடத்தத் தேவைப்படுகிறது. இவ்வறிவை உற்று நோக்கல் வழியே ஆசிரியர் பெறமுடியும். தமது வகுப்பு மாணாக்கர் ஒவ்வொருவரைப் பற்றியும் தாம் உற்று நோக்கி அறிந்தனவற்றை ஒரு குறிப்புப் புத்தகத்தில் ஒழுங்காக எழுதி வைத்துக் கொண்டு பின்னர் அவற்றை ஆராய்ந்தால், அம்மாணாக்கரது திறன்கள், கவர்ச்சிகள், ஆளுமைப் பண்புகள், ஒழுக்கம், சமூக மனப்பான்மை ஆகிய பலவற்றைப் பற்றிய அறிவு ஆசிரியருக்குக்கிட்டும்.

வகுப்பில் ஆசிரியர் கற்பித்த பாடங்களை உற்று நோக்கி, உற்று நோக்கல் படிவங்கள் தயாரித்தோம். கற்பித்தலின் பொது நோக்கங்கள், சிறப்பு நோக்கங்களை எழுதினோம்.

திருமதி. சிவகாம சுந்தரி தமிழ் முதல் தாள், தமிழ் இரண்டாம் தாளுக்கான பாடங்களைத் தனித்தனி வகுப்பில் எடுத்தார்கள். அந்த வகுப்புகளில் அவர் எடுத்த பாடங்களையும், அவர் கற்பித்த முறைகளையும் உற்று நோக்கிப் படிவங்கள் தயாரித்தோம். மற்ற ஆசிரியர் எடுத்த வகுப்புகளையும் கவனித்துப் படிவங்கள் தயாரித்தோம். அந்தப் படிவங்களைத் தொகுத்து ஆய்வேடுகள் தயாரித்தோம். தமிழ் முதல் தாள், தமிழ் இரண்டாம் தாள் இவற்றிற்கு முறையே உற்றுநோக்கல் ஆய்வேடு 1,

உற்று நோக்கல் ஆய்வேடு 2 என இரண்டு ஆய்வேடுகள் தயாரித்தோம். அவற்றை ஆசிரியர் சரிபார்த்தனர்.

உற்று நோக்கல் படிவம் ஒன்று:

வகுப்பு				: ஒன்பது

பாடம்				: தமிழ் முதல் தாள்

பகுதி				: உரைநடை

பாடத்தலைப்பு			: 'மாசு நீங்க மரம் வளர்ப்போம்

துணைக் கருவிகள் : வண்ணப் படங்கள் 4

ஆர்வமூட்டல், பாடவளர்ச்சி, வளமும் வறட்சியும், பாடமுடிப்பு, துணைக் கருவிகள் - வண்ணப் படங்கள் 4

ஆர்வமூட்டல், பாடவளர்ச்சி, வளமும் வறட்சியும், பாடமுடிப்பு, துணைக் கருவிகளின் பயன்பாடு, மாணவர் பங்கும் வகுப்பறைக் கட்டுப்பாடும், பாடத் தகைத்திறன் என்ற வரிசையில் படிப்படியாக எடுத்து, நாங்களும் மாணவர்கட்கு எவ்வாறு வகுப்பெடுக்க வேண்டும் என்று கற்றுக் கொடுத்தனர்.

உற்று நோக்கல் படிவம் இரண்டு:

வகுப்பு			: ஒன்பது

பாடம்			: தமிழ் இரண்டாம் தாள்

பகுதி			: அணியிலக்கணம்

பாடத்தலைப்பு : சொற்பொருட்பின் வருநிலையணி

பாடஅலகு : "எல்லா விளக்கும் விளக்கல்ல சான்றோர்க்குப்
பொய்யா விளக்கே விளக்கு."

சொற்பொருட் பின்வருநிலை அணிக்குத் தண்டியலங்கார
நூற்பா கூறும் செய்தியான,

'முன்வரும் சொல்லும் பொருளும் பலவயிற்

பின்வரு மென்னிற் பின்வரு நிலையே'

என்பதனைத் தொடர்பு படுத்திக் காட்டினார்.
ஆர்வமூட்டலுக்காக,

"புஞ்சையுண்டு, நஞ்சையுண்டு

பொங்கிவரும் கங்கையுண்டு

பஞ்சம் மட்டும் இங்கு இன்னும் தீரவில்லை"

என்று திரைப்படப்பாடல் வரிகளைக் கரும்பலகையில்
எழுதினார். "இன்றைய வகுப்பில் மரபிலக்கணம் பார்க்க
உள்ளோம". சென்ற வகுப்பில் 'பாநலம் பாராட்டல்' என்ற
தலைப்பில், பாரதியாரின் 'மகாசக்திக்கு விண்ணப்பம்'
என்ற பாடல் பார்த்தோம். இன்றைய மரபிலக்கணப்
பகுதியில், 'அணியிலக்கணம்' பார்க்கப் போகிறோம்,
என்று கூறி செய்திகளைத் தொடர்புபடுத்தி வகுப்பைத்
தொடங்கினார்.

பாட முடிப்பில், இதே போல்
சொற்பொருட் பின்வருநிலை அணி அமைந்த
பாடல்களைக் கூறும்படி ஆசிரியர் மாணவர்களிடம்
கேட்டார். நாங்களும் அந்த அணி அமைந்திருக்கும்

பாடல்கள் பலவற்றைக் கூறினோம். துணைக்கருவியாகக் கரும்பலகையைப் பயன்படுத்தினார்.

ஆசிரியர் திரு.தாஸ் அவர்கள் தமிழ் முதல்தாள், செய்யுள் பகுதியில், 'முக்கூடற்பள்ளு' என்ற தலைப்பிலும், அடுத்த வகுப்பில் 'கலிங்கத்துப் பரணி' என்ற தலைப்பிலும் எடுத்த பாடங்களுக்கு உற்றுநோக்கல் படிவங்கள் தயாரித்தோம். ஆசிரியர்கள் எடுத்த பாடங்கள் அனைத்திற்கும் உற்று நோக்கல் படிவம் தயாரித்தோம். அதன்பிறகு திறனாய்வுப் படிவங்கள் தயாரித்தோம்.

ஒவ்வொரு மாணவரையும் வகுப்பெடுக்கச் சொன்னார்கள். ஒரு பயிற்சி மாணவர் ஆசிரியராய் பாடம் கற்பிக்க, மற்ற பயிற்சி மாணவர்கள் கற்போராக வகுப்பில் அமர்ந்திருந்தோம். எனது முறை வந்த போது, ஒரு ஆங்கிலப் பகுதியைக் கரும்பலகையில் எழுதி, அதனை எவ்வாறு தமிழில் மொழிபெயர்க்க வேண்டும் என்று கற்றுக் கொடுத்தேன்.

வழிகாட்டி ஆசிரியர்கள் பாடத்திட்டம் தயாரிக்கக் கற்றுக் கொடுத்தனர். கற்றலின் சிறப்பு விளைவுகள், கற்றலின் செயலீடுபாடு, மதிப்பீடு, குறிப்பீடு முதலிய பிரிவுகள் அமைத்தோம். அவற்றின் கீழே படிநிலைகளாக, பொதுநோக்கங்கள் சிறப்பு நோக்கங்கள் எனும் பக்கத் தலைப்புகளில், படிநிலைகளாக ஆர்வமூட்டல், பாடவளர்ச்சி, தொகுத்துக்கூறல், தொடர் பணி இவற்றை எழுதினோம். ஒரு ஆசிரியர் மாணவர்களுக்குக் கற்பிக்கும் போது எப்படி ஒவ்வொரு தலைப்பையும் தொடர்புபடுத்தி வரிசையாகக் கற்பிக்கும் முறையை எழுத வேண்டும் என்பதைத் தெரிந்து கொண்டோம்.

கற்பிக்கும் போது பயன்படுத்தும் துணைக்கருவிகள் ஏராளமானவற்றைத் தயாரித்தோம். ஒன்பதாம் வகுப்பு பதினொன்றாம் வகுப்புப் பாடப்புத்தகங்களில் ஒவ்வொரு பாடத்திற்கும் தொடர்பான படங்களை தீபாவளி பொங்கல்விழா மலர்களிலிருந்து வெட்டி எடுத்து இரண்டு புகைப்படத் தொகுப்புகளைத் தயாரித்தோம்.

உளவியலில் நடத்தையெனப்படுவது தூண்டல்களால் தோற்றுவிக்கப்படும் துலங்கல்களைக் குறிப்பதாகும். ஆசிரியர் அனைவருமே சரியான தூண்டல்களைத் தந்து பயிற்சியாளர்களைத் துலங்க வைத்தார்கள்.

நாங்கள் தேர்வு எழுதவேண்டிய தாள்களுக்கான நூல்களைப் பல்கலைக்கழகத்திலிருந்து அனுப்பி வைத்தார்கள். அவை தவிர நாங்கள் கல்வியல் பாடங்களை மிகவும் விரிவாகக் கற்றுக்கொள்ள இத்துறையில் மற்ற ஆசிரியர்கள் எழுதிய பல நூல்களின் பட்டியலையும் அனுப்பியிருந்தார்கள். பேரார்வம் காரணமாகப் பல நூல்களை வாங்கி வந்து படிக்க ஆரம்பித்தேன். தோண்டத் தோண்ட நிதிவந்து கொண்டே இருப்பது போல அந்நூல்களையெல்லாம் கற்கக்கற்க கல்வியியலில் எங்களுக்குப் புதிது புதிதாய்க் கருத்துக்கள் கிடைத்துக் கொண்டே இருந்தன. அவற்றையெல்லாம் படிக்கப்படிக்க மனதில் பெரிய அளவில் மாற்றங்கள் ஏற்பட்டன. வாழும் வாழ்க்கை பொருள் பொதிந்ததாகத் தெரிந்தது. மனம் முழுமையை உணர்ந்தது. மனதில் செம்மாப்பு உணர்வு பரவியது.

'திட்டமிட்டுக் கற்றல்' என் மனங்கவர்ந்த பாடப்பகுதியாகும். காலமாற்றத்திற்கேற்ப கல்வி

முறையிலும் மாற்றம் ஏற்படுவது இயல்பு. அவ்வகையில் கற்றலில் காணப்படும் புதிய மாற்றமே திட்டமிட்டுக் கற்றல் ஆகும். இம்முறையில் இனிய, பயனளிக்கத்தக்க கல்வியைப் பெறுதல் எளிது. இத்தகு பயன்மிகு கல்வியை எளிய முறையில், சின்னஞ்சிறு அளவுகளில் ஒன்றுக்கொன்று தொடர்புள்ள பல படிகளில் பெறுவதே திட்டமிட்டுக் கற்றல்.

திட்டமிட்டுக் கற்றலுக்குத் தனியாக ஒரு ஆய்வேடு தயாரித்தோம். அதற்கு நான், 'கல்வெட்டு ஓர் அறிமுகம்' எனும் தலைப்பில் ஆய்வேடு தயாரித்தேன். அதைச் சரிபார்த்த ஆசிரியர் திருமதி. சிவகாம சுந்தரி ஏட்டைத் திருப்பித் தந்தபோது, முதல் பக்கத்தில் 'நன்று' என்று எழுதியிருக்கக் கண்டேன். அந்தப் பாராட்டு எனக்கு அளவற்ற மகிழ்ச்சியைத் தந்தது.

அரசு ஆசிரியர் பயிற்சிக் கல்லூரி முதல்வர் வகுப்பில் சொன்ன கருத்து இது. circus ல் ஒரு யானையை நாற்காலியின் மீது ஏறி நிற்க வைப்பார்கள். அந்த யானை ஒரு முறை வட்டத்தில் வந்து ஒவ்வொரு காலாகத் தூக்கி நாற்காலி மீது வைக்கும். ஒரே நாளில் அதைச் செய்ய வைக்கப் பயிற்சி தர முடியாது. அதற்கு எப்படிப் பயிற்சி அளிப்பது என்று கூறினார். ஒரே நாளில் அதைச் செய்ய வைக்க முடியாது, பல நாட்கள் ஆகும். முதலில் வட்டத்தில் வரப்பயிற்சி அளிக்கும் போது, அந்த யானை அதைச் சரியாகச் செய்தால், சரியாகச் செய்ததைப் பாராட்டும் விதமாக அதற்கு ஒரு வாழைப்பழம் கொடுப்பார்கள்.

ஒரு யானைக்கு வாழைப் பழங்கள் போதும். ஆனால் நாம் கற்பிக்கும் மாணவன் ஒருவன் சரியான விடையைக் கூறும்போது அவனிடம் 'very good' என்று சொல்லிப் பாராட்டுங்கள். அந்த ஒரு சொல் போதும். அது அவனை எப்படி உற்சாகப்படுத்துகிறது என்று பாருங்கள் என்றார். அந்த மந்திரச்சொல் எவ்வளவு ஆற்றல் வாய்ந்தது என்பதைப் பல தருணங்களில் உணர்ந்திருக்கிறேன்.

திட்டமிட்டுக் கற்றலில் இடம் பெறும் சிறப்புக் கோட்பாடுகள் பல.

கில்பர்ட், ஸ்கின்னர் போன்றோர் திட்டமிட்டுக் கற்றல் என்னும் புதிய கல்விமுறையின் சிறப்புத் தன்மைகளையும், கோட்பாடுகளையும் தெளிவாகக் கூறியுள்ளனர். ஊட்டமளித்தல் என்றால் என்ன என்பதையும் அது ஏன் உடனடியாக அளிக்கப்பட வேண்டும் என்பதையும் கூறுகிறார்கள்.

சில சமயம் மாணவர்கள் சரியாகவும், சுறுசுறுப்பாகவும் விடையளிக்கிறார்கள் எனப்புகழ்வதும் சரியான ஊக்குவித்தலாக அமையும்.

சாக்ரடீஸ் முறையே திட்டமிட்ட கல்வி எனப் புதுப்பெயர் பெற்றுள்ளது என்பதைத் தெரிந்து கொண்டேன். கல்வியியலில் முக்கியமான ஒரு பகுதி, ஏதேனும் ஒரு பள்ளிக்குச் சென்று ஒரு மாதம் பயிற்சியாளர் மாணவர்கட்குக் கற்றுத் தருதலும், கற்பிக்கப் பயிற்சி பெற்றுக் கொள்ளுதலும் ஆகும்.

இரண்டு நாட்கள் சிந்தித்து,

மாநகராட்சி ஆண்கள் மேனிலைப் பள்ளிக்குச் செல்லலாம் என்று முடிவு செய்தேன். அங்கு சென்று தலைமை ஆசிரியரைக் கண்டு என் தேவையைச் சொன்னேன். உடனே ஒப்புதல் தந்தார். அங்கு சென்ற பிறகு தான் தெரிந்தது, தலைமை ஆசிரியர் திரு. பரமசிவம் அவர்கள், நான் ஐந்தாம் வகுப்பு படித்த பள்ளியில் ஆசிரியராக இருந்தார் என்பதை.

நாங்கள் அதுவரை கற்றவற்றையும், பயிற்சி பெற்றவற்றையும் செயல் முறைப்படுத்தத் தயாரானோம். மிகுந்த உற்சாகம் எங்கள் மனதில் நிறைந்தது. நாங்கள் ஒன்பது மற்றும் பதினொன்றாம் வகுப்பு மாணவர்களுக்குக் கற்பிக்க வேண்டும்.

முதல்நாள் காலையில் மாணவர்கள் வழிபாட்டிற்காக அனைவரும் ஒன்று கூடியபோது தலைமையாசிரியர் ஆசிரியர்களுக்கும் மாணவர்களுக்கும் என்னை அறிமுகப்படுத்தினார். எனக்குக் கற்பிக்கக் கொடுத்த வகுப்புகள் ஒன்பதும் பதினொன்றும். அன்று நான் இரண்டு வகுப்புகளிலும் பாடம் நடத்தினேன். கற்பிக்க வகுப்பறைக்குள் நுழைந்த போது, மாணவர்கட்குக் கற்பிக்கத் தொடங்கிய போது மனதிற்குள் படபடப்பு இருந்தது. மகிழ்ச்சியாகவும் இருந்தது.

அடுத்த நாள் காலையில் முதல் பாட வேளையின் போது நான் ஆசிரியர் அறையில் அமர்ந்திருந்தேன். தலைமை ஆசிரியர் வாயில் படியில் நின்று, 'டீச்சர் ஒரு நிமிடம் வெளியில் வருகிறீர்களா?" என்றார். எழுந்து வெளியில் செல்வதற்குள் மனதில் பல வினாக்கள். தலைமை ஆசிரியர் கேட்டார், "ஏழாம்

வகுப்பிற்கு இப்பொழுது கணக்குப்பாட வேளை, ஆசிரியர் இல்லை. தனிவட்டி, கூட்டுவட்டி பாடத்தை அவர்களுக்குக் கற்றுத்தர முடியுமா?" உடனே சரி என்று சொன்னேன். ஏழாம் வகுப்பிற்குப் போய் அவர்களுக்குத் தனிவட்டி கூட்டுவட்டி பாடப்பகுதியைக் கற்பித்தேன். "டிச்சர் இப்பொழுது எட்டாம் வகுப்பு மாணவர்களுக்கு வேதியியலில் ஒரு பாடம் நடத்த வேண்டும்" "சரிங்க கற்பிக்கிறேன்." எனக்கூறி விட்டு எட்டாம் வகுப்பிற்குச் சென்று வேதியியல் கற்பித்தேன்.

பிறகுதான் புரிந்தது, பெரும்பாலான ஆசிரியர்கள் நடந்து முடிந்திருந்த பொதுத்தேர்வு விடைத்தாள்களை மதிப்பீடு செய்யச் சென்றிருக்கிறார்கள் என்று.

அடுத்த நாள் முதல் காலையில் ஆசிரியர் அறைக்குச் சென்று என் பையை வைத்து விட்டு வெளியில் வந்தேன். ஆசிரியர் இல்லாத வகுப்புகளுக்குச் சென்று கற்பிக்கலானேன். மனதில் பூரிப்பு. கரும்பு தின்னக் கூலியா? ஒவ்வொரு மணித்துளியையும் மனமுவந்து கருத்தூன்றிக் கற்றுக் கொடுத்தேன்.

ஒரு மாத காலம் கற்பிக்கவும், கற்றுக் கொள்ளவும், பயிற்சி எடுத்துக் கொள்ளவும் வாய்ப்பளித்தார்கள். இது செயல் முறைத் தேர்வின் ஒரு பகுதியாகும். எங்களுக்கு அதுவரை கற்றுக் கொடுத்த அனைத்தையும் செய்து முடிக்க வாய்ப்புத் தந்தார்கள்.

ஒவ்வொரு வகுப்பிற்கும் செல்வதற்கு முன்னால் நாங்கள் எடுக்கப் போகும் பாடத்திற்குப் பாடத்திட்டம் தயாரித்தோம்.

திரு. சீனிவாசன், திரு. ஜெயராமன் ஆகிய ஆசிரியர் வகுப்பில் மாணவர்களுக்குக் கற்றுக் கொடுத்ததைக் கூர்ந்து கவனித்து உற்று நோக்கல் படிவம் தயாரித்தோம். ஒரு விளையாட்டு வேளையில் மாணவர்களுக்கு ஏதேனும் ஒரு விளையாட்டை விளையாடக் கற்றுக் கொடுத்து அதன் விதிகளையும் கற்றுக் கொடுத்தோம்.

மாதிரி வினாத்தாள்களைத் தயாரித்துத் தேர்வு நடத்தினோம். அதற்கான வரைபடத்தையும் தயாரித்தோம். வினாத்தாளை எப்படித் தயாரிக்க வேண்டும் என்று எங்களுக்குக் கற்றுக் கொடுத்த விதிகளை அவ்வாறே பயன்படுத்தினோம்.

ஒன்பதாம் வகுப்பில் மிகச்சிறப்பாகப் படிக்கின்ற, அல்லது மிகவும் குறைந்த மதிப்பெண் பெறுகிற மாணாக்களைக் குறித்து அனைத்துத் தகவல்களையும் சேகரித்து ஒரு ஆய்வேடு தயாரிக்கச் சொன்னார்கள். மாணவன் படிக்கும் முறை, படிக்கும் நேரம், படிக்க உடனமர்ந்து உதவி செய்பவர் பற்றிய தகவல்கள், மாணவனது மனநிலை, குடும்பச் சூழ்நிலை, அவன் கல்வியில் பெற்றோரது பங்கு ஆகிய அனைத்தையும் கேட்டறிந்து அந்த ஆய்வேட்டைத் தயாரித்தோம். அதற்காக அந்த வகுப்பில் முதல் மதிப்பெண் பெற்றுக் கொண்டிருந்த ஆனந்தக்குமார் என்னும் மாணவனைக் குறித்து அனைத்து செய்திகளையும் கேட்டறிந்து பதிவேடு தயாரித்து, அந்தச் செய்திகளின் அடிப்படையில் ஒரு ஆய்வேடு தயாரித்தேன். அது போதுமானதாக இருந்தது.

ஆனால் என்மனம் நிறைவடையயவில்லை. ஆறாம் வகுப்பில் படித்துக் கொண்டிருந்த, படிப்பில் மிகவும்

பின்தங்கியிருந்த மோகன் என்னும் மாணவனது படிப்பையும் மதிப்பெண்களையும் கவனித்தேன். மிக கவனம் செலுத்தப்பட வேண்டியவனாக இருந்தான். தேர்வில் எழுத்துக்களைக் கூட்டிக் கூட்டி விடை எழுதுவான். வெறும் எழுத்துக்கள் மட்டுமே இருந்தன. பொருள் எதுவும் இருக்காது. விடைத் தாள்களில் ஒரு மதிப்பெண் அல்லது இரண்டு மதிப்பெண் இருக்கும். எப்படி ஆறாம் வகுப்புவரை வந்தான் என்று தெரியவில்லை.

ஒரு நாள் அவனது வகுப்பாசிரியரின் அனுமதி பெற்று, ஒரு பாடவேளையில் அவனை வரவழைத்து, தனியாக அமர்ந்து அவனைப் பற்றிய செய்திகளைக் கேட்டறிந்தேன். அவனுக்குத் தனியாக தினமும் சிறிது நேரம் கற்பித்தேன். அவனுடைய பெற்றோரைத் தனியாக வரவழைத்துப் பேசினேன். அவர்கள் நிலைமை எனக்குத் துன்பத்தைத் தந்தது. தங்கள் மகன் நன்றாகப் படிக்க வேண்டும் என்ற அவர்களுடைய ஆசைமட்டும் போதுமா? அவனுடைய குறைந்த பட்சத் தேவைகளையாவது அவர்கள் நிறைவேற்ற வேண்டும். அதற்காக அவர்கள் என்னென்ன முயற்சிகளை மேற்கொள்ளலாம் என்பதையும் எடுத்துக் கூறினேன். மோகனுக்கு நண்பர் யாருமில்லை. தாழ்வு மனப்பான்மை காரணமாக மற்ற மாணவர்களுடன் பேசவே தயங்கினான். அது எனக்கு மிகுந்த வருத்தத்தைத் தந்தது. எப்பொழுதும் ஏக்கம் தோய்ந்த முகத்துடன் இருப்பான்.

நேரம் கிடைக்கும் பொழுதெல்லாம் அவனுக்குக் கற்பித்தேன். மாலையில் பள்ளி நேரம் முடிந்தவுடன் சிறிது நேரம் கற்பித்தேன். அவனும் ஆர்வத்துடன் கற்றுக்

கொண்டான். எளிமையாகக் கற்றுத் தேர்ச்சி பெறும் அளவிற்கு மதிப்பெண் வாங்கக் கற்றுக் கொடுத்தேன். அந்தமாத இறுதியில் நடத்தப்பட்ட தேர்வில், தமிழில் நாற்பது மதிப்பெண் பெற்றான். என்ன ஒரு வியப்பு. எனக்கும் அவனுக்கும் ஏற்பட்ட மகிழ்ச்சியை சொற்களில் வடிக்கவே முடியாது. அவனுக்குள் நம்பிக்கை பிறந்தது. அதோடு அவனை விட்டுவிடவில்லை. என் பயிற்சிக் காலம் முடிந்த பிறகும் கூட அவனுக்குக் கற்பிக்க ஏற்பாடு செய்து கொண்டேன். எனது செயல்களைக் கவனித்துக் கொண்டே இருந்தவர்கள் என்னிடம் கேட்ட வினா இதுதான். "நீங்கள் எதையுமே எளிதாகச் செய்து முடிக்க மாட்டீர்களா? "மாட்டேன்" என்று என் மனம் உடனே விடையளித்தது. அவர்களிடம் நான் சொன்ன விடை இதுதான்.

"மிக எளிதாகச் செய்து முடிக்கும் செயல்களை மட்டும் செய்வதில் என்ன பெருமை இருக்கிறது? மற்றவர் செய்யத் தயங்குகிற, செய்ய முடியாத செயலைச் செய்து முடிப்பது தான் எனக்கு மகிழ்ச்சியைத் தரும்.

தலைமை ஆசிரியர் திரு. பரமேசுவரன், ஏற்கனவே அறிமுகமானவராக இருந்தார். ஆசிரியர் திரு. சீனிவாசன் பக்கத்து வீட்டில் குடியிருந்தார். திரு. ஜெயராமன் என் பெரியப்பாவின் மாணவராக இருந்தார். எனக்கு ஏதேனும் ஐயம் ஏற்பட்டால் சரியாக வழிகாட்டினார்கள்.

எங்களுடைய பயிற்சி நாட்கள் முடிந்தவுடன், பயிற்சியாளர் அனைவரும் மீண்டும் எங்கள் வகுப்பிற்குத் திரும்பினோம்.

மீண்டும் எங்களுக்குத் தீவிரமாகப் பயிற்சியளித்தார்கள். உற்று நோக்கல் படிவங்கள் தயாரித்தோம். பாடத்திட்டங்கள் தயாரித்தோம். நாங்களே ஒவ்வொருவராக முன்வந்து கற்பித்தோம். கற்பிக்கும் போது தேவைப்படும் உபகரணங்கள் ஏராளமானவற்றைத் தயாரித்தோம். மாதிரிப் படங்களைத் தயாரித்தோம். நாங்களே எங்களுக்குள் கருத்தரங்குகள் நடத்திக் கொண்டோம்.

எங்கள் திறமைகளை வெளிக்கொணர திருமதி. சிவகாம சுந்தரி பல வழிகளில் முயன்றார்கள். ஒரு சொல்லை ஒரு சிறு காகிதத் துண்டில் எழுதி அதை நன்கு சுருட்டி மேசைமேல் வைத்தார்கள்.

அப்படிப் பல சொற்களை, பல காகிதத் துண்டுகளில் எழுதி மேசைமேல் குவித்து வைத்தார்கள். மலர், நிலா, ஒரு விரல், கட்டை விரல், காதல், உலா என்பன அவற்றுள் சில சொற்கள்.

ஒவ்வொரு மாணவராகக் கூப்பிட்டு ஏதேனும் ஒரு காகிதச் சுருளை எடுக்கச் சொல்லி, அதில் எழுதியிருக்கும் தலைப்பைப் பற்றி உடனே பேசச் சொல்வார்கள். அந்தத் தலைப்பைக் குறித்து நாங்கள் ஏற்கனவே தெரிந்து வைத்திருக்கும் செய்திகளை ஐந்து மணித்துளிகள் பேச வேண்டும்.

அதுபோலவே பல படங்களை வெட்டி எடுத்து வந்து மேசைமேல் கவிழ்த்து வைப்பார்கள். ஒவ்வொருவராகச் சென்று ஒரு படத்தை எடுத்து அதில் உணர்த்தப்பட்டிருக்கும் செய்தியைக் குறித்து தத்தம்

கருத்துக்களை ஐந்து மணித்துளிகள் பேசவேண்டும். இவையெல்லாம் செயல்முறைத் தேர்விற்காக எடுத்துக் கொண்டு மதிப்பெண்கள் தந்தார்கள்.

ஓர் ஆசிரியர் தெரிந்து கொள்ள வேண்டிய அனைத்தையும் தெரிந்து கொண்டோம்.

ஒரு மாணவன் வகுப்பறையில் தூங்குகிறான் என்றால் அதற்கு ஒன்பது காரணங்களைக் குழந்தை உளவியலார் கூறுகின்றனர். அந்தக் குழந்தையின் குறை என்ன என்று கண்டுபிடித்து, அந்தக் குறையைக் களைய உதவ வேண்டும். மற்ற குழந்தைகளைப் போல் அந்தக் குழந்தையையும் இயல்பு நிலைக்குக் கொண்டுவர வேண்டும். அது ஒரு ஆசிரியரின் தலையாய கடமையாகக் கருதப்படுகிறது.

மாணவர்களிடம் ஏதேனும் சிக்கல் காணப்பட்டால் அதைக் கண்டுபிடித்து அதிலிருந்து வெளிவர அவர்களுக்கு உதவ வேண்டும். எதிலும் கூர்நோக்கு உடையவர்களாகவும், பொறுமை உடையவர்களாகவும் இருக்க வேண்டும்.

வினாத்தாளை எப்படித் தயாரிக்க வேண்டும்? மிக நன்றாகப் படிக்கும் மாணவனையோ, பின் தங்கிய மாணவனையோ மையப்படுத்தி வினாத்தாள் தயாரிக்கக் கூடாது. சராசரி மாணவனைக் கருத்தில் கொண்டே வினாத்தாளைத் தயாரிக்க வேண்டும். ஒருமுறை கேட்கப்பட்ட வினா, எக்காரணம் கொண்டும் எந்த வடிவத்திலும் இரண்டாவது முறை கேட்கப்படக் கூடாது.

தேர்வு முடிந்தபிறகு விடைத்தாள்கள் திருத்தி முடிக்கப்பட்டு விட்டால்,

வினா வரைபடம்

வினாத்தாள்

விடைக்குறிப்பு

விடைத்தாள்கள்

மதிப்பெண் பட்டியல்

இவை அனைத்தையும் ஒன்றாகச் சேர்த்துத் தலைமை ஆசிரியரிடம் கொடுக்க வேண்டும்.

மாணவர்களை நல்ல நடத்தைகளுக்குப் பழக்கப்படுத்த வேண்டும். மொத்தத்தில் ஆசிரியர் மாணவர்களுக்கு ஒரு நல்ல முன்மாதிரியாக இருக்க வேண்டும். இது போன்ற ஏராளமான செய்திகளைத் தெரிந்து கொண்டோம்.

அரசுக்கல்லூரியில் முதல்வராக இருந்த திருமதி. சாந்தா அவர்களுடைய கணவர் ஒரு முறை வகுப்பில் எங்களிடம் கூறினார், "நீ ஊருக்கே ராஜாவாக இரு. ஆனாலும் நீ ஒரு ஆசிரியருக்கு மாணவன் தான் என்று தலைநிமிர்ந்து கூறும் துணிவைப் பெறவேண்டும். அப்படி ஒரு துணிவைப் பெற வேண்டும் என்றால் நீங்கள் ஒரு ஆசிரியருக்குத் தேவையான அனைத்துத் தகுதிகளையும், திறமைகளையும் பெற்றிருக்க வேண்டும். அதற்கு உங்களை ஆயத்தப்படுத்திக் கொள்ள இதுவே சரியான வாய்ப்பு நன்கு பயன்படுத்திக் கொள்ளுங்கள்" என்று கூறி எங்கள் மனதில் சொல்ல முடியாத அளவிற்குப் பெருமித உணர்வை உண்டு பண்ணினார்.

அத்தனை பயிற்சிகளையும் பெற்றுக் கொண்டு ஒரு ஆசிரியராக வெளியில் வரவேண்டிய நாளும் வந்தது. மகிழ்ச்சியும் பெருமிதமும் ஒரு புறம். அனைத்தையும் கற்று முடித்து விட்டு வெளியில் செல்ல வேண்டிய நாளும் வந்து விட்டதே என்ற துன்பம் ஒரு புறம். மனம் பக்குவப்பட்டிருந்தது. பிறர்முன் கண்கள் கலங்கக்கூடாது என்ற எண்ணத்தில் கண்ணீரை அடக்கிக் கொண்டோம். வாழ்க்கையில் ஒரு முழுமையை உணர்ந்தோம். தலையுயர்த்தி வெளியில் வந்தோம். எங்களை ஆசிரியர்களாக உருவாக்கிய அத்தனை ஆசிரியர்களுக்கும் நாங்கள் நன்றி கூறக் கடமைப்பட்டிருக்கிறோம்.

மிகச்சிறந்த பயிற்சியளித்து என்னைத் திறமைமிக்க சிற்பியாக உருவாக்கினார்கள். கல்வியியல் இளையர் பட்டத்தை வழங்கியதன் மூலம் என் கையில் ஒரு உளியையும் கொடுத்தார்கள். அவர்களுக்கெல்லாம் நன்றி சொல்ல நாவில்லாமல் நலிந்தேன். நன்றி சொல்ல சிறந்த சொற்கள் வசப்படவில்லை.

என் வாழ்க்கையில் ஒரு மிகப்பெரிய நல்லதோர் திருப்புமுனை அது. பிள்ளைகள் இருவரும் பெரிய வகுப்பிற்குச் செல்லச் செல்ல கூடுதல் படிக்க வேண்டியிருந்ததால் அதிக நேரம் அவர்களுக்கு உதவி செய்வதற்காக ஒதுக்கினேன்.

1991 ஆம் ஆண்டு, வானவன் பன்னிரண்டாம் வகுப்பு இறுதித் தேர்வுக்குத் தயாராகிக் கொண்டிருந்த நேரம் எதிர்பாராத ஒரு துயரமான நிகழ்ச்சியும் நடந்தது. எனது கணவருக்கு மாரடைப்பு ஏற்பட்டது. மருத்துவமனையில் தீவிர சிகிச்சைப் பிரிவில் சேர்த்தோம். அன்று இரவு

மருத்துவமனையில் நெடுநேரம் என் தந்தை என்னுடன் அமர்ந்து பேசினார். "கவலைப்படாதே அறிவியல் மிகவும் வளர்ந்திருக்கிறது. நிச்சயமாகக் குணப்படுத்தி விடுவார்கள். இது போன்ற தருணங்களே வாழ்க்கை இன்னதென்று உணர்த்தி விட்டுச் செல்கிறது. நம்மைச் சிந்திக்கத் தூண்டுகிறது. எப்பொழுதுமே எதிர்பாராததை எதிர்பார்த்து வாழப்பழக வேண்டும். (Always expect the unexpected) உன் பிள்ளைகள் இருவரும் தேர்வுக்குப் படித்துக் கொண்டிருக்கிறார்கள். நீ அவர்களுடன் இருக்க முடியாத இந்தச் சூழ்நிலையில், நான் அவர்களுடன் இருந்து, நன்றாகத் தேர்வை எழுதி முடிக்க அவர்களுக்கு ஊக்கம் தர வேண்டும் என்று நினைக்கிறேன். நீ கவலைப்படாமல் இரு. மீண்டும் காலையில் வருகிறேன்." என்று சொல்லிப் புறப்பட்டுச் சென்றார். யார் உடன் இருந்தாலும் இல்லாவிட்டாலும் நமக்கு ஏற்படும் துன்பங்களை நாம்தான் எதிர்கொள்ள வேண்டும் என்று என்னை நானே தேற்றிக் கொண்டேன். நல்ல வேளையாக அறுவை சிகிச்சை தேவைப்படவில்லை. மருந்திலேயே குணப்படுத்தினார்கள்.

மறுநாள் காலையில் எங்கள் குடும்ப மருத்துவர் திரு. தண்டபாணி மருத்துவமனைக்கு வந்தார். தம்பியிடம் கேட்ட முதல் வினா, "அக்கா படித்திருக்கிறார்களா?' என்று. "ஆமாம், படித்திருக்கிறார்கள்" என்று பதிலுரைத்தான். ஏன் அப்படிக் கேட்டிருப்பார் என்று வெகுநேரம் சிந்தித்துக் கொண்டிருந்தேன். ஒரு வேளை சிக்கலான சூழலில் துணிவுடன் நிற்கவும் சிந்திக்கவும் பெண்களுக்குக் கல்வியறிவு வேண்டும் என்று நினைத்திருப்பாரோ?

குணமடைந்து வீட்டிற்குத் திரும்பும் போது சிகிச்சையளித்த மருத்துவர் சொன்னார், "இரண்டு மாதங்களுக்கு மிகவும் கவனமாக இருக்க வேண்டும். உணவு, உறக்கம், ஓய்வு இவற்றில் தீவிர கவனம் செலுத்த வேண்டும். மீண்டும் இரண்டு மாதம் கழித்து வாருங்கள்" என்றார். சிறிது காலம் அவருடைய பணியைச் செய்ய இயலவில்லை. எனவே அவருடைய பணிகளையும் நானே செய்தேன்.

ஏதேனும் ஒரு பள்ளிக்குச் சென்று ஆசிரியராகப் பணிபுரிய மிகவும் ஆர்வம்தான். ஆனாலும் என்ன செய்வது, ஆர்வத்தை அடக்கிக் கொண்டேன்.

ஒரு நாள் வளர்மதி பள்ளியிலிருந்து வந்தவுடன் சொன்னாள். "எங்கள் பள்ளி அலுவலகத்தில் பணிபுரியும் சகோதரி. ரோஸ்மேரி (Sister Rose Mary) தொலைதூரக் கல்வித் துறையில் இளங்கலை பொருளாதாரம் படித்துக் கொண்டிருக்கிறார்கள். அவர்களுக்குத் தமிழ் கற்றுக் கொடுக்க முடியுமா என்று உன்னிடம் கேட்டுவரச் சொன்னார்கள். கற்றுத்தர முடியுமா? என்று கேட்டாள்.

எவ்வளவு அருமையான வாய்ப்பு என்று எண்ணி மகிழ்ச்சியுடன் கூறினேன், "நிச்சயமாகக் கற்றுக் கொடுக்கிறேன்", ஆனால் அவர்கள் இங்கு வந்துதான் படிக்க வேண்டும், அங்கு வந்து கற்றுக் கொடுக்க இயலாத சூழ்நிலையில் இருக்கிறேன். வீட்டிற்கு வரச்சொல்.

இளங்கலை வகுப்பில் பயின்றதால் முதல் ஆண்டு இரண்டு தாள், இரண்டாம் ஆண்டு இரண்டு தாள் பொதுத்தமிழ் பயில வேண்டும். தினமும் மாலையில்

வீட்டிற்கு வந்து கற்றுச் செல்வார்கள். ஞாயிறு மற்றும் விடுமுறை நாட்களில் காலையில் பத்து மணிக்கு வருவார்கள். அதற்குள் என் வேலைகளையெல்லாம் முடித்துவிட்டுக் காத்திருப்பேன்.

முதல் நாள் வீட்டிற்கு வந்த போது தான் தெரிந்தது, தமிழில் அடிப்படைச் செய்திகளே அவர்களுக்குத் தெரியாது என்று." பிறகு எதற்காகத் தமிழ் எடுத்தீர்கள்?" என்று கேட்டேன்.

"எனக்குத் தமிழ் கற்றுக் கொள்ள வேண்டும் என்று ஆசை. நல்ல தமிழில் பேச வேண்டும் என்று பல ஆண்டுகளாகக் கனவு காண்கிறேன்" என்று மலையாளத்திலேயே சொன்னார்கள்.

அவர்களுடைய தமிழார்வத்தைத் தெரிந்து கொண்ட பொழுது என் தயக்கம் உடனே மறைந்தது. அதை ஒரு சவாலாகவே எடுத்துக் கொண்டேன்.

தமிழ் எழுத்துக்கள், குறில் நெடில், ஒருமை பன்மை, ஐந்து பால்வகை, தன்னிலை, முன்னிலை, படர்க்கை இவற்றையெல்லாம் கற்றுக் கொடுக்கவே இரண்டு மாதங்களாகி விட்டன. அவர்கள் தேர்வெழுத வெறும் ஆறுமாதங்களே இருந்தன. அதற்குள் இரண்டு தாளுக்கான பாடங்களைக் கற்றுத் தர முடியுமா, அவர்களைத் தேர்வெழுத ஆயத்தப் படுத்த முடியுமா? என்று தெரியவில்லை. அது மட்டுமல்ல, பாடத்தில் தொடர்நிலைச் செய்யுளான சீவகசிந்தாமணியில் அகச்சுவையுடன் கூடிய பாடல்கள் நிறைய இருந்தன. கன்யாஸ்திரியான அவருக்கு அவற்றை எப்படி

விளக்கமாகக் கற்பிப்பது என்று சிந்தித்தேன். எனவே அவரிடம் சொன்னேன். "மிகக் குறைந்த காலத்தில் நீங்கள் நிறையப் படிக்க வேண்டியிருக்கிறது. அனைத்தையும் படித்து முடிப்பது இயலாத காரியம். அதனால் அனைத்துப் பாடங்களுக்கும், மிகவும் இன்றியமையாதது என்று நான் நினைக்கும் வினாக்களுக்கு விடைகளை எழுதித் தருகிறேன். அவற்றை மட்டும் படித்து, எழுதிப் பயிற்சி பெறுங்கள். பின்னாளில் அனைத்தையும் விரிவாகப் படிக்கலாம்" என்றேன். நான் எழுதிக் கொடுத்த வினா விடைகளை மட்டும் நன்கு படித்து விட்டுத் தேர்வெழுதினார். ஆனால் சில இடங்களில் எழுத்திலும், சொற்களிலும் மலையாளச் சாயல் இடம் பெற்றிருக்கும்.

தமிழ்த் தேர்வு எழுதி முடித்து விட்டு வந்தபோது எனக்கு உறக்கம் போயிற்று. எப்படி எழுதினீர்கள் என்று கேட்ட போது நன்றாக எழுதியிருக்கிறேன் என்று மிகுந்த உற்சாகத்தோடு கூறினார்.

தேர்வு முடிவுகள் நாளை வெளிவரும் என்று சொன்ன அன்றைய தினம் என் மனம் நிலை கொள்ளவில்லை. உறக்கம் வரவில்லை. அடுத்த நாள் அவர் செய்தி சொல்வார் என்று பெரும்பாலான நேரம் தொலைபேசி அருகிலேயே அமர்ந்திருந்தேன். நினைத்த மாதிரியே தொலைபேசியில் பேசினார். நான் கேட்ட முதல்வினா, "எவ்வளவு மதிப்பெண்கள்?" மிகுந்த உற்சாகத்தோடு மகிழ்ச்சிக் குரலில் சொன்னார், "தமிழ் முதல் தாளில் 47 மதிப்பெண்கள், இரண்டாவது தாளில் 40 மதிப்பெண்கள். மிக்க நன்றி வானதி" என்றார். அவ்வளவுதான், தொலைபேசியை வைத்து விட்டு

அசைவின்றி வெகுநேரம் அமர்ந்திருந்தேன். கண்களில் அடக்க முடியாமல் கண்ணீர். அது நிச்சயம் மகிழ்ச்சிக் கண்ணீர் தான். அவர்கள் அந்த மதிப்பெண்களைப் பெற நான் மேற்கொண்ட முயற்சி, அவர்கள் மேற்கொண்ட முயற்சி இரண்டுமே பெரிதுதான். இரண்டாம் ஆண்டும் இரண்டு தாள்கள் எழுதினார். இரண்டிலுமே முதல் முயற்சியிலேயே வெற்றி பெற்றார். அது அவருடைய வெற்றி மட்டுமல்ல. என்னுடைய வெற்றியாகவும் இருந்தது.

அந்த ஞாயிற்றுக்கிழமை வண்டியில் வந்தார்கள். உடன்வந்த ஒரு பெண் பெரிய அட்டைப்பெட்டி ஒன்றை மிகக் கவனமாக எடுத்து வந்து கீழே வைத்தாள். அது அவர்கள் எனக்கு நன்றியுடன் தரும் பரிசு என்றார்கள். "வானதி, எனக்குப் பிடித்தவற்றை உங்களுக்குப் பரிசாகக் கொண்டு வந்திருக்கிறேன். மிக எளிமையான பொருட்கள்தான். ஆனாலும் உங்களுக்கும் பிடிக்கும் என்று தேர்ந்தெடுத்திருக்கிறேன். பெட்டியைப் பிரித்துப் பார்த்தபோது மிகுந்த மகிழ்ச்சி ஏற்பட்டது. அனைத்துமே வண்ண வண்ணக் குவளைகள், தட்டுக்கள், கிண்ணங்கள்(China Dish). என் மகிழ்ச்சிக்கு ஒரு காரணமும் இருந்தது.

நான் வேலூரில் எட்டாம் வகுப்புப் படித்துக் கொண்டிருந்த போது என்னுடன் பயின்ற டெபோரா அவள் வீட்டிற்கு ஒருநாள் என்னைக் கூட்டிக் கொண்டு போனாள். உள்ளே சென்று பார்த்தேன். அவர்கள் உண்ணும் அறைக்குச் சென்று பார்த்த போது ஒரு புதிய உணர்வு ஏற்பட்டது. அவ்வளவு அழகான மேசை, மேசை

விரிப்பு, அதன்மேல் வைக்கப்பட்டிருந்த பல வண்ணப் பீங்கான் பாத்திரங்கள், பெரியதாகவும், சிறியதாகவும் பீங்கான் தட்டங்கள், பல வண்ணங்களிலான குவளைகள். அவற்றைப் பார்த்துவிட்டு வந்தபோது நம் வீட்டிலும் இவ்வளவு அழகான பொருட்களை இதேபோல் வைத்திருந்தால் எப்படி இருக்கும் என்று சிந்தித்துக் கொண்டே வந்தேன்.

அப்பா வீட்டிற்கு வந்தபோது இது பற்றி அவரிடம் கூறினேன். நமக்கும் அது போல் வாங்கலாமா என்று கேட்டேன். அதற்கு அவர் சொன்னார், நான் அடிக்கடி பணியிடமாற்றம் பெறுவதால் இவற்றைத் தூக்கிக் கொண்டு செல்வது கடினம். நமக்குச் சொந்தமாக வீடுகட்டிக் கொள்ளும்போது வாங்கிக் கொள்ளலாம் என்றார். அதன்பிறகு அதை நான் மறந்தே போனேன். மீண்டும் அதே போன்ற பொருட்களைப் பார்த்தவுடன் மனம் பரவசப்பட்டது.

பிள்ளைகள் இருவரும் படித்துக் கொண்டிருந்த நாட்களில் அவர்களுக்குத் தெரியாமலேயே அவர்களைக் கண்காணித்தேன். அவர்கள் யாருடன் நட்பு பாராட்டுகிறார்கள், வகுப்பில் எப்படி நடந்து கொள்கிறார்கள் என்பனவற்றையெல்லாம் கவனித்தேன். அவர்கள் சரியான நடவடிக்கைகளை மேற்கொள்கிறார்களா, சரியான பாதையில் நடந்து செல்கிறார்களா என்பதை உறுதிப்படுத்திக் கொள்வதே என் நோக்கமாயிருந்தது. பல நடைமுறைச் சிக்கல் இருந்த போதும், அவற்றை எப்படிக் கடந்து செல்வது என்று அவர்களே தெரிந்து கொண்டார்கள். ஒரு நாள் வானவனுடைய நண்பர்கள் வீட்டிற்கு வந்து

இரவு இரண்டாம் காட்சி திரைப்படத்திற்குப் போக அவனையும் அனுப்புமாறு கூறினார்கள். அதற்கு என்ன தேவை? என்று அவர்களிடம் கேட்டு வானவனை அனுப்ப மறுத்து விட்டேன். அவனை அருகில் அமரவைத்து ஏன் இரண்டாம் காட்சிக்குப் போகக் கூடாது என்பதற்கான காரணங்களை விளக்கினேன். அதன் பிறகு அவன் அதைத் தவிர்த்தான். அவனுடைய நண்பர்கள் என்னை எள்ளி நகையாடினார்கள். ஆனால் நான் வானவனிடம் சொன்னது இதுதான். "நாம் எப்படியும் வாழலாம் என்று ஒரு போதும் எண்ணக் கூடாது. இப்படித்தான் வாழ வேண்டும் என்று நமக்காகக் கொள்கைகளை வகுத்துக் கொண்டு அவற்றின் படிதான் செம்மையாக நடக்க வேண்டும்" இன்றுவரை அவன் அவற்றைக் கடைப்பிடிக்கிறான்.

கோவை சொந்த ஊர் என்பதாலும், கல்லூரிக்கு அருகிலேயே வீடு இருந்ததாலும், தன்னுடன் பயின்று கொண்டிருந்த மாணவர்களுக்கு என்ன உதவி தேவைப்பட்டாலும் சரியான நேரத்தில் செய்து கொடுத்தான். மூன்றாம் ஆண்டு பயின்று கொண்டிருந்த போது என் தந்தை கல்லூரிக்குச் சென்று அவனுடைய பேராசிரியர் திரு. உஸ்மான் செட் (Osman Seit) அவர்களைச் சந்தித்துத் தன்னை அறிமுகப் படுத்திக் கொண்டார். அந்தச் சந்திப்பு அவருக்கும் மகிழ்ச்சியைத் தந்தது. அப்பா அவரிடம், "வானவன் வகுப்பில் எப்படி நடந்து கொள்கிறான், நன்கு படிக்கிறானா? எப்படிப்பட்ட மாணவன் என்று நினைக்கிறீர்கள்?" என்று கேட்டதற்கு மிகச் சுறுக்கமாக ஒரே சொற்றொடரில் விடையளித்தார்.

"வானவனைப் போல் எத்தனை மாணவர்கள் வகுப்பிற்கு வந்தாலும் கற்றுக் கொடுப்பதில் எனக்கு மகிழ்ச்சியே. எந்த விதத்திலும் சுமை தெரியாது." தந்தை மகற்காற்றிய உதவியும், மகன் தந்தைக்கு ஆற்றிய உதவியும் மிகச் சரியாக இருந்தன. அதிக பட்சமாக 92 விழுக்காடு மதிப்பெண் பெற்று வெளியில் வந்தான். அந்த மதிப்பெண்ணைப் பார்த்த பொழுது அவனுக்கு ஆங்கில இலக்கியத்தில் எவ்வளவு ஈடுபாடு இருந்தது என்பதை என்னால் புரிந்து கொள்ள முடிந்தது. படிப்பில் மட்டுமல்ல ஒழுக்கத்திலும் மிகச் சிறந்து விளங்கினான்.

அப்பொழுது வளர்மதி பன்னிரண்டாம் வகுப்பில் படித்துக் கொண்டிருந்தாள். தாவரவியல் அவளுக்கு மிகவும் விருப்பமான துறை என்பதால் தாவரவியல் உயிரியல் பாடங்களைத் தேர்ந்தெடுத்திருந்தாள். அவளைப் பற்றியும் ஆசிரியர் வழியாகத் தெரிந்து கொள்ள விரும்பினேன். அவளுடைய வகுப்பாசிரியர் திருமதி. சுசீலாமேரி, தாவரவியல் ஆசிரியருங்கூட. ஒரு நாள் பள்ளிக்குச் சென்று அவர்களைத் தனியாகச் சந்தித்தேன். வளர்மதியைப் பற்றிக் கேட்டேன். என்ன வியப்பு! அவர்கள் சொன்னதும் அதே கருத்துத்தான். "வளர்மதியைப் போல எத்தனை மாணவிகள் வகுப்பில் அமர்ந்து கற்றாலும் எனக்குக் கற்பிக்கும் சுமை தெரியாது. நான் என்ன செய்யச் சொல்கிறேனோ, எப்படிச் செய்யச் சொல்கிறேனோ அதை அப்படியே செய்து முடித்து விட்டுச் செல்வாள்." மிகச் சரியாகவே வளர்ந்து கொண்டிருக்கிறார்கள் என்று எண்ணி மகிழ்ந்தேன். இந்த இடத்தில் நான் திருமதி. சுசீலாமேரியைப் பற்றி ஒரு

செய்தியை உங்களுக்குச் சொல்ல வேண்டும் என்று விரும்புகிறேன்.

முதன் முதலில் சென்னையில் சர்ச் பார்க் கான்வென்ட்டில் தான் தன் ஆசிரியப் பணியைத் தொடங்கினார். அப்போது முன்னாள் முதலமைச்சர் செல்வி. ஜெயலலிதா அவருடைய மாணவியாக இருந்தார். ஒரு நாள் வகுப்பிற்கு வர மிகவும் தாமதமாகிப் போனபோது, "ஏன் இவ்வளவு தாமதமாகப் பள்ளிக்கு வந்திருக்கிறாய்?" என்று கேட்க, "நான் திரைப்படத்தில் நடிக்கச் சென்றிருந்தேன். அதனால் வரத் தாமதமாகிவிட்டது" என்று செல்வி. ஜெயலலிதா கூறியிருக்கிறார். திருமதி. சுசீலாமேரி, "ஒன்றுபடிக்கவா, அல்லது நடிக்கப்போ. இரண்டையும் ஒரே நேரத்தில் உன்னால் செம்மையாகச் செய்ய முடியாது. இப்பொழுதே முடிவுசெய்துகொள்" என்று கண்டிப்புடன் கூறியிருக்கிறார். மதிய உணவிற்கு வீட்டிற்குச் சென்ற செல்வி. ஜெயலலிதா பிறகு பள்ளிக்கு வரவே இல்லையாம். இதை அவர் தன் நாட்குறிப்பு ஏட்டிலும் (Diary) எழுதி வைத்திருக்கிறார். திருமதி. சுசீலாமேரி மிகவும் கண்டிப்பானவர். மாணவர்கள் படிப்பிலும் ஒழுக்கத்திலும் சிறந்து விளங்க வேண்டும் என்பதில் கண்டிப்புடன் இருப்பவர். இன்றும் நலமுடன் இருக்கிறார். கோவையில் உள்ள சாய்பாபா காலனியில் அவர்களுடைய வீட்டில் வாழ்ந்து வருகிறார். வயது அவரது உடலைத் தளர்த்தியிருந்தாலும், என்றுமே அசையாத உள்ளம் அவர்களுடையது.

என்னிடம் படிக்க வந்த காரணத்தால் சகோதரி. ரோஸ்மேரியும் பள்ளியில் வளர்மதியைக்

கண்காணித்தார்கள். அவள் மீதான மற்ற ஆசிரியர்களின் கருத்துக்களையும் கேட்டறிந்தார்கள். மிகவும் நல்ல பெண் என்று மகிழ்ச்சியுடன் கூறினார்கள்.

பன்னிரண்டாம் வகுப்பை முடித்த பிறகு ஆயுர்வேத மருத்துவம் படிக்க விரும்பினாள். ஒரு விடுமுறை நாளில் மாங்கரையில் இருந்த ஆயுர்வேதக் கல்லூரிக்குச் சென்று, அந்த மருத்துவப்படிப்புக் குறித்து அனைத்தையும் தெரிந்து கொண்டு வந்தோம்.

இறுதித் தேர்வு எழுதத்தயாரானாள். வேதியியல் தேர்வுக்கு முதல்நாள் இரவு பதினொரு மணிக்கு அவளுடைய அறையில் விளக்கு எரிந்து கொண்டிருந்ததைப் பார்த்து, சூடாக ஏதேனும் குடிக்கக் கொடுக்கலாம் என்று நினைத்து அறைக்குள் நுழைந்தேன் அதிர்ச்சியடைந்தேன். தொலைக்காட்சியில் திரைப்படம் பார்த்துக் கொண்டிருந்தாள். "என்ன செய்து கொண்டிருக்கிறாய்? நாளைக்கு உனக்குத் தேர்வு இல்லையா?" என்று உரத்த குரலில் கேட்டேன். "அது நாளைக்குக் காலையில் தானே, அதற்கு இப்ப என்ன?" என்றாளே பார்க்கலாம். வியப்பாக இருந்தது. பன்னிரண்டாம் வகுப்புப் பொதுத்தேர்வை இவ்வளவு எளிதாக எடுத்துக் கொள்ள முடியுமா என்று நினைத்தேன். அதன்பிறகு என் நிம்மதி தொலைந்து போனது. தேர்வு முடிவுகள் நாளை வரும் என்றார்கள். அதைக்கேட்டு அன்று இரவு எனக்கு உறக்கம் வரவில்லை. எவ்வளவு மதிப்பெண் வாங்குவாளோ என்ற அச்சம். நல்ல மதிப்பெண்கள் எடுத்திருந்தாள். வேதியியலில் எவ்வளவு வாங்கியிருக்கிறாள் என்று பார்த்தேன். இருநூறுக்கு

191 மதிப்பெண்கள். உண்மையிலேயே நான் சிந்தனை வயப்பட்டேன். அவள் விரும்பியவாறே ஆயுர்வேத மருத்துவம் படிக்கக் கல்லூரியில் சேர்ந்தாள்.

இருவருமே சொல்லிவிட்டார்கள். "இனி நாங்கள் எங்களைப் பார்த்துக் கொள்வோம் நீ வேலைக்குப் போக விரும்பினால் போகலாம்," என்று.

அவருக்கும் உடல்நிலை தேறிவிட்டது. தன் வேலைகளைப் பார்க்கத் தொடங்கிவிட்டார். எந்தப் பள்ளிக்கு விண்ணப்பிக்கலாம் என்று சிந்தித்துக் கொண்டிருந்தேன்.

அப்பொழுது மெய்ப்பொருளியல் நிறைஞர் பட்டம் (M.Phil) பெற விரும்புவோர் விண்ணப்பிக்க ஒரு அறிவிப்பு மதுரை காமராசர் பல்கலைக் கழகத்திலிருந்து அன்றைய செய்தித்தாளில் வந்திருந்தது. அன்றே விண்ணப்பித்தேன்.

அவிலா பள்ளியின் அலுவலகத்தில் பணிபுரியும் திருமதி. பொன்னம்மா ஒரு நாள் மாலை வீட்டிற்கு வந்து, "நாளைக் காலை உங்களைப் பள்ளிக்கு வரச்சொல்லி முதல்வர். பேட்ரிக் சொல்லச் சொன்னார்கள். மறக்காமல் காலையில் பள்ளிக்கு வந்து விடுங்கள்" என்று சொல்லிச் சென்றார்.

இரவு முழுவதும் சிந்தனையாகவே இருந்தது. எதற்காக வரச் சொல்லியிருப்பார்கள், அங்கே யாருக்கேனும் தமிழ் கற்றுக் கொடுக்க வேண்டிருக்குமோ?

காலையில் பத்து மணிக்குப் பள்ளிக்குக்குள் நுழைந்தேன். சகோதரிகள் தங்கியிருக்கும் விடுதி

வளாகத்திற்குள் சென்று வரவேற்பறையில் அமரும்படி சொன்னார்கள். உள்ளே நுழைந்து அமர்ந்ததும் சகோதரி. ரோஸ்மேரி வந்தார்கள். "வாருங்கள், நன்றாக இருக்கிறீர்களா? வீட்டில் அனைவரும் நன்றாக இருக்கிறார்களா? தயவு செய்து இவற்றை எடுத்துக் கொள்ளுங்கள்" என்று கூறி இனிப்புகள் பழங்கள் வைக்கப்பட்டிருந்த தட்டங்களைக் கொண்டு வந்து மேசை மேல் வைத்தார்கள். "ஒரு நிமிடம் இருங்கள், முதல்வர் உங்களைப் பார்க்க வேண்டும் என்றார்கள். வரச்சொல்கிறேன்." என்று சொல்லி உள்ளே எழுந்து சென்றார்கள். என் சிந்தனை வலுத்தது. எதற்கு வரச்சொல்லியிருப்பார்கள். முதல்வர் சகோதரி. பேட்ரிக் அறைக்குள் நுழைந்தார்கள்.

"வாருங்கள், வணக்கம். ஏன் எதையும் சாப்பிடாமல் வைத்திருக்கிறீர்கள்? இந்தத் தேநீரை அருந்துங்கள் என்று சொல்லி கையில் கொண்டு வந்திருந்த தேநீர்க் குவளையைக் கையில் கொடுத்தார்கள். "வளர்மதி எப்படி இருக்கிறாள், கல்லூரிக்குச் செல்கிறாளா? கல்லூரி பிடித்திருக்கிறதா?" என்று கேட்டார்கள். இது உண்மையா? அல்லது கனவு காண்கிறேனா என்று ஐயப்பட்டேன். "மதர் சுப்பீரியர் உங்களைக் காணவேண்டும் என்று சொன்னார்கள். நான் போய் அவர்களை வரச் சொல்கிறேன் என்று கூறிவிட்டு எழுந்து உள்ளே சென்றார்கள். மதர் வயதில் மிகவும் மூத்தவராக இருந்தாலும் பெரும் மகிழ்ச்சியுடனும் உற்சாகத்துடனும் வந்து என் கரங்களைப் பிடித்துக் கொண்டார்கள். அவ்வளவுதான், என் இதயம் படபடவென்று அடித்துக் கொண்டது. பல வினாக்கள்

மனதுள் எழுந்தன. முன்னால் அமர்ந்தார்கள். முதலில் இதைக் குடியுங்கள் என்று தேநீர்க் குவளையை எடுத்து என் கையில் தந்தார்கள். குடிக்காமல் விட மாட்டார்கள் என்று எண்ணி அதை வாங்கிப் பருகினேன். "எங்களுக்காக ஒரு உதவி செய்ய முடியுமா?" அது என்ன உதவியாக இருந்தாலும் செய்து தர வேண்டும் என்று தீர்மானித்துக் கொண்டேன். "நிச்சயமாகச் செய்கிறேன். என்ன செய்ய வேண்டும்?" மலையாளத்தில்தான் பேசினார்கள். நானும் மலையாளத்திலேயே பதிலுரைத்தேன்.

விடுமுறை முடிந்து நாளைக்குப் பள்ளி திறக்கிறோம். தமிழாசிரியர் வேண்டும். நீங்கள் வந்து பணியில் சேர்ந்து கொள்கிறீர்களா? என்று கேட்டார்கள். என்னால் அதை நம்ப முடியவில்லை.

"வீட்டில் அனைவரிடமும் இது குறித்துப் பேசிவிட்டுச் சொல்லட்டுமா?" என்றேன்.

"நிச்சயமாகக் கேட்டுவிட்டுச் சொல்லுங்கள். ஆனாலும் நாங்கள் உங்கள் வருகைக்காகக் காத்திருப்போம்"

அன்று மாலை அனைவரிடமும் இதைச் சொல்லிவிட்டு, மறுநாள் காலையில் 8.30 மணிக்குப் பள்ளி வளாகத்திற்குள் நுழைந்தேன். சகோதரி. ரோஸ்மேரி, முதல்வர் பேட்ரிக் இருவரும் பள்ளிக் கட்டிடத்தின் முகப்பில் நின்றிருந்தார்கள். என்னைக் கண்டவுடன் மகிழ்ச்சியை வெளிப்படுத்தினார்கள். உள்ளே நுழையும் போது என் மனதில் நிறைந்திருந்த மகிழ்ச்சியைச் சொற்களில் வடிக்க இயலாது. அலுவலகத்திற்கு அழைத்துச் சென்று சட்டப்படி செய்ய வேண்டியவற்றைச்

செய்து என்னைக் கையெழுத்துப் போடச் சொன்னார்கள். பணி நியமன ஆணையை என்னிடம் கொடுத்தார்கள். எனக்கு 6, 8, 9 மூன்று வகுப்புகளைக் கொடுத்தார்கள்.

முதல்வர் என்னைக் கூட்டிக் கொண்டு போய் நான் கற்பிக்க வேண்டிய வகுப்புகளைக் காட்டி, மாணவர்களுக்கு என்னை அறிமுகப்படுத்தினார்கள். நான் அவர்களைப் பார்த்துச் சிரித்த போது, மிகுந்த உற்சாகத்துடனும், மகிழ்ச்சி நிறைந்த சிரிப்புமாகக் கரவொலி எழுப்பி வரவேற்றார்கள். 1998 ஆம் ஆண்டு ஆசிரியப் பணியில் சேர்ந்தேன். முதல் பாடவேளை ஒன்பதாம் வகுப்பிற்கானது. வகுப்பறைக்குள் நுழைந்தேன். என் உலகமே மாறிப்போனதாக, புத்துயிர் பெற்றிருப்பதாகத் தோன்றியது. மாணவிகளுக்கு முன் நின்று முன்வரிசையில் அமர்ந்திருந்த மாணவியிடம் புத்தகத்தை வாங்கிப் பிரித்தேன். கரும்பலகையில் எழுதுவதற்கு சாக்குக் கட்டியைக் கையில் எடுத்த போது என் மனம் மகிழ்ச்சிக் கூக்குரலிட்டது.

'இதற்குத் தானே நீ ஆசைப்பட்டாய்?" என்று என் உள்மனம் மீண்டும் மீண்டும் மகிழ்ச்சியுடன் கேட்டது. எவரெஸ்ட் சிகரத்தை எட்டிப்பிடித்த டென்சிங், ஹிலாரிக்கும் இது போன்ற மகிழ்ச்சிதான் ஏற்பட்டிருக்கும் என்று எண்ணிக் கொண்டேன். அன்றைய நாட்களில் கோவையில் முதலிடத்தைப் பிடித்திருந்த பள்ளி அது. கல்வியில் சாதனை புரிந்த, எண்ணற்ற மாணவிகளைப் பல துறைகளில் சாதிக்க வைத்திருந்த பள்ளி அது. பள்ளியுடனும் மாணவிகளுடனும் என்னை மனப்பூர்வமாக இணைத்துக் கொண்டேன். பெண்களுக்கு மட்டுமான பள்ளி அது.

நான் கைக்கடிகாரத்தை, மற்றவர்களைப் போல் அணியாமல், மணிகாட்டும் பகுதி உள்ளே இருக்கிற மாதிரி தான் அணிவேன். மறுநாள் கவனித்தேன். ஒரு சில மாணவிகள் என்னைப் போன்று கைக்கடிகாரத்தை அணிந்து வந்திருந்தனர். அடுத்தவாரம் பார்த்தால் அத்தனை மாணவிகளும் என்னைப் போலவே அணிந்து வந்திருந்தனர். சட்டென்று மனதில் ஓர் அச்சம் பரவியது. என் பொறுப்பு எவ்வளவு பெரியது என்பதை உணர்ந்தேன். எவ்வளவு பெரிய பொறுப்பை என்னை நம்பி ஒப்படைத்திருக்கிறார்கள், என் கடமையை செவ்வனே செய்து முடிக்க வேண்டுமே என்ற கவலையும் வந்தது. சரியாகச் செய்து விட்டுத்தான் செல்ல வேண்டும் என்ற உறுதியும் எழுந்தது.

என் பணி அவ்வளவு சுலபமானதல்ல என்று புரிந்து கொண்டேன். பதின்மப் பள்ளியில் ஆங்கில வழிக்கல்வி பெறும் மாணவர்களுக்குத் தமிழ் கற்றுக் கொடுக்கப் பெருமுயற்சி தேவைப்பட்டது. உரைநடை, செய்யுள் பாடப்பகுதிகளைக் கற்பித்த போது பாடங்களைப் புரிந்து கொண்டார்கள். அவர்கள் நன்கு புரிந்து கொள்ள வேண்டும் என்பதற்காக ஒரு சில பகுதிகளை மீண்டும் மீண்டும் கற்பித்தேன்.

இலக்கணப் பகுதியைக் கற்பித்த போது, அதனைப் புரிந்து கொள்ள இயலாமல் தடுமாறினார்கள். பகுபத உறுப்பிலக்கணம் கற்பித்தபோது, ஒரு சொல்லைக் கரும்பலகையில் எழுதி அதை யாரேனும் ஒரு மாணவி வந்து பிரித்துக் காட்டுமாறு கூறினேன்.

யாரும் முன்வரவில்லை. அனைவரும் அமைதியாக அமர்ந்திருந்தார்கள்.

அன்று முழுவதும் இதைப்பற்றியே சிந்தித்துக் கொண்டிருந்தேன். இலக்கணத்தை எளிமையாகச் கற்றுக் கொடுத்துப் புரிய வைப்பது எப்படி? பல வழிகளிலும் சிந்தித்து அவர்களுக்குப் புரியும்படி எடுக்க முயற்சி செய்தேன். நாட்கள் செல்லச் செல்ல இலக்கணம் கற்பித்தலும், கற்றுக் கொள்ளுதலும் எளிதானது. இலக்கியத்தை விடச் சுவைமிக்கதாய் இலக்கணப் பகுதியை எண்ணும் விதத்தில் கற்பிக்கக் கற்றுக் கொண்டேன். அது உண்மையில் ஓர் அறைகூவலாக இருந்தது. அரையாண்டுத் தேர்வுக்குத் திருப்புதல் தந்தபோது, முன்பு போலவே ஒரு சொல்லைக் கரும்பலகையில் எழுதி அதை யாரேனும் ஒரு மாணவி வந்து பகுபத உறுப்பிலக்கணத்தைப் பொருத்திக் காட்டுமாறு கூறினேன். மாணவிகள் உற்சாகத்துடன் கரமுயர்த்தி நான் எழுதுகிறேன் என்று அனைவருமே எழுந்தார்கள். அதுவே எனக்குக் கிடைத்த வெற்றியாக நான் கருதினேன்.

நான் கற்ற கோட்பாடுகளையும் உளவியல் கருத்துக்களையும் மாணவர்கள் மீது வலிந்து திணித்ததில்லை. எல்லாம் இயல்பாகவே வந்தன. மாணவர்கள் என்னவெல்லாம் செய்ய வேண்டும் என்று எதிர்பார்த்தேனோ அவற்றையெல்லாம் நான் செய்தேன், என்னைப் பார்த்து அவர்களும் அதைச் செய்ய வேண்டும் என்ற நோக்கத்தில். ஆங்கில ஆசிரியர் நாகலட்சுமி கேட்டார்கள், "ஏன் இவ்வளவு வேகமாக நடக்கிறீர்கள்.

பெரும்பாலான நேரங்களில் கிட்டத்தட்ட ஓடிக்கொண்டே இருக்கிறீர்களே!"

நான் விடைகூறவில்லை சிரித்துவிட்டு நகர்ந்தேன்.

முதல்வரிடம் விடைத்தாள்களைக் கொண்டு போய்ச் சேர்த்தபோது அதில்,

வினாத்தாள்,

வினாத்தாள் வடிவமைப்பு,

விடைக்குறிப்பு,

விடைத்தாள்கள்

மதிப்பெண் பட்டியல்

இவற்றை வரிசைப்படுத்திக் கொடுத்தேன். அவற்றைப் பிரித்துப் பார்த்தார்கள். முதல்முறையாக அவற்றைப் பார்க்கிறார்கள். அவர்களுக்குத் தமிழ்படிக்கத் தெரியாது. எனவே என்னவெல்லாம் இணைத்திருக்கிறேன் என்பதைப் பிரித்துக்காட்டி, ஆங்கிலத்தில் விளக்கினேன். இப்படித்தான் கொடுக்க வேண்டுமா என்று கேட்டார்கள். ஆம் அப்படித்தான் கல்வியியல் படித்தபோது கற்றுக் கொடுத்தார்கள் என்றேன்.

மற்ற ஆசிரியர் எழுதிய பாடத்திட்டம் ஒரே மாதிரி இருக்க, என்னுடைய பாடத்திட்டம் வேறுமாதிரியாக இருந்தது. முதல்வர் அதற்கும் காரணம் கேட்டார்கள். அதன் வேறுபாட்டைக் காட்டி, ஏன் அவ்வாறு எழுதுவது சிறப்பானது என்று விளக்கினேன்.

நாட்கள் செல்லச் செல்லத் தமிழ்த்துறையில் இருந்த மற்ற ஆசிரியர்களுக்கு என்னிடம் கருத்து வேறுபாடு வந்தது. தங்கள் எதிர்ப்பைக் காட்டத் தொடங்கினார்கள்.

பிறதுறையினர் அவ்வப்போது தங்கள் துறை சார்ந்த நிகழ்ச்சிகளை நடத்த ஏற்பாடு செய்திருந்தார்கள். ஆனால் தமிழ்த்துறையில் இருந்தவர்கள் மட்டும் இதுபோன்ற எந்த நிகழ்ச்சிகளையும் நடத்த முன்வரவில்லை. மாணவர்களிடையே தமிழார்வம் ஏற்படாததற்கும், தமிழில் தங்கள் முயற்சியை வெளிக்கொணராததற்கும் இதுவும் ஒரு காரணமாக இருக்குமோ என்று சிந்தித்தேன். இது குறித்துத் தமிழாசிரியர்களின் கருத்துக்களைக் கேட்டேன். "பதின்மப் பள்ளியில், ஆங்கில வழிக்கல்வி பெறும் மாணவர்களுக்குப் பொதுவாகவே தமிழில் ஆர்வம் இருப்பதில்லை, முக்கியத்துவம் தருவதில்லை" என்று தம் கருத்தைக் கூறினார்கள். இது குறித்துச் சிந்தித்தேன். அடுத்த வாரத்தில் ஒருநாள் தலைமை ஆசிரியர் அறைக்குச் சென்று அவர்களைத் தனியே சந்தித்தேன்.

"ஒரு தமிழாசிரியர் என்ற முறையில் உங்களிடம் என் கருத்துக்களைப் பகிர்ந்து கொள்ள ஆசைப்படுகிறேன். என்னால் இயன்ற அளவு இந்தப் பள்ளி மாணவர்களிடையே தமிழார்வத்தை ஏற்படுத்த ஆசைப்படுகிறேன். இவ்வளவு இனிமையான மொழியை, அதன் பெருமைகளை நிச்சயமாக மாணவர்கள் புரிந்து கொள்ள வேண்டும். என்மீது உங்களுக்கு நம்பிக்கை இருந்தால் அதற்கான முயற்சிகளை நான் மேற்கொள்ள உங்களுடைய ஒப்புதல்

வேண்டும்" என்றேன். அந்தக் கோரிக்கை அவர்களை உற்சாகப் படுத்தியிருக்க வேண்டும்.

சிரித்துக் கொண்டே நிமிர்ந்து உட்கார்ந்தார்கள். "அடடா. இதுபோன்ற சொற்கள் தமிழாசிரியர்களிடமிருந்து வராதா என்று நான் ஏங்கியதுண்டு. உங்களை நான் முழுமையாக நம்புகிறேன். அதற்கென சரியான நேரம் ஒதுக்குங்கள். மற்ற வகுப்புகளுக்கு ஒதுக்கப்பட்டிருக்கும் நேரத்திற்கு எந்தவித இடையூறும் ஏற்படாவண்ணம் நீங்கள் உங்கள் முயற்சியை மேற்கொள்ளலாம்" என்றார்கள். அது எனக்குப் போதுமானதாக இருந்தது.

பல இன்றியமையாத செய்திகளை உள்ளடக்கிய கவிதைகளை எழுதி, காலையில் கூட்டுப் பிரார்த்தனை முடிந்தவுடன் ஒலிபெருக்கியில் மாணவர்களுக்குப் படித்துக் காட்டுவதுண்டு. வாரத்தில் ஒருநாள் இதைச் செய்வதுண்டு. பொங்கல் திருநாளுக்கு முதல்நாள் பொங்கல் நாளின் தனிச்சிறப்பையும், பெருமைகளையும், காரணத்தையும் அனைத்து மாணவர்களுக்கும் விளக்கினேன்.

அன்று வகுப்பிற்குள் நுழைந்த போது, மாணவிகளிடம் ஆரவாரக் கூக்குரல். "மேடம் பொங்கல் பண்டிகை என்றால் வீட்டு வாசலிலே மண் சட்டியில் சர்க்கரைப் பொங்கல் வைப்பார்கள் என்று தெரியும். இஞ்சி, மஞ்சள், கரும்புகளைப் பொங்கல் பானையின் இருமருங்கிலும் வைப்போம். முதல்நாள் இரவே சாணகம் கொண்டு வழித்து மாக்கோலம் இடுவோம். பொங்கலைப் பற்றி இவ்வளவு சிறப்பான செய்திகள் உள்ளன என்பதை இன்றுதான் தெரிந்து கொண்டோம். நீங்கள் சொன்ன

செய்திகளையெல்லாம் மனதிலே அசை போட்டுக் கொண்டு நாளை நாங்களே எங்கள் வீட்டில் பொங்கல் வைப்போம்" என்று அவர்கள் கூறிய சொற்கள் சர்க்கரைப் பொங்கலை விடத் தித்தித்தது.

திருக்குறள் ஆராய்ச்சி மையம், திருக்குறளின் பெருமைகளையும், சிறப்புகளையும் புரிந்து கொண்டு அவற்றில் கூறப்பட்டிருக்கும் செம்மையான கருத்துக்களை மாணவர்கள் வாழ்நாளில் கடைப்பிடிக்க வேண்டும் என்ற நோக்கத்துடன் அனைத்துப் பள்ளிகளுக்கும் ஒரு சுற்றறிக்கை அனுப்பியது. திருக்குறளை மையமாக வைத்து, பேச்சுப்போட்டி, கட்டுரைப்போட்டி, குறள் ஒப்புவித்தல் போட்டி என பல போட்டிகள் நடத்துமாறு பணித்தார்கள். ஒவ்வொரு பள்ளியிலும் எந்தெந்தத் தலைப்புகளில் போட்டிகள் நடத்துகிறார்கள், என்று நடத்துகிறார்கள் எந்த ஆசிரியர் அதற்குப் பொறுப்பேற்று நடத்த முன்வருகிறார் என்பதையெல்லாம் ஒரு வாரத்திற்குள் முடிவு செய்து தெரிவிக்குமாறு அந்த அறிக்கையில் தெரிவிக்கப்பட்டிருந்தது.

நானும் காத்திருந்தேன் தமிழ்த்துறையில் வயதில் மூத்த, பட்டறிவு பெற்ற ஆசிரியர்கள் இருந்தார்கள். இருப்பினும் மூன்று நாட்கள் வரை யாரும் முன்வரவில்லை. நான்காவது நாள் முதல்வர் என்னைக் கூப்பிட்டு, "நீங்கள் நடத்துகிறீர்களா?" என்று கேட்டார்கள். உடனே சரியென்று சொல்லி நன்றி கூறிவிட்டு வெளியில் வந்தேன். இது குறித்து மாணவர்களிடம் விளக்கமாகக் கூறி, போட்டிகளில் கலந்து கொள்ள விரும்பும் மாணவர்களின் பெயர்ப் பட்டியலைத் தயாரித்தேன்.

தொடர்ந்து வந்த சனிக்கிழமை பள்ளி விடுமுறை நாள் என்பதால் அந்த நாளைத் தேர்ந்தெடுத்தேன். மற்ற துறையில் பணிபுரிந்த ஆசிரியர்களிடம் இது குறித்து எடுத்துரைத்து வரவேற்கவும் செய்தேன். என்னை நன்கு புரிந்து கொண்டிருந்த சில ஆசிரியர்கள் இருந்தார்கள். நிகழ்ச்சிகளைச் சிறப்பாக நடத்தி முடிக்க அவர்களுடைய உதவியையும் கேட்டேன். உதவுவதாக உறுதி கூறினார்கள். இவை அனைத்தையும் செய்து முடிக்க எனக்கு இரண்டு நாட்கள் தேவைப்பட்டன. அடுத்த நாளே முதல்வரைச் சந்தித்து அனைத்தையும் பட்டியலிட்டுக் கொடுத்தேன். அந்தப்பட்டியல் திருக்குறள் ஆய்வு மையத்திற்கும் அனுப்பி வைக்கப்பட்டது.

முதல்நாள் வெள்ளிக்கிழமை ஒவ்வொரு மூத்த தமிழாசிரியரையும் நேரில் சந்தித்து மறுநாள் நடக்க விருக்கும் நிகழ்ச்சியில் கலந்து கொண்டு, சிறப்பித்துத் தருமாறு கேட்டுக் கொண்டேன்.

ஆனால் அடுத்தநாள் தமிழாசிரியர் யாரும் வந்து கலந்து கொள்ளவில்லை. திருக்குறள் ஆய்வு மையத்திலிருந்து பார்வையாளராக ஒரு ஆசிரியரையும் அனுப்பி வைத்தார்கள். அந்நிகழ்ச்சியை மிகச் சிறப்பாக நடத்தி முடித்தேன். அதற்காக எனக்கு, "திருக்குறள் வளர் ஆசான்" என்ற பாராட்டுச் சான்றிதழையும் வழங்கினார்கள்.

அந்த ஆண்டு அரசு ஒரு ஆணை பிறப்பித்தது. தமிழ் நாட்டில் உள்ள அனைத்துப் பள்ளிகளிலும் பணிபுரியும் ஆசிரியர்கள் ஒன்று முதல் ஐந்தாம் வகுப்பு வரையிலான தமிழ் நூல்களைக் கட்டாயம் கற்றிருக்க

வேண்டும் என்பதே அது. அந்தப் பள்ளியில் மொத்தம் பதினாறு சகோதரிகள் ஆசிரியர்களாகப் பணியாற்றிக் கொண்டிருந்தார்கள். மாலை பள்ளி நேரம் முடித்த பிறகு அத்தனை பேருக்கும் தினமும் ஒரு மணி நேரம் தமிழ்ப் பாடங்களைக் கற்றுக் கொடுத்தேன். முதல்வரும் தமிழ் கற்றுக் கொண்டார்கள். மிக எளிதாக என்னால் கற்றுத் தரவும், அவர்களால் கற்றுக் கொள்ளவும் முடிந்தது ஏனெனில் ஏதேனும் சொற்களுக்குப் பொருள் புரியவில்லை என்றால், ஆங்கிலத்திலும் மலையாளத்திலும் கற்றுக் கொடுத்தேன்.

ஒவ்வொரு ஆண்டு பாடப்புத்தகத்தையும் கற்று முடித்த பிறகு தேர்வு நடத்தி மதிப்பெண்களைப் பதிவு செய்து பட்டியல் தயாரித்து முதல்வரிடம் கொடுத்தேன். அது உண்மையில் ஒரு சாதனையாகவே எனக்குத் தோன்றியது. அவர்களும் அவ்வாறே எண்ணினார்கள்.

பள்ளிகள் ஒருங்கிணைந்து, Teachers India 2000 என்ற மிகப்பெரிய அளவிலான கருத்தரங்கு ஒன்றை நடத்தினார்கள். தொடர்ந்து இரண்டு நாட்கள் நடந்த கருத்தரங்கம்.

அவினாசிலிங்கம் மகளிர் கல்லூரி சார்பில் திருமதி. ராசம்மாள் தேவதாஸ், சாயிபாபா காலணி 'இஸ்கான்' அமைப்பின் தலைவராக இருந்த திரு.சுப்ரமணியன், கோழிக்கோட்டிலிருந்து வந்திருந்த திரு.சுகுமாரன் அழிக்கோடு அன்றைய ஆட்சியாளராக இருந்த திரு. சந்தானம், திரு.கிருஷ்ணராஜ் வானவராயர் ஆகியோரைப் பேச்சாளராக அழைத்திருந்தனர். அவிலா பள்ளியின் தமிழ்த்துறை சார்பாக என்னை அனுப்பியிருந்தார்கள்.

திருமதி. ராசம்மாள் தேவதாஸ் அன்றைய கல்வி முறையையும், அதில் தேவைப்படும் மாற்றங்களையும் பேசினார்.

"இன்றைய கல்வித் திட்டத்தில் ஏற்பட்டுள்ள புதிய மாற்றங்களில் குறை காண்கின்ற சிந்தனையாளர், அவநோக்காளர் (Pessimist) அல்ல நான். புதிய பாடத்திட்டத்தை வரவேற்கிறேன்" என்று கூறித் தன் உரையைத் தொடங்கினார். தன் இளமைக் காலத்தையும் நினைவு கூர்ந்தார். "நான் படித்திருந்த காலத்தில், வகுப்பிலேயே நான் தான் மிகவும் உயரம் குறைந்தவளாக இருந்தேன். மற்ற மாணவியர் என்னைக் கண்டு பல சமயம் நகைத்ததுண்டு. அதற்காக கடுகளவு கூட நான் கவலைப்பட்டதில்லை. என்னை நான் எப்படி இன்னும் இன்னும் மேம்படுத்திக் கொள்வது, முன்னேறிச் செல்வது என்ற ஒரே சிந்தனையில் இருந்தேன். பள்ளிப்படிப்பை முடித்துவிட்டு புகுமுக வகுப்பில் படித்துக் கொண்டிருந்த போதே வலுக்கட்டாயமாக எனக்குத் திருமணம் செய்து வைத்தார்கள். ஆனால் அந்த ஆண்டே என் படிப்பைத் தொடர்ந்தேன். அப்பொழுது, அத்தனை பேரும், என் கணவர் உட்பட எல்லோருமே நான் தொடர்ந்து படிப்பதை எதிர்த்தனர். இந்த ஒரு காரியத்தில் மட்டும் யார் பேச்சையும் நான் கேட்கவில்லை. அவர்களுக்கு என் மீது ஆறாத சினம் இருந்தது. ஆனால் அதைக் குறித்துக் கொஞ்சம் கூடக் கவலைப்படாமல் உற்சாகத்தோடு படிக்க ஆரம்பித்தேன். கல்வி எனக்கு எல்லையில்லா மகிழ்ச்சியைக் கொடுத்தது. அவர்கள் பேசப் பேச என்னுள் மகிழ்ச்சி நிறைந்தது. அது ஒரு பெண்ணின் பெருமுயற்சி

குறித்தா, அல்லது அவர்களின் கல்விச்சாதனை குறித்தா என்று கேட்டால் இரண்டையும் குறித்துத்தான். அன்று அவர்கள் அவினாசிலிங்கம் மனையியல் கல்லூரியின் துணைவேந்தராக இருந்தார்.

திரு. சுப்பிரமணியன் (தன் பெயரை சர்வ ஐஸ்வர்யதாஸ் என்று மாற்றிக் கொண்டார்) சிறு சிறு கதைகள் சொல்லி கல்வியின் அவசியத்தை எடுத்துரைத்தார். ஆட்சியாளர் திரு.சந்தானமும் இரண்டு மணி நேரம் பேசினார். நன்கு பயிலும் மாணவர்களுக்கு சிறு சிறு பரிசுகள் கொடுத்து ஊக்குவிக்கலாம் என்ற கருத்தைத் தெரிவித்தார்.

ஆசிரியர், கல்வியின் சிறப்புகளை மாணவர் மனதில் பதியும் வண்ணம் அவ்வப்போது எடுத்துரைத்துப் புரியவைக்க வேண்டும். அதில் கிடைக்கும் மகிழ்ச்சியே நிலையான மகிழ்ச்சி. தினமும் முதல் பாடவேளையிலேயே மாணவர்களின் வருகையைப் பதிவு செய்து உறுதிப்படுத்த வேண்டும். மாணவர்கள் பள்ளிக்கு வராமல் வெளியே சுற்றுவதைத் தடுக்க அது உதவி செய்யும். நாம் மாணவர்கள் நலனில் மிகுந்த அக்கரை கொண்டுள்ளோம் என்பதை நம் செயல்களால் அவர்களுக்குப் புரிய வைக்க வேண்டும். பாடம் கற்பிக்கும் முறையில் சிறு சிறு மாற்றங்கள் கொண்டு வர வேண்டும். இவையே அவர்கள் ஆற்றிய உரையின் சாரம். மாணவர்களின் திறமைகளைக் கண்டறிந்து அவற்றை ஊக்குவித்து அவர்களைச் சாதனையாளர்களாக எப்படி உருவாக்கலாம் என்று விளக்கினார்கள்.

கற்பித்தல் முறையில் சற்றே மாற்றம் கொண்டு வர வேண்டும் என்பது அனைவரின் ஒருமித்த கருத்தாகவும்

இருந்தது. என் கருத்தும் அதுவாகவே இருந்தது. முற்காலத்தில் கற்றுக் கொள்ளும் முறை எவ்வாறு இருந்தது என்பதை பவணந்தி முனிவர் எழுதிய நன்னூல் கூறுகிறது. பாடம் கேட்டலின் வரலாறு என்ற பொதுப்பாயிர நூற்பாவில் கூறப்பட்ட செய்தி இது.

"பொழுது ஒடு சென்று வழிபடல் முனியான்

குணத்து ஒடு பழகி அவன் குறிப்பின் சார்ந்து

இரு என இருந்து சொல் என சொல்லி

பருகுவன் அன்ன ஆர்வத்தன் ஆகி

சித்திரப் பாவை இன் அதகவு அடங்கி

செவி வாய்ஆக நெஞ்சு களன் ஆக

கேட்டவை கேட்டு அவைவிடாது உளத்து

அமைத்து போ என போதல்

என்மனார் புலவர்".

அக்காலத்துக் கற்பிக்கும் முறையும் கற்றுக் கொள்ளும் முறையும் இக்காலத்திற்குப் பொருந்துமா என்றால் ஐயமே.

அன்று இரவே அவர்கள் ஆற்றிய உரையை தனித்தனியாக எழுதினேன். அவற்றைத் தொகுத்து ஒரு தொகுப்புரை தயாரித்தேன்.

அடுத்த நாள் திங்கட்கிழமை பள்ளிக்குச் சென்ற போது முதல்வரிடம் அதை ஒப்படைத்தேன். இரண்டு நாட்கள் நடைபெற்ற நிகழ்ச்சிகளையும், பேச்சாளர்களின்

உரைகளையும், இன்றைய கல்வி முறை குறித்து அவர்தம் கருத்துக்களையும், முதல்வரும் மற்ற ஆசிரியர்களும் தெரிந்து கொள்ள வேண்டும் என்றும் விரும்பினேன். அந்த வாரக் கடைசியில் சனிக்கிழமை மதியம் ஆசிரியர் அனைவரையும் ஒன்று கூட்டினார். நான் எழுதி வந்ததை அனைவருக்கும் படித்துக் காட்டச் சொன்னார். ஆசிரியர் சமுதாயத்திற்கு மிகவும் பயனுள்ள செய்திகளாகும். அந்த அரிய கருத்தரங்கில் பங்கேற்க என்னை அனுப்பி வைத்த முதல்வருக்கு என்றென்றும் நன்றிகூறக் கடமைப்பட்டிருக்கிறேன். என்னை நான் மேலும் உயர்த்திக் கொள்ளக் கிடைத்த நல்வாய்ப்பாகவே நான் அதைக் கருதினேன்.

நான் முதல்வரிடம் கொடுத்த தொகுப்புரையிலிருந்து சில கருத்துக்களை ஆசிரியப் பெருமக்கள் தெரிந்து கொள்ள வேண்டும் என்ற நோக்கில் மீண்டும் இங்கே தந்திருக்கிறேன்.

Teachers India 2000 Seminar for Teachers

The speeches given by various personalities on various topics have been very impressive. Various valuable points suggested by learned speakers have to be borne in the minds of teachers.

Mr. Santhanam the District Collector of Coimbatore, while drawing the attention of the audience to the various ideas given in Kothari commission report, U.G.C report etc., stressed the teacher shall motivate the students and inculcate enthusiasm and trust in the minds of students. Teachers should have a vast knowledge and be humane. So that the students may be inspired surroundings.

The teacher should assess the potentiality of students and realise their own.

Mr. Ramalingam suggested that the classrooms shall be kept attractive so that the students may like to remain there for more time. He further said that the teachers should be model citizen for the community which will enable the students to follow them.

Mr. Krishnaraj Vanavarayar asked the teachers whether they provide the children moral, knowledge, patriotism and courage. He said that man should be potentially divine and also added that teacher has to be a role model.

Dr. Rajammal Devadas: " I am not pessimistic about the new syllabus." She said it is important that the students attention should not diverted and the parents - teacher meeting should be held frequently.

Swamy Sarva Isvarya Dasa - Iskon:-

The advices of Swamy Sarva Isvarya Dasa were worth being followed by all the teachers and I felt elighted that the speech was more or less the reflection of my thoughts.

Dr. Muthukumaran suggested a change in the selection method now being followed in the colleges.

Mr. Sukumar Azhikode said that the best teacher will inspire the child. The teacher must give the proper switch on.

Mr. Bernard; gave some necessary suggestions and ideas for the students to study well and fast in this world of competition and urgency.

In this seminar we learnt new things.

We, the teachers have to decide on the following:-

The syllabus is good. But we should not teach the student and prepare them for the exams alone, but the education should be useful in their life. We must see that the politics does not anyway affect the education of the student.

Teachers should maintain their respect and prestige. The teachers should keep a distance from the students. So that the latter should not show disrespect to the teachers. The relationship between teacher and the taught should be appreciable.

The teacher should see that all precautions should be taken so that the students do not go stray. The non availability of proper guidance to the students, want of proper attention by the parents, the ignorance of the students, the carelessness of teachers, all put together have made way to the students to loose their interest in the education. Before it goes totally out of control, we must take corrective and preventive action to put the students on the right path. Such action should pave the way for the settlement of the student.

It is very important that the teacher is not only interested in the wellfare of the students but also convince the students as such. The teacher should be kind to the students but at the same time she should be firm.

We must slightly change our teaching method, so that now a days student should be attentive and interested. The teacher who knows the children pyscology should be appointed to bring the best out of the students.

கற்பிக்கத் தொடங்கிய முதல்நாளே கற்பிக்கும் முறையில் சில மாற்றங்களை ஏற்படுத்திக் கொண்டேன். கற்றுக்கொள்ள உற்சாகம் காட்டுவார்கள் என்று நம்பினேன். என் முயற்சி வீணாகவில்லை. மாணவர்களிடம் மிகவும் கனிவாக நடந்து கொள்வேன். ஆனால் எப்பொழுதும் உறுதியாக இருப்பேன். (I Was kind enough with my students but firm) இந்தக் கொள்கையை என்றுமே நான் கடைப்பிடித்தேன்.

ஆண்டு இறுதித் தேர்வுக்கு மாணவர்களை ஆயத்தப்படுத்திக் கொண்டிருந்த நேரம்.

வழக்கம் போல் அன்று பள்ளிக்குச் சென்றபோது முதல்வரும், சகோதரி ரோஸ்மேரியும் பள்ளிக் கட்டிடத்தின் நுழைவாயிலின் அருகே நின்றிருந்தார்கள். என்னைப் பார்த்தவுடன் சிரித்து வழக்கத்திற்கு மாறாகக் கூடுதல் மகிழ்ச்சி காட்டினார்கள். எப்பொழுதும் உள்ளே நுழையும் போது எதிர்வரும் ஆசிரியர்களுக்குப் புன்சிரிப்புடன் காலை வணக்கம் சொல்லிச் செல்வதுண்டு. அன்றும் வழக்கம்போல் உள்ளே நுழைந்தபோது சிலர் சிரித்தார்கள். சிலர் மௌனமாகச் சென்று விட்டார்கள். தமிழ்த்துறையினர் பாராமுகம் காட்டித் திரும்பிக் கொண்டார்கள். உண்மையில் நான் வியந்து போனேன். இன்று என்ன நிகழ்ந்திருக்கும்? ஏன் அனைவரும் வேறு வேறான உணர்ச்சிகளைக் காட்டுகிறார்கள்? இவ்வாறு நினைத்துக் கொண்டே முதல் பாடவேளையில் வகுப்பெடுத்துவிட்டு, இரண்டாம் பாடவேளையில் எனக்கு ஓய்வு என்பதால் ஆசிரியர் அறையில் சென்று அமர்ந்தேன். அனைவரும் அமைதியாக அமர்ந்திருந்தார்கள்.

ஆங்கில ஆசிரியர் திருமதி. சுஜாதா தலையசைத்து என்னை வெளியே அழைத்தார்கள். எங்களுக்குள் மிகநல்ல புரிந்து கொள்ளுதல் உணர்வு இருந்தது. வெளியில் வந்தவுடன் அவசர அவசரமாகக் கேட்டேன், "என்னங்க சுஜாதா, இன்று எல்லோருமே வழக்கத்திற்கு மாறாக நடந்து கொள்கிறார்கள்?" "உங்களுக்கு செய்தி

தெரியாதா? அந்தச் சுவரில் எழுதியிருப்பது தெரிகிறதா? மாணவர்கள் உங்களைப் பற்றி எழுதியிருக்கிறார்கள். கீழே சென்று பார்க்கலாம் வாருங்கள்" இருவரும் கீழே வந்தோம். ஆசிரியர் அறையில் நான் அமரும் இடத்திற்கு நேராக வெளிப்புறச் சுவரில், "எங்கள் தமிழாசிரியர் மிகவும் நல்லவர்; அன்பானவர், எங்களுக்கு அவரை மிகவும் பிடிக்கும்" என்று எழுதியிருந்தார்கள். அது உண்மையா, கனவா என்று நினைத்துக் கொண்டே அருகில் சென்று விரலால் அழித்துப் பார்த்தேன். இதுபோன்று சுவரில் கல்லூரி மாணவர்கள் தான் எழுதுவார்கள் என்று கேள்விப்பட்டிருக்கிறேன். நிச்சயமாக இதை விடுதி மாணவர்கள் தான் எழுதியிருக்க வேண்டும்.

"என்னங்க சுஜாதா இது" என்று அவர்களைப் பார்த்துக் கேட்டபோது சட்டென்று என் கைகளைப் பிடித்துக் கொண்டார்கள். "சாதித்திருக்கிறீர்கள் வானதி வாழ்த்துக்கள்" என்று மகிழ்ச்சியுடன் கூறினார்.

இருபத்தைந்து ஆண்டு காலம் அந்தப் பள்ளியில் நடக்காத செயல் இது. பல திறமையான ஆசிரியர் இருந்தனர். மிக நன்றாகக் கற்பித்தார்கள். ஆனாலும் பணிக்கு வந்து ஓராண்டு காலம் கூட ஆகவில்லை. அதுவும் ஒரு தமிழாசிரியரை மாணவிகள் இது போன்று பாராட்டியிருந்ததுதான் யாராலும் செரிக்க முடியாத ஒன்றாகப் போனது.

ஒரு உண்மை எனக்குப் புரியத் தொடங்கியது. மற்ற ஆசிரியர்களைப் போல அல்ல தமிழாசிரியர், தாய்க்கு அடுத்தபடியாக மாணவிகளை நன்கு புரிந்து கொண்டு வழிநடத்த வேண்டும் என்பதைத் தெரிந்து கொண்டேன்.

எத்தனை பரிசுகள் தந்திருந்தாலும் அந்த மகிழ்ச்சிக்கு ஈடாகியிருக்க முடியாது. என் மனம் ஒரு பறவையாக மாறிப்போனது. இன்னும் சிறப்பான முறையில் மாணவர்களுக்கு உதவ வேண்டும் என்று முடிவு செய்தேன். அதன்பிறகு தமிழாசிரியர் யாருமே என்னிடம் பேசவில்லை. இனி அந்தப் பள்ளியில் அவர்களுடன் சேர்ந்து பணிபுரிய முடியுமா என்பதே ஐயத்திற்குரிய ஒன்றாகிப் போனது.

அந்த ஆண்டின் கடைசிநாள். அடுத்த வாரத்திலிருந்து அவர்கள் ஆண்டுத் தேர்வு எழுத வேண்டும். அன்று மாணவர்களுக்கு எந்தக் கட்டுப்பாடும் விதிக்க வில்லை. ஆறாம் வகுப்பு மாணவர் தலைவி சங்கீதா என்னைத் தேடி ஓடிவந்தாள்.

என்னிடம் ஒரு உறையைக் கொடுத்தாள். பிரித்துப் பார்த்தேன். "You are the best teacher for us this year. We cannot forget you. Thank you Maam" என்று எழுதி ஒரு ஓவியத்தையும் இணைத்துக் கொடுத்தாள். அதில் 6A Students என்றும் எழுதப்பட்டிருந்தது. Thank you Maam என்று சொல்லிக் கொண்டே ஓடிவிட்டாள். அந்நேரம் நான் எட்டாம் வகுப்பில் இருந்தேன். "நாங்கள் உங்களுக்காக ஒரு பாட்டுப் பாடுகிறோம், கேட்கிறீர்களா?" என்று சொல்லி மாணவிகள் ஒவ்வொருவராகப் பாடத் தொடங்கினார்கள். மனதில் மகிழ்ச்சி தோன்றியது. மகிழ்ச்சியை விடச் சிந்தனையே மேலோங்கியது.

அன்று மதியம் முதல்வர் அறைக்குச் சென்று அவர்களை நேரில் சந்தித்து நான் கொண்டு வந்திருந்த உறையைக் கொடுத்தேன். அதில் என்னைப் பணியிலிருந்து

விடுவிக்குமாறு விண்ணப்பித்திருந்தேன். அதைப் பார்த்து அதிர்ச்சியடைந்தார்கள். "ஏன் பணியை விடுகிறீர்கள்? இங்கு உங்களுக்கு ஏதேனும் குறை உள்ளதா? இருந்தால் என்னிடம் சொல்லுங்கள். அவசரமாக முடிவு செய்யாதீர்கள். மீண்டும் ஒரு முறை நன்கு சிந்தித்து விட்டு நாளை வந்து சொல்லுங்கள்"

தேர்வுகள் முடிந்து, அன்றைய கல்வியாண்டை முடித்துவிட்டு வெளியேறும் நாளும் வந்தது. முதல்வர் தன்னை வந்து காணும்படி உதவியாளரிடம் சொல்லி விட்டார்கள். அவர்கள் அறைக்குள் நுழைந்த போது என் கண்கள் நனைந்தன. "நாங்கள் என்றுமே உங்களை மறக்க மாட்டோம். உங்களுக்காக இந்தப் பள்ளியின் கதவுகள் என்றும் திறந்திருக்கும். எப்பொழுது விரும்பினாலும் வந்து பணியில் சேர்ந்து கொள்ளலாம்" என்று கூறினார்கள்.

அன்று மாலை வெகுநேரம் அமர்ந்து சிந்தித்தேன். இந்த ஒரு ஆண்டில் நான் பெற்ற பட்டறிவு, நான் கற்றுக் கொண்ட பாடங்கள் இவற்றையெல்லாம் என்ன விலை கொடுத்தும் வாங்க முடியாது. பெருமை மிகுந்த நாட்களாக இருந்தன என்பதை உணர்ந்தேன். கண்களில் கண்ணீர், மனச்சுமை கூடியது.

பெரியநாயக்கன்பாளையத்தில் 'பயனிர் மில்' பள்ளியின் தலைமை ஆசிரியர் திரு. செங்குட்டுவன் தொலைபேசியில் கூப்பிட்டு அடுத்த நாள் பள்ளிக்குச் சென்று அவரைப் பார்க்கும்படி சொன்னார்.

"இந்தக் கல்வியாண்டில் ஐந்து மாதங்கள் சென்று விட்டன. மேனிலை வகுப்பிற்கு தமிழ் கற்பிக்க இரண்டு ஆசிரியர் வந்தனர்.

ஆனால் என்ன காரணத்தினாலோ அவர்கள் தொடர்ந்து வரவில்லை. இப்பொழுதுதான் உங்களைப் பற்றித் தெரிந்து கொண்டேன். எங்கள் பள்ளிக்குத் தமிழாசிரியராக வர இயலுமா?" என்று கேட்டார்.

"வருகிறேன்" என்று கூறினேன். அடுத்த நாளே வந்து பள்ளியில் சேரச்சொன்னார். பள்ளி தொலைவில் இருந்தது. அரைமணி நேரம் பேருந்தில் பயணிக்க வேண்டும். முதல் நாள் பள்ளிக்குச் சென்றபோது என்னை மற்ற ஆசிரியர்களுக்கு அறிமுகம் செய்து வைத்தார். கிராமத்துச் சூழ்நிலையில் பள்ளி அமைந்திருந்தது. அந்தச் சூழ்நிலை எனக்கு மிகவும் பிடித்துப் போனது. கிராமத்து மாணவர்கள் என்பதால் அவர்களுடைய பணிவான நடத்தைகள் எனக்கு மிகவும் பிடித்திருந்தது. வெறும் ஐந்து மாதங்கள் மட்டுமே பணியாற்றினேன். ஆசிரியர் கற்றுத்தரும் பாடங்களை மட்டுமே கற்றுக் கொண்டிருந்த மாணவர்கள். எனவே வாய்ப்புக் கிடைக்கும் நேரங்களிலெல்லாம் பாடம் தொடர்பான செய்திகளை அவர்களுக்கு எடுத்துக் கூறுவதுண்டு.

ஒருநாள் பதினொன்றாம் வகுப்பிற்குப் பாடம் நடத்திக் கொண்டிருந்தேன். தலைமை ஆசிரியர் என்னை வரச் சொன்னதாக உதவியாளர் வந்து சொன்னார். "நான் வருவதற்குள், இதுவரை கற்பித்தவற்றைப் படித்து வையுங்கள், அமைதியாகப் படியுங்கள். யாரும் பேசக்கூடாது" என்று கூறிவிட்டுச் சென்றேன்.

எதிர்வரும் கலைவிழாவைப் பற்றியும், அன்றைய நிகழ்ச்சிகளைப் பற்றியும் என் கருத்துக்களைக் கேட்பதற்காக வரச்சொல்லி இருந்தார். அது குறித்துப் பேசிவிட்டு மீண்டும் வகுப்பிற்குச் சென்றபோது, மாணவர்களில் சிலர் உரத்த குரலில் பேசிச் சிரித்துக் கொண்டிருந்தார்கள். என்னைக் கண்டவுடன் சட்டென்று அமைதியானார்கள். என்னுள் கோபம் தலைதூக்கியது. "என்னப்பா, இப்படிப் பன்னாடை மாதிரி நடந்து கொள்கிறீர்களே!" என்றேன். அந்தப் பாடவேளை முடிந்து வெளியே வரும்போது ஒரு மாணவன் ஓடி வந்தான்.

"டீச்சர், எனக்கு ஒரு சந்தேகம்"

"என்ன சந்தேகம்?"

"பன்னாடை என்றால் என்னங்க?"

அடடா, இந்த நேரத்தில் இப்படி ஒரு வினாவைக் கேட்கிறானே, இவனது ஐயத்தை நாளை வகுப்பில் தீர்க்கலாமா? கூடாது, இப்பொழுதே சொல்லிப் புரிய வைக்க வேண்டும். அடுத்த பாடவேளைக்கு வரவேண்டிய ஆசிரியர் வந்து வெளியில் நிற்கிறார்கள். என்ன செய்யலாம் என்று சிந்தித்தேன். வெளியில் நின்று கொண்டிருக்கும் ஆசிரியரிடம் சென்று எனக்கு ஒரு ஐந்து மணித்துளிகள் தர முடியுமா? எனக் கேட்டேன், "அதற்கென்ன பரவாயில்லை. நீங்கள் முடித்துவிட்டு வாருங்கள்." என்று சொன்னார். மீண்டும் உள்ளே சென்றேன். தமிழில் பல இலக்கண நூல்கள் பல்வேறு காலங்களில் எழுதப்பட்டிருக்கின்றன. அவற்றுள் நன்னூல் என்னும் இலக்கண நூல் 13 ஆம் நூற்றாண்டில்

பவணந்தி முனிவரால் எழுதப்பட்டது. அதில் ஆசிரியர் எவ்வாறு மாணாக்கருக்குப் பாடம் கற்பிக்க வேண்டும், எத்தகைய மாணாக்கருக்குப் பாடம் கற்பிக்கக் கூடாது, மாணாக்கர் எவ்வாறு பாடம் கற்றுக் கொள்ள வேண்டும். என்ற பல செய்திகளுக்கு இலக்கணம் எழுதுகிறார்.

அதில் தலை, இடை, கடை மாணாக்கரின் இயல்புகளை எழுதுகிறார். உவமை கூறி விளக்குகிறார். அந்த நூற்பா, (38)

"அன்னம் ஆவே, மண்ணொடு கிளியே

இல்லிக்குடம் ஆடு, எருமை நெய்யரி

அன்னர் தலையிடை கடை மாணாக்கர்."

என்பதாம்.

அன்னம், ஆ போன்றவர் தலை மாணாக்கர்,

மண், கிளி போன்றவர் இடை மாணாக்கர்,

இல்லிக்குடம் (ஓட்டைக்குடம்) ஆடு, எருமை,

நெய்யரி (பன்னாடை) போன்றவர் கடை மாணக்கர்

என்று கூறுகிறார்.

பனை மட்டையைத் தாங்கியிருக்கும் பன்னாடையில் கள்ளை வடிகட்டும் போது அது தேவையான மதுவை வடியவிட்டு தேவையற்றதைப் பிடித்துக் கொள்வது போல், தேவையானவற்றை விட்டுவிட்டுத் தேவையற்றதைப் பிடித்துக் கொள்ளும் இயல்புடையவர்களாக இருப்பர் கடைமாணாக்கர் என்கிறார்.

அதனால்தான் நல்ல பொருட்களை விட்டுவிட்டு தேவையில்லாதப் பொருட்களை பிடித்துக் கொள்ளும் மாணவர்களை 'பன்னாடை' என்று சில சமயம் ஆசிரியர் திட்டுகிறார். இப்போது புரிந்ததா பன்னாடை என்ற சொல்லின் பொருள்? என்று கேட்டேன். 'புரிந்தது' என்று பலரும் சொல்லித் தலைதாழ்த்தி அமர்ந்திருந்தார்கள்.

'பயனில சொல் பாராட்டுவானை மகனெனல்

மக்கட் பதடியெனல்' என்கிறார் வள்ளுவர்.

வாய்ப்புக் கிடைக்கும் பொழுதெல்லாம் மாணவர்கள் தெரிந்து கொள்ள வேண்டிய இது போன்ற கருத்துக்களை எடுத்துக் கூறுவதுண்டு.

அந்தக் கல்வியாண்டும் இனிதே முடிந்தது. இறுதித்தேர்வு முடிந்த அன்றைய தினம் தலைமை ஆசிரியர் அறைக்குச் சென்றேன். பணியிலிருந்து என்னை விடுவிக்குமாறு ஒரு விண்ணப்பத்தை அவரிடம் தந்தேன். கோபமான குரலில் கேட்டார்,

"எதற்காகப் பணியை விடுகிறீர்கள்?"

"என் மகள் இந்த ஆண்டுதான் கல்லூரியில் சேர்ந்தாள். ஆனால் கல்லூரியில் பல ஆண்டுகளாக இழுபறியாக இருந்த ஒரு போராட்டம் இந்த ஆண்டு தீவிரமாகி விட்டது. அவள் படிப்பிற்கு எந்த பாதிப்பும் வந்துவிடக் கூடாது. அதை நான் கவனிக்க வேண்டியது அவசியமாகிறது. எனவே என்னால் பணியைத் தொடர இயலவில்லை. மன்னிக்கவும்" என்று சொன்னேன். "சரி, அந்தச் சிக்கலை விரைவாகத் தீர்த்துவிட்டு மீண்டும்

பணிக்குத் திரும்புங்கள்" என்று சற்றே கடுமையான குரலில் கூறிவிட்டு நான் கொடுத்த உறையை விருப்பமின்றி வாங்கி மேசையின் மீது வேகமாக வைத்தார். மிகவும் வருத்தத்துடன் வெளியில் வந்தேன்.

கோவையில் ஆயுர்வேதக் கல்லூரியில் நடந்த அந்தப் போராட்டங்கள் சார்ந்த நினைவுகளை மீண்டும் கிளறி எடுத்து நினைவு படுத்திக் கொள்ளச் சற்றும் விருப்பமில்லை எனினும் மிகச் சுறுக்கமாகவேனும் இங்கே எழுத வேண்டும் என்று விரும்புகிறேன்.

பல ஆண்டுகளாக நடந்து கொண்டிருந்த போராட்டம் ஆயுர்வேதக் கல்லூரி உரிமையாளர் அந்த ஆண்டு எப்படியும் அந்தக் கல்லூரியை வேறு ஒரு நிர்வாகத்திற்கு விற்று விடவேண்டும் என்பதில் தீவிரமாக இருந்தார். ஒருவரால் தன் கல்லூரியைத் தொடர்ந்து நடத்த முடியாவிட்டால் அதை மற்ற நிர்வாகத்திற்குக் கொடுக்கலாம். ஆனால் அந்தக் கல்லூரியை வாங்குபவர் எந்த இடத்தில் நடத்த கல்லூரிக்கு உரிமம் கிடைத்ததோ அங்கேதான் நடத்த வேண்டும். வேறு இடத்திற்கு மாற்ற அவருக்கு உரிமை இல்லை.

அருவிகளையும், மூலிகைச் செடிகளையும் உள்ளடக்கியிருந்த இயற்கைச் சூழலில் ஓர் ஆயுர்வேதக் கல்லூரி நடத்தத் தேவையான அத்தனை வசதிகளுடனும் இருந்தது அந்தக் கல்லூரி. அந்தச் சூழ்நிலையில் கற்க வேண்டும் என்ற விருப்பத்துடன் அங்கே பயில வந்த மாணவர்கள் பலர். இயன்றவரை நிர்வாகத்திடம் வேண்டினார்கள், இடத்தை மாற்ற வேண்டாம் என்று. ஆனால் உரிமையாளர் அதற்குச் செவி சாய்க்கவில்லை.

மாணவர்கள் தீராத மன உளைச்சலுக்கு ஆளானார்கள். நியாயங்கள் எல்லாமே நிராகரிக்கப்பட்டன.

மாணவர்களும் பெற்றோரும் என்னிடம் அனைத்தையும் விளக்கினார்கள். எப்படியும் சிக்கல் தீர வழி தெரியவில்லை. எனவே நான் அந்த நிர்வாகத்தின் மீது அனைவரின் சார்பாகவும் நீதி மன்றத்தில் ஒரு வழக்குப்பதிவு செய்தேன். அந்தச் சிக்கலில் வளர்மதியின் படிப்பு பாதிக்கப் படக்கூடாது என்பதற்காக சென்னையில் இருந்த வெங்கடரமணா ஆயுர்வேதக் கல்லூரியில் சேர்த்து விட்டு வந்தேன். அப்பொழுது அந்தக் கல்லூரியின் முதல்வராகத் திருமதி. விஜயா இருந்தார்கள். எம்.ஜி.ஆர் பல்கலைக்கழகம் ஒரு குழுவை கோவைக்கு அனுப்பி, கல்லூரியின் நிலை மற்றும் அது சார்ந்த அனைத்துத் தகவல்களையும் திரட்டி வரும்படி அனுப்பியது. அந்தக் குழுவில் திருமதி. விஜயாவும் இருந்தார்கள். அவர்களிடம் கேட்டேன், "எப்படி ஒப்புதல் அளித்தீர்கள்?" "அதனால் என்ன? அவர்களிடம் பணம் இருக்கிறது" என்று சற்றும் தயக்கமின்றி பதிலுரைத்தார்கள். என்னுள் எழுந்த கோபத்தைக் கட்டுப்படுத்திக் கொண்டேன். "பணம் மட்டுமே தகுதியாகி விடுமா? பல்கலைக்கழக விதியையும், மற்ற நியாயங்களையுமெல்லாம் புறந்தள்ளி விட்டு எதற்காக இதைச் செய்தீர்கள்?" என்றேன்.

தாங்கள் செய்த தவறுகளை நியாயப்படுத்தவே பெரும்பாலானோரும் விரும்புகிறார்கள். அவர்களுக்கு என்மீது கடுமையான கோபம் எழுந்தது. ஏனென்றால் நான் அவர்கள் செய்த தவறைச் சுட்டிக் காட்டினேன். அதுவே காரணம். என்னிடம் சூளுரைத்தார்.

"பார்க்கலாம், உங்கள் மகள் எப்படி உரிய நேரத்தில் மருத்துவப் படிப்பை முடித்துச் செல்கிறாள் என்று"

எழுந்து நின்று அவர்கள் முன்னால் உரத்த குரலில் நான் உரைத்த சூளுரை இது. "பார்க்கலாம், என் மகள் எப்படி உரிய நேரத்தில் மருத்துவப்படிப்பை முடித்துக் கொண்டு வெளியில் வராமலிருக்கிறாள் என்று."

இந்த இடத்தில் ஒரு செய்தியைக் குறித்து நாம் சிந்திக்க வேண்டும். நான் பேசிய சொற்கள் ஒவ்வொன்றும் தெள்ளத் தெளிவாக, குரலை உயர்த்தி, தலையை நிமிர்த்தி அவருடைய கண்களைப் பார்த்துப் பேசியவை. என் குரல் சுவர்களில் எதிரொலித்தது. வெளியில் நின்றிருந்தவர்களின் கவனத்தை திசை திருப்பியது. ஆனால் அவரோ அதைக் கேட்டுத் தலையைக் குனிந்து கொண்டார். பேசும் போதும் குரல் தாழ்ந்திருந்தது. அவர்மீது இரக்கம் தோன்றியது. அவர் பக்கம் நியாயம் இல்லை, அதனால் குரல் தாழ்ந்திருந்தது. அந்த நேரம் தந்தை பெரியார் தான் என் நினைவில் நின்றிருந்தார்.

வளர்மதியிடம், "நீ எதைக் குறித்தும் கவலைப்படாதே. பல வழிகளிலும் மன உளைச்சல் தரக்கூடும். நீ நான்காம் ஆண்டு படிக்க ஆரம்பிக்கும்போது நான் திரும்பி வருவேன். அதன்பிறகு நான் உன்னை கவனித்துக் கொள்வேன். தைரியமாக இரு" என்று சொல்லிவிட்டு அவளுடன் பயின்று கொண்டிருந்த மாணவிகள் தங்கியிருந்த விடுதியில் அவளையும் சேர்த்துவிட்டுத் திரும்பி வந்தேன்.

வழக்கு நடந்து கொண்டிருந்ததால் மீண்டும் என்னால் ஆசிரியப் பணியைத் தொடரமுடியவில்லை.

அப்பொழுது அண்ணா பல்கலைக்கழகத்தின் இயக்குநராக திரு. ஆர். கே. சர்மா (இந்திய ஆட்சிப்பணி) நியமிக்கப்பட்டிருந்தார். வடநாட்டைச் சார்ந்தவர். முதலாமாண்டு மாணவர்கள் பலருடன் நானும் அவரை அலுவலகத்தில் சென்று சந்தித்து அனைத்துப் போராட்டங்களையும் எடுத்துக் கூறினேன். அனைத்தையும் கூர்ந்து கேட்ட அவர், "இவ்வளவு சிறிய வயதில் இவ்வளவு பெரிய போராட்டத்தைக் கையில் எடுத்திருக்கிறீர்களா? நிச்சயமாக நான் உங்களுக்கு உதவுகிறேன்" என்றார். சில நாட்களுக்குப் பிறகு மீண்டும் சென்று அவரிடம் அதிலுள்ள சிக்கலை எடுத்துரைத்தோம். "கவலைப்பட வேண்டாம், நான் உங்களுக்கு உதவுகிறேன்." என்று கூறி அனுப்பினார். M.G.R. பல்கலைக்கழகத்தில் சில குறிப்பிட்ட நபர்கள் அடங்கிய குழு ஆறு மாதங்களுக்கு ஒருமுறை ஒன்று கூடி சிக்கல்களை விவாதிக்கும் தங்கள் முன் வைக்கப்படும். தங்கள் கவனத்திற்குக் கொண்டு வரும் சிக்கல்களைத் தீர விசாரித்து அதற்கான தங்கள் தீர்வுகளைத் தனித்தனியே எடுத்துரைப்பார்கள். அன்றும் அவ்வாறே அவர்கள் ஒன்று கூடினார்கள். நானும் வளர்மதியும் அன்று அந்தப் பல்கலைக்கழகத்தில் இருந்தோம். திரு. சர்மா உள்ளே நுழையும் போது மீண்டும் அவருக்கு நினைவு படுத்தினோம். "நான் பார்த்துக் கொள்கிறேன். தைரியமாக இருங்கள்" என்று கூறிவிட்டுச் சென்றார். ஆனால் அந்தக் கலந்துரையாடலில் முதல்

எதிர்ப்புக் குரலை எழுப்பியவர் திரு. சர்மா தான் என்றும், மற்றவர்கள் யாரும் பாதிப்புக் குரலில் எதுவும் பேசவில்லை என்றும் பின்னர், ஒரு சில நாட்களுக்குப் பிறகு தெரிந்து கொண்டோம்.

ஆட்சியாளரும், காவல் துறையினரும் மாணவர்களின் நியாயமான கோரிக்கைகளைப் புரிந்து கொண்டு தங்களால் இயன்றவரை மாணவர்களுக்கு உதவி செய்தார்கள். ஒரு சில நாட்களில் ஆணையர் சர்மாவின் உத்தரவு தயாராகி விட்டதாக அறிந்து கொண்டோம். அந்த ஆணை கல்லூரிக்கு வர ஒரு சில நாட்களாகும் என்றார்கள். ஆனால் அதில் உள்ள செய்தியை முன்னரே தெரிந்து கொள்ள ஆர்வம் எழுந்தது. ஆட்சியர் அலுவலகத்திற்குச் சென்று ஆட்சியாளரிடம் என் கோரிக்கையைக் கூறினேன். அவர் எம்.ஜி.ஆர் பல்கலைக்கழகத்தின் பதிவாளரிடம் ஆணையைத் தனக்கு Fax - ல் அனுப்புமாறு தொலைபேசியில் கூறினார். மதியம் 2 மணிக்குக் கூறிவிட்டுத் தொலைக்காட்சி ஒன்றின் நேர்காணலுக்காகச் சென்றார். "என்னுடனான ஒரு நேர்காணலுக்காக வந்துள்ளார்கள். திரும்பி வரத் தாமதமாகும். எனவே சென்னையிலிருந்து வரும் செய்தியை எனது உதவியாளரிடமிருந்து பெற்றுக் கொண்டு செல்லுங்கள்" என்றார். ஐந்து மணிக்குத் திரும்பி வந்தார். நான் அங்கேயே அமர்ந்திருப்பதைப் பார்த்து, "இன்னும் நீங்கள் ஏன் இங்கே அமர்ந்திருக்கிறீர்கள், போகவில்லையா?" எனக்கேட்டார். 'எனக்கு இன்னும் அந்தச் செய்தி வரவில்லை' என்றேன். தன் அறைக்குள் சென்று தொலைபேசியில் பதிவாளரை அழைத்து சற்றே

குரலை உயர்த்திப் பேசினார். அடுத்த நிமிடம் அந்தச் செய்தியை உள்ளடக்கிய தாளை என்னிடம் தந்தார். நான் நன்றி கூறிவிட்டு வெளியில் வந்தேன்.

அங்கிருந்தே முதலில் பெற்றோர் சங்கத் தலைவராக இருந்த மருத்துவர். திரு. ஆறுமுகத்தை தொலைபேசியில் கூப்பிட்டு மூன்றே வரிகளில் இருந்த செய்தியைப் படித்துக் காட்டினேன். உங்களை நினைத்தால் வீரமங்கை வேலுநாச்சியார் நினைவுதான் வருகிறது. உங்கள் பணியைக் கச்சிதமாகச் செய்திருக்கிறீர்கள். ஆனாலும் அந்தத் தகவல் சற்று சிந்திக்க வைப்பதாகவும் இருக்கிறது என்றார். என் தந்தையைத் தொலைபேசியில் அழைத்தேன். செய்தியைக் கேட்டவுடன் அவர், "நீ தோற்றுவிட்டாய் மகளே. விரைவாகக் கிளம்பி வீட்டிற்கு வா. இங்கே வந்த பிறகு பேசிக் கொள்ளலாம்" என்றார். உடனே புறப்பட்டு வீட்டிற்குச் சென்றேன். "ஒரு ஆணையர் தன் ஆணையை வெளியிடும் போது திட்டவட்டமாக வெளியிட வேண்டும். ஆனால் அவர் எதற்காக அந்த ஆணையில், 'தயவுசெய்து' (please) என்ற சொல்லைச் சேர்த்திருக்கிறார் என்ன நினைத்து இப்படி எழுதினார் என்று தெரியவில்லை. இவ்வளவு பெரிய போராட்டத்தை நானே கையில் எடுத்திருப்பேனா என்று தெரியவில்லை. நீ துணிந்து செய்திருக்கிறாய். பெருமையாகவே உணர்கிறேன். கவலைப்படாதே என்றார் என் மனம் சோர்ந்து போகக்கூடாது என்பதற்காக இதைக் கூறுகிறார் என்று புரிந்து கொண்டேன்.

அன்று இரவு உணவிற்குப் பின் அப்பா வெளியில் வந்து அமர்ந்தார். என்னையும் கூப்பிட்டு அமரச்

சொன்னார். "உன்னிடம் நான் ஒரு சில கருத்துக்களைப் பகிர்ந்து கொள்ள விரும்புகிறேன் மகளே. குறுக்கே எதுவும் பேசாமல் கவனமாகக் கேள். நீ இதுபோல செய்ய நினைக்கும் காரியங்களை வெற்றிகரமாகச் செய்து முடிக்க வேண்டும் என்றால் நீ மிகப்பெரிய பதவியில் இருக்க வேண்டும், அல்லது மிகப்பெரிய அளவில் செல்வம் வைத்திருக்க வேண்டும். இதுபோன்ற செயல்களில் நீ இனிமேல் துணிந்து இறங்காதே. நீ திட்டவட்டமான கொள்கைகளோடு இருக்கிறாய் என்றால் அதை உன்னோடு வைத்துக்கொள். துன்பம் என்று வந்து விட்டால் யாரும் இறுதிவரை உன்னுடன் இருக்க மாட்டார்கள். நாம் மற்றவர்களைப் போல் சிந்திக்க முடியாது. இப்படித்தான் வாழ வேண்டும் என்று முடிவு செய்து விட்டோம். எத்தனை இடர்வந்தாலும் நம்மை மாற்றிக் கொள்வதோ, நம் காரியங்களைச் சாதித்துக் கொள்ள எந்த வழிகளையும் மேற்கொள்ளலாம் என்று முடிவு செய்வதோ நம்மால் சற்றும் எண்ணிப் பார்க்கவே இயலாத காரியம். எனவே இனி இது போன்ற செயல்களில் இறங்காதே! சில சமயம் நமக்குத் தீராத துன்பம் வந்து சேரும். உனக்குப் புரியும் என்று நம்புகிறேன்" என்று சொல்லி முடித்தார். அன்று நான் பல தீர்மானங்களை மனதில் வகுத்துக் கொண்டேன். பளிங்கு போன்ற என் பேச்சுக்களும் செயல்களும் எனக்குத் துன்பத்தையே கொண்டு வந்து சேர்க்கும் என்பதை உணர்ந்தேன்.

ஆறுமுறை சென்னைக்குச் சென்று உயர்நீதி மன்றத்தில் வழக்குரைஞுரைச் சந்தித்தேன். ஆனால் அங்கேயும் ஒரு சிறிய தவறு நடந்து போனது. சென்னையில்,

உயர்நீதிமன்றத்தில் அவசரமாக அந்த வழக்கை எடுத்துக் கொண்டிருந்தார்கள். ஆயுர்வேதக் கல்லூரி நிர்வாகம் நினைத்ததைச் சாதித்துக் கொண்டது. ஆனால் தோற்றுப்போனது நானல்ல தோற்றது அவர்கள்தான், தங்கள் இயலாமையைப் பறைசாற்றிக் கொண்டார்கள்.

என் மனப்புழுக்கம் தணிந்த பாடில்லை. யாரிடம் என் கருத்தைச் சொல்வதாக இருந்தாலும், நேருக்கு நேராக அவர்கள் முன் நின்று, சொல்ல வேண்டியதை உரத்த குரலில் சொல்வதுதான் என் பழக்கம். எந்தச் செய்தியையும் மறைமுகமாகவோ, மாற்றியோ சொல்ல மாட்டேன்.

சென்னைக்குப் புறப்பட்டுச் சென்றேன். திரு. சர்மா பணிபுரியும் அலுவலகத்திற்குச் சென்றேன். அவரது அறைக்குச் சென்றேன். என்னை அங்கு எதிர்பார்க்கவில்லை. "அமருங்கள்" என்றார். "உங்கள் வயதிற்கு ஒரு மரியாதை இருக்கிறது. உங்கள் படிப்பிற்கும், பணிக்கும் நீங்கள் அமர்ந்திருக்கும் நாற்காலிக்கும் ஒரு பெருமை இருக்கிறது. அனைத்திற்கும் சிறுமை தேடிக் கொண்டீர்களே. அதற்காக நீங்கள் வெட்கப்பட வேண்டும். எதற்காகப் பொய்யான நம்பிக்கை கொடுத்தீர்கள்? உங்கள் செயலுக்காக நான் மிகவும் வருந்துகிறேன்" அவருடைய விடைக்காகக் காத்திருக்காமல் விரைவாக வெளியேறி விட்டேன். அதன்பிறகு தான் என் மனப்புழுக்கம் அடங்கியது.

அதன்பிறகு இரண்டு முறை வேறு பணி நிமித்தமாக அவரைக் காணவேண்டி வந்தது. என்னிடம் பகையும்

கோபமும் இருக்கும் என்று எண்ணினேன். மாறாக என்னிடம் மிகுந்த மரியாதை காட்டினார்.

மீண்டும் அவிலா பள்ளியிலிருந்து சகோதரிகள் தமிழ் கற்றுக் கொள்ள வீட்டிற்கு வந்தார்கள்.

என்னிடம் ஆறாம் வகுப்பில் படித்த நிஷாந்தினி சங்கீதாவின் தந்தை அவளையும் கூட்டிக் கொண்டு ஒரு நாள் வீட்டிற்கு வந்தார். "எங்கள் வீட்டில் அனைவருமே மருத்துவர்கள். இவள் படிப்பில் சற்றே பின்தங்கி இருக்கிறாள். இவளை இன்று உங்களிடம் ஒப்படைக்கிறேன். அவள் நன்கு படிக்க உதவி செய்யுங்கள். அவளும் மருத்துவம் பயில வேண்டும்" என்று கூறி அவளை என்னிடம் விட்டுவிட்டுத் திரும்பிச் சென்றார். அன்று மாலையே அவளுக்குப் படிப்பில் உதவி செய்ய ஆரம்பித்தேன்.

எளிதில் படித்து மதிப்பெண்கள் பெற மாணவர்களுக்கு நான் ஒரு வழிமுறையைக் கற்றுக் கொடுப்பதுண்டு. ஒரு முறை அதை அவர்கள் பின்பற்றி நல்ல மதிப்பெண் பெற்றுவிட்டால் பிறகு மிகுந்த உற்சாகத்தோடு படிக்க ஆரம்பித்து விடுவார்கள். அவ்வாறே சங்கீதாவிற்கும் கற்றுக் கொடுத்தேன். மிக எளிதில் புரிந்து கொண்டாள். திறமைசாலி, ஆனால் எப்படிப் படிக்க வேண்டும், எப்படித் தேர்வு எழுத வேண்டும் என்று தினமும் பயிற்சி கொடுத்தேன். அவள் படிப்பில் மிக விரைவிலேயே நல்ல முன்னேற்றம் தெரிந்தது. பத்தாம் வகுப்பு பொதுத்தேர்வில் மிக நல்ல மதிப்பெண்கள் பெற்றாள்.

கோடை விடுமுறையில் மண்ணார்க்காட்டிலிருந்து ரவி தன் மகனையும் மகளையும் வீட்டிற்குக் கூட்டி வந்து அந்த ஆண்டுப் பாடங்களைக் கற்றுக் கொடுக்குமாறு கேட்டுக் கொண்டான். ரவியின் மாமியார் வீடு அருகில் இருந்ததால் கோடைவிடுமுறைக்கு ஆண்டுதோறும் வந்து ஒரு மாதம் தங்கிச் செல்வார்கள். எப்படியும் மதிப்பெண்கள் பெற்றுவிட வேண்டும் என்ற எண்ணம் தோற்றுவித்த அவசரத்தில் நுனிப்புல் மேயும் விதமாகவே படித்துக் கொண்டிருந்தார்கள். கற்றலை எளிதாக்குவது எப்படி என்பதை முதலில் கற்றுக் கொடுத்தேன். ரவியின் மகன், மிகுந்த பொறுமையோடு நான் சொல்லும் வரை மீண்டும் மீண்டும் எழுதிக் காட்டுவேன். ஆனால் மகளோ படிக்க வரும்போதே அழுவாள், எழுதிக்காட்ட அழுவாள். நான் சொல்லிய வண்ணம் படித்து எழுதிக் காட்டமாட்டாள். கோடை விடுமுறை முடிந்து மண்ணார்க்காட்டிற்குத் திரும்பிச் செல்லும் போது அவள் முகத்தில் அப்படி ஒரு மகிழ்ச்சி. ஆனால் என் மனம் நிறைவடையவில்லை. பத்து நாட்கள் கழித்து அவளுக்கு ஒரு கடிதம் எழுதினேன். அது அவள் வாழ்க்கையில் மிக நல்ல மாற்றத்தைக் கொண்டு வந்தது. மகிழ்ச்சியான திருப்புமுனையாக இருந்தது.

அன்று முதல் படிப்பில் தீவிரம் காட்டினாள். சிறிது காலத்திற்குப் பிறகு அவளுடைய அம்மா தொலைபேசியில் என்னுடன் பேசிவிட்டு அவளைப் பேசச் சொன்னாள். மிக சரளமாக இனிமையான குரலில் சிறிது நேரம் பிழையின்றி ஆங்கிலத்தில் பேசினாள். வியந்து போனேன். நான் வெற்றி பெற்றதாகவே

உணர்ந்தேன். அதன்பிறகு அவளுடைய பெற்றோர் என்னைக் காணும் பொழுதெல்லாம், தொலைபேசியில் பேசும் பொழுதெல்லாம் நான் அவளுக்கு எழுதிய அந்தக் கடிதத்தைப் பற்றி மகிழ்ச்சியாகப் பேசுவதுண்டு. இன்று தன் கணவருடன் இரு குழந்தைகளுடனும் ராஜஸ்தானில் வாழ்ந்து வருகிறாள். You tube ல் கணவருடன் இணைந்து நிகழ்ச்சிகளை நடத்திக் கொண்டிருப்பதன் மூலம் தன் புகழை நாளுக்குநாள் வளர்த்துக் கொண்டிருக்கிறாள்.

சங்கீதா பதினொன்றாம் வகுப்பில் சேர்ந்தபோது அவள் படிப்பில் எந்த உதவியும் செய்ய முடியவில்லை. வளர்மதி இறுதி ஆண்டு படிக்க ஆரம்பித்த போது நான் அவளுடன் தங்கி அவளுக்குத் தேவையான அனைத்து உதவிகளையும் செய்து கொடுக்க வேண்டியது மிகவும் இன்றியமையாததாக இருந்தது. பன்னிரண்டாம் வகுப்பு ஆரம்பித்த உடனே சென்னையிலிருந்து திரும்பி வந்து மீண்டும் அவளுடன் படிக்க அமர்ந்தேன். அந்த ஆண்டு பொதுத்தேர்விலும் மிக நல்ல மதிப்பெண் பெற்றாள். மருத்துவக் கல்லூரியில் சேர்ந்தாள். மருத்துவப் படிப்பை முடித்து, மகப்பேறு மருத்துவத்தில் மேற்படிப்பை முடித்து, அதற்கு மேலும் அத்துறையில் பட்டங்கள் பெற்று மிகச்சிறந்த மருத்துவராக முன்னணியில் நிற்கிறாள். அவளது கணவரும் மருத்துவர். தங்கள் குழந்தையுடன் காஞ்சிபுரத்தில் வாழ்ந்து வருகிறாள். இது மிகப்பெரிய சாதனையே அல்லவா? இது அவளுக்கும் அவள் குடும்பத்திற்கும் கிடைத்த வாழ்நாள் முழுவதற்குமான மகிழ்ச்சி அல்லவா? இறுதியாக அவள் பெற்ற பட்டத்திற்கான இட ஒதுக்கீடு இரண்டு பேருக்கு

மட்டுமே ஒதுக்கப்பட்டன. மொத்தமே இரண்டு இடங்கள் தான். அதில் ஒரு இடம் இவளுக்குக் கிடைத்தது. இது அவள் வாழ்வில் உச்சகட்ட சாதனை அல்லவா?

உரிய பருவம் என்பதால் வானவனுக்குத் திருமணம் செய்ய எண்ணினோம். சென்னையில் நுங்கம்பாக்கத்தில் எங்களது திருமணத் தகவல் மையம் அமைந்திருக்கிறது. அங்கே வானவனைப் பற்றிய அனைத்துத் தகவல்களையும் பதிவு செய்து விட்டு வந்தோம். அதைப் பார்த்து விட்டு ஒரு சிலர் வெவ்வேறு ஊர்களிலிருந்து எங்களுக்குத் தகவல் அனுப்பினார்கள். கோவைக்கு அருகிலேயே காரமடையிலிருந்தும் தகவல் வந்தது. பின்னர் தெரிந்து கொண்டேன், பெண்ணின் தாய் பள்ளியில் என்னுடன் பயின்றவர் என்று.

அவளுடைய மாமா தொலைபேசியில் எங்களைத் தொடர்பு கொண்டு அறிமுகப்படுத்திக் கொண்டார். அதற்குள் அவளுடைய பாட்டி இறந்துவிட்டார்கள் என்ற செய்தி வந்தது. குறிப்பிட்ட நாட்களுக்குப் பின் மீண்டும் தொலைபேசியில் பேசினார்கள். உங்களுக்கு இது குறித்துச் சிந்தனை இருந்தால் கூறுங்கள், எங்கள் பெண்ணை நீங்கள் பார்க்கவர ஏற்பாடு செய்கிறோம் என்றார்கள். அடுத்த வாரத்தில் ஒரு நாள் அவர்கள் வீட்டிற்குச் சென்று பெண்ணைப் பார்த்துவிட்டு வந்தோம். இது குறித்து நாங்கள் விவாதித்துக் கொண்டிருந்தோம். ஒரு வாரத்தில் மீண்டும் அவருக்கு மாரடைப்பு ஏற்பட்டது. இந்த முறை சற்றுக் கடினமாகவே இருந்தது. உடனே அறுவை சிகிச்சை செய்ய வேண்டும் என்று மருத்துவர்கள் உறுதியாகச் சொல்லி விட்டார்கள்.

ஏற்பாடுகள் செய்யலானோம். மூன்றாவது நாள் அறுவை சிகிச்சை செய்வதெனத் தீர்மானித்தோம்.

முன்னேற்பாட்டிற்காகத் தேவையான இரத்தத்தை அப்பா ஏற்பாடு செய்தார். அதே பிரிவைச் சேர்ந்த இரத்தம் உடையவர்கள் ஆறு பேரைக் கண்டு பிடித்து, உரிய நேரத்தில் மருத்துவமனைக்கு வருவதற்கான ஏற்பாடுகளைச் செய்தார். மற்ற சில ஏற்பாடுகளை என் தம்பி இளங்கோ செய்தான்.

அறுவை சிகிச்சைக்காகக் காலை எட்டு மணிக்கு உள்ளே கொண்டு சென்றார்கள். ஒன்பது மணியளவில் பெண் வீட்டிலிருந்து தாத்தா, பாட்டி உட்பட மற்றும் சில உறவினர்கள் மருத்துவமனை வளாகத்தில் கூடினார்கள். என் தோழியர், தந்தையின் நண்பர்கள், மண்ணார்க்காட்டிலிருந்து ரவி அவன் மனைவி அனைவரும் வந்தனர்.

பெண்ணின் உறவினர் ஒருவர் என்னிடம் கேட்டார். "நீங்கள் இது குறித்து மனதில் ஏதேனும் நினைக்கிறீர்களா? எங்கள் வீட்டுப் பெண்ணைத் திருமண நிமித்தமாகப் பார்த்துவிட்டு வந்தால் சகுனம் சரியில்லை என்ற நினைப்பு ஏதேனும் உள்ளதா?" எனக்கேட்டார். "அது குறித்த எண்ணமே என்னுள் எழவில்லை. நீங்களும் அவ்வாறு சிந்திக்க வேண்டாம்" என்றேன். என் தோழியர் என்னிடம் நெருங்கி, "யாரிடமும் எதுவும் கேட்காமல் நீ பாட்டுக்கு இவ்வளவு பெரிய செயலை முடிவு செய்வாயா? அந்தப் பெண்ணின் நட்சத்திரம் மாமியாருக்கு ஆகாது என்பார்கள். உயிரையே பாதிக்கும் என்ற கருத்தும் உள்ளது. இது சோதனை செய்யும் செய்தியல்ல" என்றார்கள். ஆனால்

அத்தனை பேருடைய கருத்துக்களும் என் செவியிலேயே நின்று விட்டன. மனதிற்குள் நுழையவில்லை. காரணம் நான் பகுத்தறிவுப் பாசறையில் வளர்ந்தவள்.

பத்து நாட்களுக்குப் பிறகு அவர் குணமடைந்து வீடு திரும்பினார். அன்று இரவு உணவிற்குப் பின் எப்பொழுதும் போல அனைவரும் வெளியில் வந்து அமர்ந்தோம். அப்பா கேட்டார். "வானவனுடைய திருமணப் பேச்சை ஆரம்பித்து விட்டோம். நீ என்ன சொல்கிறாய் மகளே. உன் முடிவுதான் இங்கு முக்கியத்துவம் பெறுகிறது. ஏனென்றால் எதிர்வரும் காலத்தில் நாம் செய்யப்போகும் செயல்களில் நீ தான் பெரும்பங்கு வகிக்கப்போகிறாய். எனவே உன் முடிவுதான் எங்கள் முடிவாகவும் இருக்கும்." என்றார். மற்றவர்களும் இதே கருத்தைச் சொன்னார்கள். சிந்திக்க எனக்கு நேரம் தேவைப்படவில்லை. "மற்றவர் பேச்சுக்கு நாம் செவிமடுக்க வேண்டிய அவசியமில்லை. திருமணம் நிமித்தமாக ஒரு பெண்ணைப் பார்த்துவிட்டு வந்தோம். கிட்டத்தட்ட அனைவருமே அதை உறுதி செய்த மாதிரிதான் எண்ணினோம். அதற்கு வலுவான காரணமும் இருந்தது. அவர்கள் சொந்த ஊரும் இது என்பதாலும், ஏற்கெனவே நன்கு அறிமுகமானவர்கள் என்பதாலும் அதற்கு முக்கியத்துவம் கொடுத்தோம். எல்லாவற்றையும் நன்கு சிந்தித்த பிறகு பெண்ணை வேண்டாம் என்று சொல்வது நியாயமாகாது. அவர்களுக்கும் தீராத மன உளைச்சலைத் தரும். எங்களுக்கு இன்னும் ஆறு மாதங்களுக்கு வெளியில் வர இயலாது. அவர் முற்றிலும் குணமடைய வேண்டும். எனவே அதுவரை நீட்டி வைக்காமல் அடுத்த வாரத்தில்

ஒருநாள் நீங்கள் அனைவரும் சென்று நிச்சயம் செய்துவிட்டு வாருங்கள். ஆறு மாதங்களுக்குப் பிறகு திருமணம் செய்யலாம்." என்று கூறினேன். அதன்படியே செய்தார்கள்.

துன்பத்தில் துவளாமை, சொன்ன சொல் மாறாமை என்ற இரு முத்திரைகளைப் பதித்தேன். என் வாழ்க்கையில் முக்கியத்துவம் வாய்ந்த தருணங்களாக அவை இருந்தன.

அடுத்த ஆண்டு அவர்களுக்குப் பெண் குழந்தை பிறந்தது. 'கொற்றவை' எனப் பெயரிட்டோம். அந்தப் பெயரின் பொருள் 'வெற்றிச் செல்வி', 'வெற்றித் திருமகள்' என்பதாம். 'உள்ளுவதெல்லாம் உயர்வுள்ளல்' என்பதல்லவா நம் பெருமை. சில வருடங்களுக்குப் பிறகு மீண்டும் கருவுற்றாள். அப்பொழுது வானவன் புதுவையில் பணியிலிருந்தான். ஒருநாள் தொலைபேசியில் என்னிடம் பேசினான். "அம்மா, நான் காலையிலிருந்து கிட்டத்தட்ட இரவுவரை அலுவலகத்தில் இருக்க வேண்டி உள்ளது. கொற்றவைபள்ளிக்குச் சென்று வரவேண்டும். அவளுக்கும் மிகச்சோர்வாக உள்ளது. பணியெடுக்க இயலவில்லை. இருவரையும் நம் வீட்டிற்கு அனுப்பட்டுமா?" என்று கேட்டான். "உடனே அனுப்பு, நான் பார்த்துக் கொள்கிறேன்." அடுத்த நாளே அவர்களை அவளுடைய அம்மா இங்கே கூட்டிவந்து என்னிடம் விட்டுச் சென்றாள். பேறுகாலம் வரை மிக நன்றாகக் கவனித்துக் கொண்டேன். விரும்பியதையெல்லாம் சமைத்துக் கொடுத்தேன். இத்தருணத்தில் உடல் நலம் மட்டுமல்ல உளநலமும் பேணப்படவேண்டும் என்பதில் கவனமாக இருந்தேன்.

கொற்றவையின் படிப்பு தடைபடக் கூடாது என்பதற்காக, காரணங்களைப் பள்ளி முதல்வரிடம் கூறி ஒரு வருடம் படிப்பைத் தொடர 'பத்மாவதி அம்மாள்' பள்ளியில் சேர்த்தேன். இரண்டாவதாக ஆண் குழந்தை பிறந்தது. 'கீரன்' என்று பெயரிட்டோம். அதன் பொருள் 'கீர்த்தி மிக்கவன்' என்பதாம். கொற்றவை, கீரன் என்று சொன்ன மாத்திரத்தில் மனதில் பேருவகை தோன்றும். செம்மாப்பு மனதில் படருவதை உணர்வேன். குழந்தையை எடுத்துக் கொண்டு மீண்டும் புதுவைக்குத் திரும்பிச் சென்றார்கள்.

வளர்மதி இறுதித்தேர்வு எழுத வேண்டிய காலம் வந்தபோது சில மாதங்களுக்கு முன்பாகவே நாங்கள் இருவரும் சென்னைக்குச் சென்று விட்டோம். அவள் தன் தோழியர் மூவருடனும் ஒரு வாடகை வீட்டில் தங்கிப் படித்துக் கொண்டிருந்தாள். அந்த வீட்டிலேயே நாங்களும் தங்கினோம். இரண்டாம் ஆண்டில் படித்துக் கொண்டிருந்த போதே எனக்குக் கடிதம் எழுதினாள். "எழுத்துத் தேர்வில் இரண்டு தாள்களில் நான் வெற்றி பெறவில்லை. குறைந்த மதிப்பெண்களே கிடைத்துள்ளன. நன்றாகவே எழுதினேன். விடைத்தாள்களின் நகலைக் கேட்டு விண்ணப்பித்திருக்கிறேன்." மிகவும் கவலைப்பட்டாள். அது அவள் ஊக்கத்தை அசைத்துவிடக் கூடாது என்பதை மனத்திருத்தினேன். அவ்வப்போது ஊக்கப்படுத்தி, உற்சாகப் படுத்தும் விதமாகக் கடிதம் எழுதிக்கொண்டே இருந்தேன்.

விடுதியில் சாப்பிட்டுக் கொண்டிருந்தாள். அதை நிறுத்தி நானே உணவு தயாரித்துக் கொடுத்தேன். படிக்கத் தேவையான அனைத்து உதவிகளையும் செய்து

கொடுத்தேன். தினமும் அவள் படித்து முடிக்கும் வரை நானும் அவளுடன் உட்கார்ந்தேன். இறுதித் தேர்வு வந்தது. அந்த ஆண்டு அவள் எழுத வேண்டிய தேர்வையும், அதுவரை தேர்ச்சி பெறாமல் வைத்திருந்த தாள்களையும் ஒன்றாக எழுதச் சொன்னேன். எழுதி முடித்து விட்டுக் கோவைக்குத் திரும்பினோம்.

விடைத்தாள்களைத் திருத்திக் கொண்டிருந்தார்கள். சரியான நேரத்தில் முதல்வர். விஜயா சேசாத்திரி செய்ய முயன்ற சதியை முறியடித்தேன். தேர்வு முடிவும் வந்தது. அனைத்துத் தேர்விலும் நல்ல மதிப்பெண்களைப் பெற்று உரிய நேரத்தில் மருத்துவப் படிப்பை முடித்து வெளியில் வந்தாள். முடிவு வெளியான அன்று இனிப்புகள் வாங்கிக் கொண்டு கல்லூரிக்குள் நுழைந்தோம். ஒரு சிலர் ஓடி வந்தார்கள். அவசர அவசரமாகக் கேட்டார்கள் "எத்தனை தாள்களில் வளர்மதி தோற்றிருக்கிறாள்?" கேட்டவர்களிடமெல்லாம் இனிப்பை நீட்டினாள். முதல்வர் அறைக்குச் சென்றோம். இனிப்பை நீட்டினாள் எடுத்துக் கொண்டு தலையைக் குனிந்து அமர்ந்தார்கள். மாற்றுச் சான்றிதழ் எழுத ஆரம்பித்த உடனே நான் அருகில் சென்று நின்று கவனித்தேன். அதைப் பெற்றுக் கொண்டு வெளியில் வந்தோம். 'இதுவரை நீங்கள் செய்த உதவிகளுக்கு நன்றி" என்றேன். உண்மையில் அவர்கள் செய்த செயலுக்கு வெட்கப்பட வேண்டும். வெட்கப்பட்டுத் தலை குனிந்தார்கள். இந்த சலசலப்புக்கெல்லாம் நான் அஞ்சமாட்டேன் என்று புரிந்துகொண்டிருப்பார்கள். அந்த ஆண்டு நாங்கள் பீளமேட்டில் இருந்த வீட்டிற்கே குடியேறினோம்.

பட்டம் பெற்ற மருத்துவர் ஓராண்டு காலம் மருத்துவமனையில் நிரந்தரமாகத் தங்கி நோயாளிகளுக்கு சிகிச்சையளித்துத் தன் பயிற்சியை முடிக்க வேண்டும். (House Surgeon) அந்தப் பயிற்சியை முடித்துவிட்டு ஒரு ஆயுர்வேத மருத்துவராக வெளியில் வந்தாள்.

வீட்டிற்கு அருகில் இருந்த ஒரு ஆயுர்வேத மருத்துவமையத்தில் பணியாற்றினாள். மதுரையில் அரசுசாரா அமைப்பு ஒன்று எளிய மக்களுக்காகப் பணியாற்றிக் கொண்டிருந்தது. அங்கே அந்த அமைப்பில் மருத்துவராகப் பணியாற்றினாள். அங்கேதான் ஒருசில பாரம்பரிய வைத்தியர்கள் மருந்து தயாரித்துக் கொடுப்பதற்காக வந்தனர். வைத்தியர் வெள்ளைச்சாமிதான் வயதில் மூத்தவரும், திறமை மிகுந்த மருத்துவராகவும் இருந்தார். அவரை எனக்கு அறிமுகம் செய்து வைத்தாள். வைத்தியம் தொடர்பாகவும், பல செய்திகளை எனக்குக் கற்றுக் கொடுத்தார்.

கன்னியாகுமரியில் சுனாமி பாதித்த ஒரு சில கிராமங்களுக்கு உதவி செய்து, மீண்டும் அங்குள்ள மக்களுக்கு மறுவாழ்வு ஏற்படுத்திக் கொடுக்க சில வெளிநாட்டுத் தன்னார்வலர்கள் வந்து தங்கி உதவி செய்தார்கள். அங்கே வளர்மதி மருத்துவப் பணி செய்ததோடு மட்டுமின்றி அவர்கள் கேட்டுக் கொண்டபடி அறிக்கைகள் தயாரித்துக் கொடுத்தாள்.

ஹைதராபாத்தில் சாந்தகிரி ஆயுர்வேத மையத்தில் மருத்துவராகப் பணியாற்றினாள்.

பல வழிகளிலும் தன் திறமைகளை வளர்த்துக் கொண்டாள்.

அவளுக்கு திருமணம் செய்ய எண்ணினோம். மீண்டும் மீண்டும் திருமணப் பேச்சுடன் ஒரு குடும்பத்தினர் வந்தனர். அவளுக்கும் பிடித்திருந்தது. ஆனால் அவர்களுக்கும் எங்களுக்குமிடையே சில கருத்து வேறுபாடுகள் இருந்தன. எங்களுக்கு என்று சில கொள்கைகளை வகுத்துக் கொண்டு வாழப் பழகியவர்கள். எத்தனை இடர் வந்துற்ற போதும் பாதையை மாற்றிக் கொண்டதில்லை. பிறர் மனம் நோகும் படியான செயல்களைச் செய்ததில்லை. எங்களுக்கு விருப்பம் இல்லாத இரண்டொரு செயல்களைச் செய்ய மாட்டோம் என்று உறுதி தந்தார்கள். ஆனால் திருமணம் முடிந்து மூன்றே மாதத்தில் வாக்குத் தவறினார்கள். எங்களுக்குத் தீராத மனஉளைச்சல் ஏற்பட்டது. இருப்பினும் இரண்டாண்டு காலம் வளர்மதி தன் சொந்த விருப்பங்களை மறந்து, மருத்துவப் பணியை மறந்து எந்நேரமும் அடுமனையிலேயே இருந்தாள். அனைவருக்கும் தேவையான உதவிகளைச் செய்து கொடுத்தாள்.

பணம் எப்பொழுதுமே எங்களது காலுக்குக் கீழேதான் இருக்கும். ஒருபோதும் அதை எங்கள் தலைக்குமேல் செல்ல விட்டதில்லை.

வாழ்க்கைக்குத் தேவையான ஒரு கருவி மட்டுமே அது. வலிந்து சென்று புகழைப் பெற ஒருபோதும் நாங்கள் முயன்றதில்லை. ஆனால் பணத்தையும் புகழையும் பெற எத்தகைய வழிகளையும் தேடிக்கொள்ள அவர்கள்

தயங்கியதில்லை. ஒரு வாரம் அவர்களின் செயலைத் தீவிரமாகக் கண்காணித்தேன்.

என் மகளின் சுயமரியாதை சுரண்டப் பட்டபோது, மீண்டும் பாதுகாப்பாக என் நிழலுக்குக் கீழ் அவளைக் கொண்டு வந்தேன். வருவதற்கு முன் அன்றுவரை என் மகளுக்குச் செலவு செய்த பணத்தைக் கணக்குப் போட்டு அவர்களிடம் கொடுத்துவிட்டு வந்தேன்.

மேலும் மேலும் அவளைப் படிக்க ஊக்கப்படுத்தினேன். அதற்குத் தேவையான அனைத்து உதவிகளையும் செய்து கொடுத்தேன்.

சென்னைப் பல்கலைக்கழகத்தில் உளவியலில் நிறைஞர் பட்டம் பெற்றாள். தஞ்சை பல்கலைக்கழகத்தில் மூலிகை அறிவியலில் பட்டயம் பெற்றாள். சிதம்பரம் அண்ணாமலைப் பல்கலைக்கழகத்தில் உளவியல் வழிகாட்டுதலில் சான்றிதழ் பெற்றாள். பாரதியார் பல்கலைக்கழகத்தில் 'முதுகலை வணிக நிர்வாகம்' (M.Phil) பட்டம் பெற்றாள். அதில் மருத்துவமனை நிர்வாகத்தை சிறப்புப் பாடமாக எடுத்திருந்தாள்.

ஒரு சிறிய மருத்துவ மையத்தை ஆரம்பித்துக் கொடுத்தேன். அவளுக்காக "பரிணாம் ஆயுர்வேத மருத்துவம் மற்றும் ஆராய்சி மையம்" என்ற ஒரு கம்பெனியைத் தொடங்கினேன். தன்னம்பிக்கையை வளர்த்துக் கொண்டு தலைநிமிர்ந்தாள். ஆயுர்வேத மருத்துவத்தில் மிகுந்த தேர்ச்சி பெற்றாள். நோயாளிகள் யார் வந்தாலும் தங்கள் நோய்களுக்கான தீர்வைப் பெற்றுச் செல்கிறார்கள். சில சிக்கலான நோய்களையும்

குணப்படுத்தியிருக்கிறாள். சரிசெய்ய முடியாத சிக்கலான நோயாளிகளை மட்டுமே தவிர்க்கிறாள். ஆயுர்வேத மருத்துவத்தில் மிகச்சிறந்து விளங்கியதால் அவளுக்காக ஒரு மருத்துவமனை கட்டிக் கொடுக்கலாம் என்று துணிந்து ஒரு பரந்த நிலத்தை அவளுக்காக வாங்கிக் கொடுத்தேன்.

அந்நேரம் என்னுள் ஒரு எண்ணம் உதயமாயிற்று. எங்களுடன் கபடு பாராத நட்பு பாராட்டியவர் சிலர் இருக்கின்றனர். கண்ணியமான நட்பினர். வறுமையிலும் செம்மையாக வாழ்ந்தவர்கள். சுருக்கத்திலும் உயர்வாக வாழ்ந்தவர்கள். அவர்களுடைய நட்பைப் பெரிதும் நான் மதித்தேன். வாழ்க்கையில் அவர்கள் என்றும் உடனிருக்க வேண்டும் என்ற விருப்பம். எனவே அந்த இடத்திலேயே அவர்களும் வீடுகட்டிக் கொண்டு குடும்பத்துடன் குடியிருக்க வேண்டும் என்று அவர்களுக்கும் இடம் கொடுத்திருக்கிறேன்.

ஒரு நாள் கன்யாகுருகுலம் பள்ளியில் பணியாற்றிக் கொண்டிருந்த ஆசிரியர் திருமதி. கண்ணம்மா வீட்டிற்கு வந்தார்கள். பக்கத்து வீதியில் குடியிருந்தார்கள். "ராமசாமி நாயுடு பதின்மப் பள்ளியின் முதல்வர் உங்களைப் பார்க்க வேண்டும் என்று கூறினார்கள். நீங்கள் திருமதி. பத்மாராவிடம் மற்றவற்றைக் கேட்டுத் தெரிந்து கொள்ளுங்கள்" என்று கூறிவிட்டுச் சென்றார்கள். எங்கள் வீட்டிற்கு இரண்டு வீடுகள் தள்ளி பத்மாராவ் குடியிருந்தார்கள். அந்தப் பள்ளியில் ஆங்கில ஆசிரியராகப் பணியாற்றிக் கொண்டிருந்தார்கள் அவர்களை வீட்டில் சென்று சந்தித்தேன். "முதல்வர் திருமதி. சீதா பூவையா

உங்களைப் பார்க்க வேண்டும் என்று சொன்னார்கள். நாளைக் காலையில் பத்து மணிக்குப் பள்ளிக்கு வந்து விடுங்கள். முதல்வரிடமும் சொல்லி விடுகிறேன்" என்றார்கள். மறுநாள் காலையில் பத்துமணிக்குப் பள்ளிக்குச் சென்று முதல்வரைச் சந்தித்தேன்.

"இந்தப் பள்ளிக்குத் தமிழாசிரியராகப் பணிபுரிய வரமுடியுமா?" எனக் கேட்டார்கள். என்னால் நம்பவே முடியயவில்லை. மீண்டும் மனதில் ஒரு மகிழ்ச்சி ஊற்று உருவானது. சற்றும் தயக்கமின்றி உடனே சரியென்று சொல்லி விட்டேன். உடனே என்னைப் பன்னிரண்டாம் வகுப்பிற்குக் கூட்டிச் சென்று பாடம் நடத்தச் சொன்னார்கள். திடீரென்று கூறியதால் என்ன கற்பிப்பது என்று சிந்தித்து சில விநாடிகள் நின்றேன். பிறகு இலக்கணத்தில் புணர்ச்சிவிதி எடுத்தேன். "ஈறுபோதல், இடையுகரம் இய்யாதல்' நூற்பாவைக் கரும்பலகையில் எழுதிக் கற்பித்தேன். முடித்துவிட்டு வெளியில் வந்தோம். "நாளைக் காலை எட்டரை மணிக்குப் பள்ளிக்கு வந்து விடுங்கள்" என்றார்கள். பள்ளியின் சட்ட திட்டங்களைப் பற்றிச் சொன்னார்கள். பதினொன்று, பன்னிரண்டாம் வகுப்புகளுக்குத் தமிழ் கற்பிக்கும் பொறுப்பை எனக்குக் கொடுத்தார்கள். அந்த நாளின் மணித்துளிகள் நீண்டனவாக எனக்குத் தோன்றியது, விடியலுக்காகக் காத்திருந்தேன்.

மறுநாள் காலையில் மகிழ்ச்சியோடு வீட்டு வேலைகளை முடித்துக் கொண்டு தேவையானவற்றை எடுத்துக் கொண்டு, வீட்டிற்கு மிக அருகிலேயே இருந்த பள்ளி வளாகத்திற்குள் பல கற்பனைகளுடனும்,

ஆர்வத்துடனும், உற்சாகத்துடனும் நுழைந்த பொது என் மனப்பறவை மகிழ்ச்சியாகத் தன் சிறகுகளை விரித்தது.

நான் கற்பிக்கப்போகும் வகுப்புகளுக்கு முதல்வரும் என்னுடன் வந்து மாணவர்களுக்கு அறிமுகப்படுத்தினார்கள்.

என் கற்பித்தல் முறையும், மாணவர்களிடம் நான் காட்டிய அணுகுமுறையும் மற்ற ஆசிரியர்களிடமிருந்து வேறுபட்டிருந்தது. நான் கற்பித்தமுறை மாணவர்களை உற்சாகப்படுத்தியது. இலக்கியத்தை விடச் சுவையாக இலக்கணத்தைக் கற்பித்தேன். பாடங்களை வரிசையாக ஒவ்வொரு மாணவராக உரத்த குரலில் படிக்கும்படி சொன்னேன். அதன் அவசியத்தை விளக்கினேன். தமிழை ஒரு பாடமாகவே பொருட்படுத்தாமல் இருந்த மாணவர்கள் ஆர்வத்துடன் கற்க ஆரம்பித்தார்கள். அவர்கள் காட்டிய உற்சாகம் என் திறமைகளை மேலும் வளர்த்துக்கொள்ள உதவியது. கற்பிக்கும் முறையைச் சற்றே மாற்றினேன்.

முதல்வர் திருமதி. சீதா பூவையா மாணவர்கள் நலனில் மிகுந்த அக்கறை எடுத்துக் கொண்டார்கள். படிப்பில் மட்டுமல்ல மற்ற செயல்களிலும் தங்கள் திறமையை மாணவர்கள் காட்ட வேண்டும் என்ற எண்ணத்தில் எப்பொழுதுமே அவர்களைக் கண்காணித்துக் கொண்டிருந்தார்கள்.

காலையில் மூன்று பாடவேளைகளுக்குப் பிறகு இடைவேளை வருவதுண்டு. அதன் பிறகு மாணவர் இருபது நிமிடம் செய்தித்தாள் படிக்க ஏற்பாடு

செய்திருந்தார்கள். ஆறாம் வகுப்பு முதல் பன்னிரண்டாம் வகுப்புவரை பயிலும் அத்தனை மாணவர்களும் கட்டாயம் ஒவ்வொரு நாளும் அன்றன்றைய செய்தித்தாள்களைப் படிக்க வேண்டும் என்று அதற்கான ஏற்பாட்டைச் செய்திருந்தார்கள். அந்த நேரம் பெரும்பாலும் நான் பன்னிரண்டாம் வகுப்பில் தான் இருப்பேன். ஒரு நாள் மாணவன் ஒருவன் எழுந்து, "மேடம், எனக்கு ஒரு சந்தேகம்" என்றான். "என்ன சந்தேகம்?" உடனே ஓடிச்சென்று வாயிற்கதவையும் சன்னல்களையும் மூடிவிட்டு வந்தான்.

"எதற்காகக் கதவையும் சன்னல்களையும் மூடிவிட்டு வந்தாய்?" "நான் கேட்பதை யாரேனும் கேட்டுவிட்டால் சிக்கலாகி விடும். நான் சொன்னேன், "முதலில் நீ போய் அனைத்தையும் திறந்து வைத்துவிட்டு வா. உன் இடத்தில் போய் நில். நிமிர்ந்து நின்று தலையை உயர்த்தி, உரத்த குரலில் என் கண்களைப் பார்த்து நீ கேட்க நினைப்பதைக் கேள்" என்றேன்.

சில வினாடி நேரம் தயங்கி நின்றான். பிறகு நான் சொன்னவாறே செய்தான். அவன் கேட்ட வினா இதுதான். "விடுதலைப் புலிகளுக்கும், இலங்கை அரசுக்கும் இடையே பல ஆண்டுகளாகப் போராட்டம் நடந்து கொண்டிருக்கிறதே அதன் அடிப்படைக் காரணம் என்ன?

"இதுதான் உன் ஐயமா, இதைக் கேட்க நீ ஏன் அச்சப்படுகிறாய்?"

"இல்லைங்க, அதைப் பற்றிப் பேசுவதே கண்டனத்திற்குரிய குற்றம் என்கிறார்களே?"

"யார் சொன்னார்கள்? மிகத்தவறான கருத்துக்களைக் கொண்டிருக்கிறீர்கள். உங்கள் மனதில் எந்தப்பொருள் குறித்து ஐயம் ஏற்பட்டாலும் உடனே அதைப் பற்றிப் படித்தோ, நடுநிலைமை உள்ளவர்களிடம் கேட்டோ ஐயத்தைத் தீர்த்துக் கொள்ள வேண்டும். உங்களுக்கு மனதில் பட்டதை விடையாக எடுத்துக் கொள்வீர்கள். அதுதான் தவறு, புரிந்ததா? என்றேன். இங்கே ஆசிரியர்கள் ஒரு செய்தியை நன்கு நினைவில் வைத்துக்கொள்ள வேண்டும். எந்த ஒரு செய்தியைப் பற்றிப் பேசுவதாக இருப்பினும் காய்தல் உவத்தலின்றி அச்செய்தியை அணுகுதல் வேண்டும். அது சான்றோர்க்கு அழகு.

மாணவர்களுக்கு சற்றே நம்பிக்கை வந்தது. அதன் பிறகு செய்தித்தாள் படிக்கும் நேரத்தில் ஒவ்வொருவரும் தங்கள் ஐயங்களைத் தயக்கமின்றிக் கேட்க ஆரம்பித்தார்கள்.

"திடீரென்று ஈராக் மீது அமெரிக்கா ஏன் இவ்வளவு கடுமையாகப் போர் தொடுக்கிறது?"

"அந்நாட்டின் மீது அமெரிக்கா வீசிய குண்டு காரணமாக நிலத்தில் சிறு பிளவு ஏற்பட்டிருப்பதாக இன்றைய செய்தித்தாளில் இருக்கிறதே, அதைக் குறித்து நீங்கள் என்ன நினைக்கிறீர்கள்?"

"முதன் முதலில் H.I.V Virus எப்படி உருவானது?"

"அந்த Virus மனித உடம்பை விட்டு வெளியில் வந்தால் எத்தனை நேரம் உயிர் வாழும்?"

"காப்பிப் பூ எந்தக் குடும்பத்தைச் சேர்ந்தது?" இது போன்ற பல வினாக்களைக் கேட்டார்கள். ஒரு வேளை அவர்கள் கேட்கும் வினாக்களுக்கு உறுதியான விடை தெரியாவிட்டால், வீட்டிற்குச் சென்று, சரியான விடையைத் தெரிந்து கொண்டு வந்து மறுநாள் அவர்களின் ஐயத்தைத் தீர்ப்பதுண்டு. மிகச்சரியான கருத்துக்கள் தெரிந்தால் மட்டுமே அதுகுறித்துப் பேசுவதுண்டு.

சிறிது காலம் மட்டுமே என்னிடம் வினாக்களைக் கேட்டு விடைதெரிந்து கொண்டார்கள். அதன்பின் செய்திகளெல்லாம் கருத்துப் பரிமாற்றங்களாக, விவாதங்களாக மாறிப்போயின.

ஒரு முறை கணக்குப் பதிவியல் பயிலும் மாணவன் என்னிடம் கேட்டான் "மிகநல்ல மதிப்பெண்கள் பெற்ற, கற்கத் திறமையுள்ள மாணவர்கள் மட்டும் தான் முதல் பிரிவில் சேர முடியுமா? எங்கள் படிப்பிற்கு எளிதில் வேலை கிடைக்காதா?. எங்களுக்குள் ஒரு தாழ்வுமனப்பான்மை ஏற்படுகிறது." என்று கவலை தோய்ந்த குரலில் கேட்டான்.

"இப்படி ஒரு கருத்தை உன்னிடம் யார் சொன்னார்கள் தம்பி? நிச்சயமாக அது தவறான கருத்து. அனைத்துப் பாடப்பிரிவுகளுமே அதற்குரிய மதிப்பைப் பெற்றிருக்கிறது. நீ என்ன படிக்கிறாய் என்பது முக்கியமல்ல, எப்படிப் படிக்கிறாய் என்பது தான் முக்கியம். படிப்பதை ஆழ்ந்துபடி. நுனிப்புல் மேயாதே. நீ உன் படிப்பில் ஆழ்ந்த புலமை பெறுவதுதான் முக்கியம்" எனக்கூறி ஒவ்வொரு பாடப்பிரிவும் எத்தகைய முக்கியத்துவம் பெறுகிறது, எங்கெல்லாம் பயன்படுகிறது

என்று விளக்கினேன். அன்றைய காலகட்டத்தில் எந்தெந்த நாடுகளில் எந்தெந்தத் துறையில் பணிக்கு ஆட்கள் தேவைப்படுகிறார்கள் என்று விளக்கினேன்.

உளவியலாளர் ப்ராய்டின் உளவியல் கருத்து ஒன்றையும் எடுத்துக் கூறினேன். ஆனால் அந்தக் கருத்தை அவர்களுக்குத் தொடர்புடைய விதத்தில் கூறினேன். "நீ சிறப்பாகக் கற்று முடித்து முதலிடம் பெற வேண்டும் என்ற சிந்தனையை மேலோட்டமாக அல்லாமல் ஆழ்மனதில் (Subconsious mind) போட்டு வை. இரவுபகல் அது உன்னைத் தூங்க விடாது. எப்பொழுதும் உள்மனதில் அந்த எண்ணம் ஓடிக்கொண்டே இருக்கும், நிச்சயமாக நீ மிக நல்ல மதிப்பெண்கள் பெற்று வெளியில் செல்வாய்" என என் அறிவுக்கு ஏற்றாற்போல் விளக்கினேன்.

பிறகு அது விவாதமாக மாறிப்போனது. பொதுத்தேர்வுக்கு எவ்வளவு நாட்கள் இருக்கின்றன என்பதைக் கணக்கிட்டேன். ஒவ்வொரு நாளும் படிக்க வேண்டிய பாடத்தை அட்டவணைப்படுத்திக் கொடுத்தேன். அன்றிலிருந்து அந்த அட்டவணைப்படி படித்தால் தேர்வுக்குப் பத்து நாட்கள் முன்பாகவே அனைத்தையும் படித்து முடித்து விடலாம். கடைசி நேரத்தில் முட்டி மோதிக் கொள்ள வேண்டி இருக்காது. இது கற்றலை எளிதாக்குவதற்கான திட்டம் என்று திட்டமிட்டுக் கொடுத்தேன். அவர்களுக்குள் தன்னம்பிக்கை பிறந்தது.

முதல்வர் என்னிடம் சில பொறுப்புக்களைத் தந்தார்கள். தினமும் சீருடை, கழுத்துப்பட்டை, காலணிகள் இவற்றை மாணவர்கள் சரியாகவும் ஒழுங்காகவும் அணிந்து

வருகிறார்களா என்பதைக் கண்காணிக்கச் சொன்னார்கள். அப்படி சரியாக அணிந்து வராத மாணவர்களுக்கு தினமும் சரியாக அணிந்து வரப் பழக்கப்படுத்தச் சொன்னார்கள். கல்வி உளவியலாளர்களின் எந்தக் கோட்பாடுகளையும் வலித்து அவர்கள் மீது திணித்ததில்லை. இயல்பாகவே எனக்கு வந்தன. எனக்கும் மாணவர்கட்கும் இடையே 'புரிந்து கொள்ளுதல்' உணர்வு எளிமையானதாகவே இருந்தது. ஆனால் எந்தச் சூழ்நிலையிலும் மாணவர்கள் தங்கள் நிலையை மறந்து நடந்து கொண்டதில்லை.

மாணவர் உளவியலில் எனக்கு மிகுந்த நாட்டம் ஏற்பட்டது. நான் கற்பித்த ஒவ்வொரு வகுப்பிலும் என் முன் அமர்ந்திருந்த மாணவர்களை உற்று நோக்கலானேன். குறைபாடுள்ள மாணவர்களைக் கண்டறிந்தேன். யாரும் அறியாவண்ணம் ஒவ்வொரு மாணவனுக்கும் தனித்தனியாக நேரம் ஒதுக்கி அந்நேரத்தில் அவர்களில் ஒவ்வொருவரையும் சந்தித்தேன். ஒவ்வொரு மாணவனிடமும் காணப்பட்ட குறையைக் கண்டறிந்து, அதைச் சரிசெய்து கொள்ள நான் வழிகாட்டலானேன். தாழ்வு மனப்பான்மையைப் போக்கினேன். தன்னம்பிக்கை பெற்றனர்.

ஆசிரியர் அறையில் அமர்ந்திருக்கும் போது ஆசிரியர்கள் தத்தம் வகுப்பில் படித்துக் கொண்டிருந்த ஒருசில மாணவர்களின் நிறைகுறைகளைப் பற்றிய கருத்துக்களைப் பகிர்ந்து கொண்டார்கள்.

மூன்றாம் வகுப்பில் படித்துக் கொண்டிருந்த ராகுல் என்னும் மாணவன் தேர்வில் எப்பொழுதுமே மிகக்குறைவான மதிப்பெண் பெறுவதுண்டு. ஒருநாள்

அவனைத் தனியாக வரவழைத்துக் காரணங்களைக் கேட்டறிந்தேன். கேட்ட மாத்திரத்திலேயே அவன் கண்கள் கலங்கத் தொடங்கின. தன் மனதில் அத்தனை காலம் தேக்கி வைத்திருந்த கவலைகள், ஏக்கங்கள், எதிர்பார்ப்புகள் அனைத்தையும் கொட்டித் தீர்த்தான்.

ஒவ்வொரு மாதமும் தேர்வு முடிந்தவுடன் மதிப்பெண் பட்டியலைப் பெறப் பெற்றோர்கள் பள்ளிக்குச் சென்று, உரிய ஆசிரியர்களிடம் தங்கள் குழந்தைகளின் நிலை குறித்து கருத்துக்களைப் பகிர்ந்து கொள்வது எல்லாப் பள்ளிகளிலும் நடைமுறையில் இருந்தது. அந்த மாதம் ராகுல் தன் தந்தையுடன் வந்தான். என்னைப் பார்த்துச் சிரித்தான். அவரை என் இருக்கையின் முன் அமரச் சொன்னேன். "ராகுல் நன்றாகப் படிப்பதில்லை. எது சொன்னாலும் கேட்பதில்லை" என்று ஆரம்பித்தார். அடடா..... இதுதான் நல்ல சமயம் என்று நினைத்தேன். வழிக்காட்டுதல் ராகுலுக்குத் தேவையில்லை. அவனுடைய தந்தைக்குத்தான் என்று நினைத்துக் கொண்டேன்.

தன் தந்தையிடம் ராகுல் என்னவெல்லாம் எதிர்பார்க்கிறானோ, என்னவெல்லாம் சொல்ல விரும்புகிறானோ அவை அனைத்தையும் அவரிடம் சொல்லத் தொடங்கினேன். நான் பேசப்பேச ராகுலின் முகம் மலர்ந்தது. கண்கள் ஒளிர்ந்தன. கேட்கக் கேட்க ராகுலின் தந்தை கண்களைத் தாழ்த்தி சற்றே தலைகுனிந்து உட்கார்ந்தார். முகம் வாடிப் போனது. ராகுலை வெளியே சென்று நிற்கும்படி சொன்னேன். அவர் தந்தையிடம் வீட்டில் அவனை எப்படி நடத்த

வேண்டும் என்று கூறினேன். அவன் படிக்கும் போது அவர்கள் எப்படியெல்லாம் உதவலாம் என்று சொன்னேன். அவனுடைய படிப்பையும் நல்லொழுக்கத்தையும் விட முக்கியமானது வேறு எதுவும் இல்லை. மாலை ஆறு மணிக்கு அவனைப் படிக்க உட்கார வைக்க வேண்டும். எழுதப்படிக்கத் தெரிந்தாலும், தெரியாவிட்டாலும் அவனுடைய அம்மா கூட உட்கார வேண்டும். நானே படித்துக் கொள்கிறேன் என்று அவன் சொல்லும் வரை அவனுடன் அமர வேண்டும். அக்கம் பக்கத்து வீட்டுப்பெண்களுடன்பேச அமர்வதையும், தொலைக்காட்சி காண்பதையும் நிறுத்த வேண்டும். இரவு உணவு உண்ண அமரும் போது அனைவரும் ஒன்றாக அமர்ந்து உண்ண வேண்டும். அப்போது அவனுடைய கருத்துக்களைக் கேட்க வேண்டும். அதற்கு மதிப்புக் கொடுக்க வேண்டும். தவறாக எதுவும் பேசினால் அதைச் சரிசெய்ய வேண்டும். தொலைக்காட்சியில் செய்திகள் ஒளிபரப்பாகும் நேரம் அவனையும் அமர வைத்துக் கேட்க வைக்க வேண்டும். நல்ல விவாதங்களும் கருத்துப் பரிமாற்றங்களும் வேண்டும். இவற்றையெல்லாம் இன்றே தொடங்குங்கள். அடுத்த முறை இதேபோல் ஆசிரியருடனான கருத்துரையாடலுக்கு வரும் போது என்னை வந்து பாருங்கள் என்று கூறி அனுப்பினேன். நிச்சயமாகச் செய்கிறேன் எனக் கூறி விட்டு எழுந்து சென்றார். அடுத்த தேர்விலிருந்து அவன் மதிப்பெண் கொஞ்சம் கொஞ்சமாக அதிகரித்தது. பேசும் போது தெளிவாகப் பேச ஆரம்பித்தான். ராகுல் மிக உற்சாகமடைந்தான். அதன்பிறகு அவனுக்கு வழிகாட்டுதல் தேவைப்படவில்லை.

மாணவர்களிடம் நான் காட்டும் அணுகுமுறையும் வழிகாட்டுதல்களும் சரியா இல்லையா என்று எனக்குத் தெரியாது. ஆனால் அது நல்ல முறையில் தான் அமைகிறது என்று தெரிந்தால் அதன்படிதான் நடப்பேன். அது குறித்து மற்றவர்கள் கூறும் கருத்துக்களுக்குச் செவிமடுப்பதில்லை.

அதன் பிறகு ராகுல் என்னை எதிரே பார்க்கும் போது முகமலர்ந்து சிரிப்பான். அவன் கண்களும் சிரிக்கும். அவனைக் கண்டபோது என்னாலும் சாதிக்க முடியும் என்ற நம்பிக்கை வந்தது.

ஒரு நாள் அரசு ஆசிரியப்பணிக்காக அலுவலகத்திலிருந்து ஒரு கடிதம் வந்தது. அரசுப்பணிக்காக சான்றிதழ் சரிபார்ப்புக்குத் தேவையான சான்றிதழ்களை எடுத்துக்கொண்டு வருமாறு தேதியும் இடமும் குறிப்பிட்டு எழுதியிருந்தார்கள். எங்கள் குடும்ப நண்பர் ஒருவர் வேலை வாய்ப்பு அலுவலகத்தில் பணியாற்றிக் கொண்டிருந்தார். அவரைத் தொலைபேசியில் கூப்பிட்டு அந்தச் செய்தியை உறுதிப்படுத்திக் கொண்டேன். இவ்வளவு வருடம் காத்திருந்தீர்கள். இப்பொழுதுதான் வாய்ப்பு வந்திருக்கிறது. மூன்று ஆண்டுகள் நீங்களும் அரசுப் பள்ளியில் பணியாற்றலாம்" என்றார்.

ஆசிரியர் அறையில் அமர்ந்திருக்கும் போது ஆசிரியர்கள் என்னிடம் கேட்டார்கள், "உங்களுக்கும் கடிதம் வந்திருக்கிறதா? எந்த இடத்தில் உள்ள பள்ளியில் சேர விரும்புகிறீர்கள் என்று கேட்டு அந்தப் பள்ளிலேயே பணியில் அமர்த்துகிறார்கள்ளாம். அப்படி

உங்களிடம் கேட்டால் நீங்கள் எந்த இடத்திற்குப் போக விரும்புகிறீர்கள்?" எனக் கேட்டார்கள். "ஆனைகட்டி" என்றேன். அலறினார்கள். "நீங்கள் என்ன பேசுகிறீர்கள் என்று புரிந்துதான் பேசுகிறீர்களா? இப்பொழுது படித்து முடித்து விட்டு வந்தவர்களே அங்கே செல்லத் தயங்குகிறார்கள். நீங்கள் இந்த வயதில் அங்கு செல்ல ஆசைப்படுகிறீர்களே? எதையும் எளிதாகச் செய்து முடிக்க மாட்டீர்களா?" "மாட்டேன். என் திறமை முழுவதையும் பயன்படுத்தி வெற்றிகரமாகச் செய்து முடிக்கும் பணியையே நான் விரும்புகிறேன். எத்தனை திறமைசாலிகள் அங்கே ஒளிந்திருக்கிறார்கள் என்று யாருக்குத் தெரியும். அது எனக்கு ஒரு சவாலாக இருக்கும். சவால்களைச் சந்திப்பது எனக்குச் சக்கரைப் பொங்கல் சாப்பிடுவது மாதிரி" என்று சொல்லி முடித்தேன். "வாழ்த்துக்கள்! நீங்கள் விரும்புவது போலவே உங்களுக்கு ஆனைகட்டி அரசுப்பள்ளியில் வேலை கிடைக்கட்டும்" என்று வாழ்த்தினார்கள்.

குறிப்பிட்ட தேதியன்று அனைத்துச் சான்றிதழ்களையும் எடுத்துக்கொண்டு அவர்கள் கூறியிருந்த பள்ளிக்குச் சென்றேன். மாலையில் தான் என்முறை வந்தது. என் சான்றிதழ்களையும், வேலை வாய்ப்பு அலுவலகத்தில் பதிவுசெய்திருந்த அட்டையையும், என் கையெழுத்தையும் பார்த்த பொருப்பாளராக இருந்த ஆசிரியர், "இது ஒருவருடையது அல்ல: இரண்டு பேருடையது. வேலை வாய்ப்பு அலுவலகத்தில் பதிவு செய்திருக்கும் அட்டையில் வானதி. ஜெ என்று எழுதியிருக்கிறார்கள். நீங்கள் வானதி ஜெயராமன் என்று கையெழுத்துப் போட்டிருக்கிறீர்கள். உங்கள் சான்றிதழ்களில் வானதி

ஜெயராமன் என்று இருக்கிறது. இதை ஏற்றுக்கொள்ள முடியாது" என்றார். அருகிலிருந்த ஆசிரியரும் அவ்வாறே சொன்னார். அடடா... நீங்கள் இவ்வளவு புத்திசாலிகளா? என்று நினைத்துக் கொண்டேன். கூடவே வேறொரு எண்ணமும் எழுந்தது, ஒரு வேளை இவர்கள் வெறும் அம்புதானோ என்று.

"சார் இவை அனைத்துமே என்னுடையவை தான் என்று நான் சான்றுகளுடன் உறுதிப்படுத்திவிட்டேன். இவை இருவருடையது என்று நினைத்தால், நான் சொல்வது பொய் என்று நீங்கள் நினைத்தால் அதை நீங்கள் தான் ஆதாரபூர்வமாக உறுதிப்படுத்த வேண்டும்" என்றேன்.

அவருக்கு கோபம் வந்தது. என்னுடைய சான்றிதழ்களின் நகல்கள் அடங்கிய உறையை சட்டென்று எடுத்துக் கீழே வேகமாக வீசினார். என்னுள் ரௌத்திரம் பொங்கியது. அடக்கிக் கொண்டேன்.

"கழுதைக்கு எப்படித் தெரியும் கற்பூர வாசனை" என்று நினைத்தவாறே வேகமாக எழுந்து வெளியில் வந்து விட்டேன்.

உடனே எங்கிருந்தோ ஒருவர் வேகமாக நடந்து அருகில் வந்தார். "உங்களுக்கு அரசுப்பணியே வேண்டும் என்று விரும்புகிறீர்களா?"

"இல்லையே, நான் விரும்பவில்லை. மீண்டும் என்னைக் கூப்பிட்டு அவர்களே அரசுப்பணி தருவதாக இருந்தாலும் எனக்கு வேண்டாம்" என்று சொல்லிவிட்டு நகர்ந்தேன். மீண்டும் ஒருவர் வந்து, "நீங்கள் அவர்களைச்

சென்று பாருங்கள்" என்றார். எதற்காக? 'கலையியல் நிறைஞர்' பட்டத்தை முதல் வகுப்பில் தேர்ச்சி பெற்று முடித்திருக்கிறேன். கல்வியியலில் எழுத்துத் தேர்வில் 64 விழுக்காடும் செயல்முறைத் தேர்வில் 73 விழுக்காடும் பெற்று முதல் வகுப்பில் தேறியிருக்கிறேன். வேலைவாய்ப்புக்கான பதிவிலும் நான் முதலில் இருக்கிறேன். எனக்கு ஏற்கெனவே பணி அனுபவம் இருக்கிறது. பிறகு எதற்கு நான் என் வேலைக்காக மற்றவர்களைப் போய்ப் பார்க்க வேண்டும் என்று உரக்கப் பேசவே, வேகமாக அவர் அங்கிருந்து நகர்ந்து விட்டார்.

வெளியில் வந்து மரத்தடியில் சற்று நேரம் அமர்ந்தேன். அங்கே சான்றிதழ் சரிபார்ப்புக்காக வந்திருந்த பலரும் அமர்ந்திருந்தனர். என்னருகில் வந்து நின்று, "வேலையை உறுதி செய்வார்களா என்று கேட்டார்கள். நடந்ததைக் கேட்டுக் குமுறினார்கள். அவர்களுக்கு என்ன நேர்ந்தெனக் கூறினார்கள். மனம் நொந்தேன்".

அதற்குள் ஒருவர் கேட்டார், "நீங்கள் ஆசிரியர் தேர்வு வாரியம் நடத்திய தேர்வை எழுதினீர்களா?" எனக் கேட்டார். நான் எதற்காக எழுத வேண்டும்?

"மகாபாரதத்தில் அர்ச்சுனன் தேரில் பூட்டிச் சென்ற நான்கு குதிரைகளின் பெயர்கள் உங்களுக்குத் தெரியுமா?"

"பகவத் கீதையில் அந்தக் குதிரைகளின் பெயர் எதையும் குறிப்பிடவில்லை. நான்கு வெள்ளைக் குதிரைகள் பூட்டப்பட்டிருந்ததாகத் தான் கூறப்பட்டிருக்கிறது"

அதற்குள் மற்றொருவர், "இயேசு சிலுவையைச் சுமந்து கொண்டு மலை ஏறிய போது சவுக்கால் எத்தனை

முறை அடித்தார்கள்? 37, 38, 39 இவற்றுள் எது சரியான விடை?"

"எதற்காக இதையெல்லம் கேட்கிறீர்கள்?"

"ஆசிரியர் தகுதித் தேர்வு எழுதிய போது இந்த வினாக்களைக் கேட்டிருந்தார்கள்" என்றனர். என்னுள் எழுந்த உணர்வு இன்னதென்று கூற முடியாது. அவமானப்படுத்தப்பட்டது போல் உணர்ந்தேன்.

"இதுபோன்ற வினாக்களையா கேட்டார்கள்?" யாரை ஏமாற்றுகிற வேலை இது? இந்த வினாக்களுக்கெல்லாம் சரியாக விடை எழுதினால் அவர்கள் திறமையும் தகுதியும் உடைய ஆசிரியர்களா? அப்படியானால் மற்றவர்களெல்லாம் யார்? இந்தச் செய்திகளெல்லாம் மாணவர்களுக்கு எந்த விதத்தில், எந்த இடத்தில் பயன்படும்? இந்தச் செய்திகளையெல்லாம் மாணவர்களுக்குக் கற்றுக் கொடுக்க ஓர் ஆசிரியர் தேவையா? அதன்பிறகு நடந்த உரையாடல் எதுவும் என் மனதில் நிற்கவில்லை.

வீட்டிற்குச் சென்றவுடனே வண்டியில் புறப்பட்டுச் சென்றேன். சற்றேறக்குறைய ஒரு கிலோ மீட்டர் தொலைவில் ISKCON அமைப்பு இருந்தது. (ஹரே ராமா ஹரே கிருஷ்ணா) அங்கு சென்று அந்த அமைப்பின் தலைவரைப் பார்த்தேன்.

"அர்ச்சுனன் தேரில் பூட்டிச் சென்ற நான்கு குதிரைகளின் பெயர்கள் என்ன?"

"பெயர்களைக் குறிப்பிடவில்லையே, நான்கு வெள்ளைக் குதிரைகள் பூட்டப்பட்டிருந்த தேர் என்று தானே பகவத்கீதை கூறுகிறது"

யாரிடம் கேட்டால் இதற்கான விடை கிடைக்கும்? ஒரு வாரம் தேடி அலைந்தபின், ஒருவர் தன் அலைபேசியில் அந்தப் பெயர்களைக் குறுஞ்செய்தியாக அனுப்பியிருந்தார். நம் மாணவர்களின் விதிப்பயனை நொந்து கொண்டேன். போர்க்கொடி தூக்கினாலும் பயனேதும் இருக்காது. இன்றுவரை மனப்புழுக்கம் அடங்கவில்லை.

அடுத்தநாள் காலை வழக்கம் போல் பள்ளிக்குச் சென்றேன். ஆசிரியர் அறைக்குள் நுழைந்த போது அனைவரும் ஆர்வத்துடன் நடந்ததைக் கேட்டார்கள். நடந்தவற்றைக் கூறினேன். அவற்றைக் கேட்டபோது அனைவர் முகத்திலும் ஒரு சோகம். அதன்பிறகு சில நாட்கள் என்னைக் கண்டபொழுதெல்லாம் அமைதி காத்தனர். "நானே கவலைப்படவில்லை. நீங்கள் கவலை தோய்ந்த முகத்துடன் காணப்படுகிறீர்களே! நிச்சயமாக இழப்பு எனக்கில்லை. ஆனைகட்டியில் வாழும் மாணவர்களுக்கும் இந்த அரசுக்கும் தான்".

"இன்று முதல்வர் ஆசிரியர்களின் கலந்துரையாடல் நடக்கிறது. நீங்கள் வகுப்பை கவனித்துக் கொள்ளுங்கள்" என்று அலுவலகத்தில் பணியாற்றிக் கொண்டிருந்த திருமதி. ராஜாமணி என்னிடம் கூறிச்சென்றார். அதன் பொருள் 'நீங்கள் வரவேண்டாம்' என்பதே. அடுத்த மாதமும் அவ்வாறே நடந்தது. காரணம் என்னவாக இருக்கும் என்று சிந்தித்தேன். ஆண்டுத் தேர்வுக்கு மாணவர்கள் தங்களை ஆயத்தப்படுத்திக் கொண்டிருந்தார்கள்.

மிகப்பெரிய பொறுப்பும் கடமையும் எனக்காக வீட்டில் காத்திருந்தது. என் பேரன் பரிதியைக் கவனித்துக் கொள்ள வேண்டிய முழுநேரப் பணியே அது.

பள்ளித்தேர்வுகள் முடிந்த போது இறுதிநாள் என் விண்ணப்பத்தை முதல்வரிடம் தந்தேன். அதைப்படித்த அவர்கள் சிறிது நேரம் எதுவும் பேசவில்லை. காரணங்களைப் புரிந்து கொண்ட அவர்கள் சொன்னார்கள், "உங்களுக்காக இந்தப் பள்ளியின் கதவுகள் என்றுமே திறந்திருக்கும். நீங்கள் எப்பொழுது வேண்டுமானாலும் வந்து சேர்ந்து கொள்ளலாம்." என்று அவர்களும் அதையே சொன்னார்கள். மேலும், "ஆசிரியர் சந்திப்பில் நான் உங்களைப் பற்றியே பெருமையாகப் பேசினேன். எல்லோரும் வானதியைப் போல் இருங்கள். தேவைப்படும் மாணவர்களைக் கண்டறிந்து சரியான வழிகாட்டுதல் தர வேண்டும்." என்று மீண்டும் மீண்டும் உங்களையே பாராட்டிப் பேசினேன். அதனால் தான் உங்களைக் கூப்பிடவில்லை என்றார்.

அவர்களிடம் விடைபெற்றுக் கொண்டு வெளியில் வந்த போது மனதில் சொல்ல முடியாத துயரம். எனக்குத் தெரியும், அன்றுடன் என் ஆசிரியப்பணி நிறைவடைகிறது என்று. வெறும் ஐந்து ஆண்டுகள் மட்டுமே ஆசிரியராகப் பணியாற்றியிருக்கிறேன். ஆனால் அந்த ஐந்து ஆண்டுகளின் ஒவ்வொரு மணித்துளியையும் மகிழ்ச்சியுடனும் பெருமையுடனும் கழித்திருக்கிறேன். என் பணியைப் பழுதில்லாமல் செவ்வனே செய்திருக்கிறேன். அன்று வீட்டிற்கு

வந்தபோது வெகுநேரம் அமர்ந்திருந்தேன். நிழற்படக் காட்சிகளாகக் கண்முன் ஒவ்வொரு நிகழ்ச்சியும் ஓடியது.

அந்த அன்பான மாணவர்களையும், புரிந்து கொள்ளும் இயல்புடைய ஆசிரியர்களையும், மஞ்சள் கொன்றை மரங்களையும், மழைக்காலத்தில் சுவர்களின் மேல் நின்று நடனமாடும் மயில்களையும், வசந்தகாலத்தில் மரங்களில் அமர்ந்து கூவும் குயில்களையும் நான் இழந்துவிட்டேன் எனத் தோன்றியது. காலச்சுழல் நம்மை ஒரே இடத்தில் இருக்க விடுவதில்லை. தன் ஓட்டத்திற்கு ஏற்ப நம்மையும் இழுத்துக் கொண்டு ஓடுகிறது.

ஆசிரியராகப் பள்ளிக்குள் முதன் முதலில் நுழைந்தபோது, என் மனதில் உள்வாங்கி ஆழப்பதித்திருந்த சில பாடல்களையும் கருத்துக்களையும் செயல்படுத்த வேண்டும் என்ற ஆர்வமும் முனைப்பும் அதிகமாக இருந்தன.

"ஈன்று புறந்தருதல் என்தலைக் கடனே

சான்றோன் ஆக்குதல் தந்தைக்குக் கடனே

வேல்வடித்துக் கொடுத்தல் கொல்லற்குக் கடனே,

நன்னடை நல்கல் வேந்தர்க்குக் கடனே

ஒளிருவாள் அருஞ்சமம் முருக்கிக்

களிறெறிந்து பெயர்தல் காளைக்குக் கடனே"

இது பொன்முடியார் பாடிய புறநானூற்றுப் பாடலாகும்.

"நன்னடை நல்கல் ஆசிரியரின் தலையாய கடமையாகக் கருதப்படுகிறது. இன்று உலகம்

விரும்புவதும் உலகத்திற்கு தேவையானதும் அதுதான். கல்வியின் பயனாக மக்கட்பண்பு வளர வேண்டும். மாணவனுடைய சிந்தனையும், சொல்லும், செயலும் தனக்கும் பிறருக்கும் ஒருங்கே நன்மை பயப்பதாக அமைய வேண்டும். இதுவே, "நன்னடை" எனக் கூறலாம்

ஆசிரியர் மாணாக்கருக்குக் கற்பிக்கும் முறையில் சற்றேமாற்றம் வந்திருக்கலாம். ஆனால் கற்பித்தலின் நோக்கங்களில் மாற்றம் எதுவுமில்லை. சங்க காலக் கல்வி முறையிலிருந்து இன்றைய நாள்வரை கற்பித்தலின் நோக்கம் ஒன்றாகவே இருந்து வருகிறது. கல்வியின் மிக முக்கியமான நோக்கம் மனிதனுடைய சிந்தைனையாற்றலை வளர்த்தலே அல்லவா? எப்பொருளாயினும் பகுத்தறியும் ஆற்றலே சிந்தனையாற்றலாகும். தேறாது தெளியாது என்று நம்பும் இயல்பை ஒதுக்கி வைத்து ஒன்றன் காரண காரியங்களை ஆராய்ந்து பார்க்கப் படிக்க வேண்டும். சிந்திக்கும் ஆற்றலை வளர்க்காமல் வெறும் செய்திகளை மட்டுமே தருகின்ற கல்வி கல்வியாகாது. உயர்ந்தது எது? தாழ்ந்தது எது? நல்லொழுக்கம் எது? தீயொழூக்கம் எது? உண்மை எது? பொய் எது? நன்மை எது? தீமை எது? என்று பகுத்தறியும் ஆற்றலை மாணாக்கர்கட்கு கற்று தர வேண்டும். நல்லொழூக்கங்களையும் உயர்ந்த நடத்தைகளையும் முதலில் கற்று தர வேண்டும் என்பதே எனது நோக்கமாக இருந்தது.

நுண்ணறிவைப் பெற்றிருப்பவர்கள் முறையான கல்வியறிவைப் பெறும் போதேதான் அந்நுண்ணறிவின் பயனை அடைய முடியும்.

"தொட்டனைத் தூறும் மணற்கேணி மாந்தர்க்குக்
கற்றனைத் தூறும் அறிவு" - என்கிறார் வள்ளுவர்.

பண்டைத் தமிழ் அறிஞர்கள் கல்வியைப் பற்றிக் கூறிச்
சென்ற கருத்துக்களையும், இன்றைய கல்வியாளர்கள்
நெறிப்படுத்திக் கூறுகின்ற கோட்பாடுகளையும் ஆசிரியர்
நன்கு கற்றிருக்க வேண்டும் என்று நான் எண்ணுகிறேன்.

நிச்சயமாக என்னால் வீட்டு வேலைகளை மட்டுமே
செய்துகொண்டு பொழுதைக் கழிக்க முடியாது. பல நாட்கள்
சிந்தித்தேன். ஒரு முறை நாகர்கோயிலில் பணியாற்றிக்
கொண்டிருந்த மருத்துவர் திரு. வெள்ளைச்சாமி
அவர்களை வளர்மதி அறிமுகப்படுத்தியிருந்தாள்.
பரம்பரை மருத்துவர். கிட்டத்தட்ட எழுபத்தைந்து
ஆண்டுகளாக மருந்து தயாரித்துக் கொண்டிருந்தார்.
திருநெல்வேலியைச் சேர்ந்தவர். அவரிடம் பேசினேன்.
எனக்குச் சில மூலிகை மருந்துகள் தயாரிக்கக்
கற்றுத்தர முடியுமா என்று கேட்டேன். உடனே
சரியென்று சொன்னார். அவர் வருவதற்கும் திரும்பிச்
செல்வதற்குமான பயணத்திற்கும், இங்கே நான்கு நாட்கள்
தங்குவதற்குமான ஏற்பாடுகளைச் செய்தேன்.

பெரும்பாலும் நாம் அன்றாடம் பயன்படுத்தும்
பொருட்கள், மூலிகைகள் இவற்றைக் கொண்டு
மூட்டுவலித் தைலங்கள், முடி உதிராமல் இருக்கக்
கூந்தல் எண்ணெய், பொடுகு போக்கும் மூலிகைப் பொடி,
முடிவளர எண்ணெய் போன்ற ஒரு சில பொருட்களைத்
தயாரிக்கக் கற்று கொடுத்தார். மேலும் தான் இவ்வளவு
ஆண்டுகளாகச் செய்துகொண்டிருந்த சில முக்கியமான
மூலிகைப் பொருட்களைத் தயாரிக்கும் விதம் பற்றி

எழுதி வைத்திருந்த ஏடுகளைக் கொடுத்து நகல் எடுத்துக் கொள்ளச் சொன்னார். இவை அனைத்தும் என்னுடன் அழிந்து போகக் கூடாது. எப்படித் தயாரிப்பது என்று கற்றுக் கொள்ளுங்கள். தேவைப்படும் மக்களுக்கு மிகவும் பயனுள்ளதாக இருக்கும் என்றார்.

மூன்று ஆண்டுகளில் மூன்று முறை வந்து கற்றுக் கொடுத்தார். அவற்றைப் பயன்படுத்திப் பார்த்தோம். ஒரு சிலருக்குக் கொடுத்துப் பயன்படுத்திப் பார்க்கச் சொன்னோம். வெறும் மூலிகைகளை மட்டுமே கொண்டு வெளி உபயோகத்திற்காகத் தயாரிக்கப்பட்ட பொருட்கள். அவற்றைத் தயாரிக்கும் பொழுது தான் அந்த எண்ணம் உருவாயிற்று. வேதியியல் பொருட்கள் சேர்க்காமல் இவற்றையெல்லாம் தயாரித்து, தேவைப்படும் மக்களுக்கு அறிமுகப்படுத்தி, அவர்கள் பயன்பெற ஒரு நிறுவனம் தொடங்கினால் நன்றாக இருக்குமே என்று எண்ணினேன்.

அப்பா ஒருநாள் எங்களையும் என் தம்பிகளையும் வீட்டிற்கு வரச் சொன்னார். "எங்கள் வாழ்க்கையின் கடைசி காலத்தை வானதியுடன் கழிக்க விரும்புகிறோம். நீங்களெல்லாம் என்ன சொல்கிறீர்கள்? எனக் கேட்டார். எங்களுக்கு அது மிகுந்த மகிழ்ச்சியைத் தந்தது. காரணம், அவர்கள் எங்களுடன் இருப்பது எல்லா விதத்திலும் எங்களுக்கு உறுதுணையாக இருக்கும் என்று நம்பினோம். அப்போது அப்பாவிற்கு எண்பத்தேழாம் வயது நடந்து கொண்டிருந்தது. அடுத்த வாரமே புறப்பட்டு வந்து எங்களுடன் தங்கினார்கள். மாடியிலிருந்த வீட்டை அவர்களுக்கு ஒதுக்கினோம்.

இராணுவச் சட்டதிட்டங்களைப் பின்பற்றுபவர். அவருடன் இருக்க வேண்டும் என்றால் நானும் அவற்றைப் பின்பற்றியாக வேண்டும் என்று எனக்குத் தெரிந்தே இருந்தது. காலையில் சரியாக ஆறு மணிக்குள் எழுந்துவிட வேண்டும். எழுந்திருக்கச் சற்று தாமதமானால் அருகில் நின்று செறுமுவார். அதன் பொருள் 'எழுந்திரு' என்பது. விருந்தினரை உபசரிக்கும் முறையைக் கற்றுக் கொடுத்தார். பிடித்த உணவாக இருப்பினும் பிடிக்காத உணவாக இருப்பினும் எப்படி உண்ண வேண்டும் என்று கற்றுக் கொடுத்தார். உண்ணும் நேரத்திற்கு யாரேனும் வந்துவிட்டால் அவர்களை உண்ணக் கூப்பிட மாட்டார். முன்கூட்டியே சொல்லிவிட்டுத்தான் வரவேண்டும்.

அவருடைய நண்பர்கள் சொல்வதுண்டு எட்டுமணிக்கு ஓர் இடத்திற்கு வருகிறேன் என்று சொல்லிவிட்டால் அவர் வரும்போது மணியைப் பார்க்க வேண்டாம், எட்டு மணியாகத்தான் இருக்கும். என்றுமே சொன்ன சொல் மாறாதவர். ஒரு வேளை ஏதேனும் தவிர்க்கவியலாத காரணத்தால் வரமுடியாது போனால் தன்னால் வர இயலாது என்பதை எப்படியேனும் அவர்களுக்கு முன்னரே தெரிவித்து விடுவார். எக்காரணம் கொண்டும் மற்றவர்களைப் பற்றிக் குறை கூறக் கூடாது, நடமாடும் அகராதியாக இருந்தார். எப்பொழுது என்ன சொல்லுக்குப் பொருள் கேட்டாலும் உடனே சொல்வார். அந்த ஆங்கிலச் சொல்லை எப்படி உச்சரிக்க வேண்டும், எப்படி சொற்றொடர்களில் பயன்படுத்த வேண்டும் என்று சொல்லித் தருவார்.

இரவு ஒன்பது மணிக்குப் படுக்கைக்குச் சென்று விட வேண்டும். காலையில் நடைப் பயிற்சி செய்ய வேண்டும்.

அகலாது அணுகாது தீக்காய்வார் போல் நட்பினர்களுடன் பழக வேண்டும். பேசும் போது தலை உயர்த்தித் தெளிவான குரலில் பேச வேண்டும். என்னிடம் அடிக்கடி சொல்வதுண்டு

"ஆகா ரளவிட்டி தாயினும் கேடில்லை

போகா ரகலாக் கடை"

என்ற திருக்குறளையும் அதன் பொருளையும்.

விவேகசிந்தாமணியில் கூறியிருக்கும் பாடல்களைக் கூறிப்பொருளை விளக்குவார்.

'சங்குவெண் தாமரைக்குத்

தந்தை தாய் இரவி தண்ணீர்

அங்கதைக் கொய்து விட்டால்

அழுகச் செய்து அந்நீர் கொல்லும்

துங்கவெண் கரையில் போட்டால்

சூரியன் காய்ந்து கொல்லும்

தங்களின் நிலைமை கெட்டால்

இப்படித் தயங்கு வாரே!'

எவ்வளவு ஆழமான பொருளை உடைய பாடல்.

தாமரைக்குத் தாய் தண்ணீர், தந்தை சூரியன் அதைக்கொய்து போட்டால் அழுக வைத்துத் தாயாகிய நீர்

கொல்லும், கரையில் போட்டால் தந்தையாகிய சூரியன் காய்ந்து கொல்லும். தங்களின் நிலைமை கெட்டால் இவ்வாறுதான் நடக்கும்.

இங்கு வந்த சில நாட்களிலேயே ஒருமுறை என்னைக் கூப்பிட்டுச் சொன்னார், அதிக நேரம் சமயலறையிலே இருக்கக் கூடாது. காலையில் பத்து அல்லது பதினொரு மணிக்கு வெளியில் வந்தால் மீண்டும் மாலையில் தான் சமையலறைக்குள் செல்ல வேண்டும். உட்கார்ந்து ஏதேனும் படி. தமிழ் நூல்களைப் படி, எழுது.

தொலைக்காட்சியில் சிறிது நேரம் தமிழின் சிறப்புகளைக் கூறும் செய்திகளைப் பார், என்றார்.

குளிர்காலம் வந்தால் அவருக்கு ஒவ்வாமை ஏற்படும். இருமிக் கொண்டிருப்பார். ஆண்டுதோறும் அந்த நாட்களில், தினமும் காலை வேளையில் தூதுவளை ரசம் வைத்துக் கொடுத்தேன். சிறிது நேரத்தில் இருமல் நின்று இயல்பு நிலைக்குத் திரும்புவார். ஒரு நாள் அவர் கண்களில் கண்ணீர் நிறைந்தது.

"நீ என் மகளல்ல, அம்மா. என் அம்மா இப்போது உயிருடன் இருந்திருந்தால் இப்படித்தான் என்னைக் கவனித்துக் கொண்டிருப்பார்கள்," என்றார். என்னை மகளே என்றோ தாயீ என்றோ தான் கூப்பிடுவார். வானதி என்று உரத்த குரலில் கூப்பிட்டால் என்மீது அவருக்கு என்னவோ கோபம் என்று புரிந்து கொள்வேன். எதற்கும் அஞ்சாதவர்.

ஏற்றத் தாழ்வின்றி அனைவரையும் ஒருபோல் நடத்துபவர். பணத்தால் மற்றவர்களை எடை போட

மாட்டார். எண்ணற்றவர்களுக்கு உதவி செய்திருக்கிறார். கோடை விடுமுறை முடிந்து பள்ளிக்குச் செல்லும் மாணவர்களில் தேவைப்படும் மாணவர்களுக்குத் தேவையான உதவிகளைச் செய்வார். தன் இடது கரம் அறியாமல் வலது கரத்தில் உதவுபவர்.

தினமும் எனக்காகச் சற்று நேரம் ஒதுக்கினேன். ஒரு நாள் திடிரென்று அந்த எண்ணம் என்னுள் எழுந்தது. மீண்டும் நான் எழுதத் தொடங்கலாமா என்று எண்ணினேன். அது என் வாழ்க்கைக்கு நல்லதொரு பொருளைத் தரும்.

என்ன எழுதலாம்? அரிய செயலைத் தொடங்க வேண்டும். ரவீந்திரநாத் தாகூர் எழுதிய கீதாஞ்சலியின் மூலக்கவிதைகளைத் தமிழில் மொழிபெயர்க்கலாம் என்று முடிவு செய்தேன். எனக்கு வங்காளம் தெரியாது. வங்காள நாட்டைச் சேர்ந்த DR. FAKRUL ALAM கீதாஞ்சலி மூலக்கவிதைகளை ஆங்கிலத்தில் மொழிபெயர்த்திருந்தார். அவர் ஆங்கிலப் பேராசிரியராக டாக்கா பல்கலைக்கழகத்தில் பணியாற்றிக் கொண்டிருந்தார். இத்தகவலை RIFAT MUNIM என்ற பத்திரிகைச் செய்தியாளர் எனக்கு அனுப்பியிருந்தார்.

அடுத்த நாள் காலையில் மின்அஞ்சல் வழியாக அனுமதி கேட்டுக் கடிதம் எழுதினேன். அன்று மாலைக்குள் தான் ஆங்கிலத்தில் மொழிபெயர்த்திருந்த கீதாஞ்சலி மூலக்கவிதைகளை அனுப்பினார்.

அதை நான் தமிழில் மொழிபெயர்த்தேன். NOTION பதிப்பகத்தார் புத்தகத்தைத் தயாரித்தார்கள். புத்தகம்

வெளிவந்த போது முதல்நூலை என் தந்தையிடம் கொடுத்தேன். காய்தல் உவத்தலின்றி எதையும் அணுகுவார். படித்து முடித்துவிட்டுச் சொன்னார். "மிகவும் அருமையாக மொழிபெயர்த்திருக்கிறாய். இதை யாராலும் இவ்வளவு சிறப்பாக எழுத முடியாது. ஆனாலும் மகளே, இதை எல்லோராலும் படித்துப் புரிந்து கொள்ள முடியாது. சற்றே எளிமையாக எழுதியிருக்கலாம்".

ஆனால் என் கருத்து என்னவென்றால், தாகூர் எழுதிய கீதாஞ்சலியைப் படிக்கும் போது நம் மனதில் எத்தகைய உயர்ந்த, ஆழமான உணர்வுகள் எழுமோ அதே போன்று தமிழில் படிக்கும் போதும் படிப்பவர்களுக்கு அதற்கிணையான உணர்வுகள் எழவேண்டும் என்பதே, அப்பொழுதுதான் என் மொழிபெயர்ப்பு வெற்றி பெரும்.

அதைத் தொடர்ந்து தாகூரின் கீதாஞ்சலி உரைநடை மொழிபெயர்ப்பு, பிறைநிலா (Creascent moon), சுற்றித் திரிகின்ற பறவைகள் (Straybirds) ஆகிய மூன்று நூல்களையும் மொழிபெயர்த்தேன்.

அன்னூரில் உள்ள குலதெய்வக் கோயிலான பெரியம்மன் கோயிலுக்குச் சென்று வருவதை மிகவும் விரும்புவார். அபிராமி அந்தாதிப் பாடலை தினம் ஒரு முறை கேட்பார். காலையில் நடப்பதற்காக ஒன்றாகப் புறப்படுவோம். அவர் ஒன்றரை கிலோமீட்டர் சென்று வருவதற்குள் நான் மூன்று கிலோமீட்டர் சென்று விட்டுத் திரும்புவேன். இருவரும் ஒன்றாகவே வீட்டிற்குத் திரும்புவோம். அவர்கள் இருவருக்கும் சாப்பிட என்ன தயாரிக்க வேண்டும் என்று முதல்நாளே கேட்டுக் கொள்வேன்.

2019 ஆம் ஆண்டு அக்டோபர் ஒன்றாம் தேதி என்னுடன் கொஞ்சநேரம் பேச வேண்டும் என்று என்னைக் கூப்பிட்டார். விரைவாகச் சமைத்து முடித்து விட்டுச் சென்றேன். முன்னால் உட்காரச் சொன்னார்.

"மகளே, நான் சொல்வதை நிதானமாகக் கேட்டு மனதில் வாங்கிக் கொள். நான் இனி அதிக காலம் உயிர்வாழ மாட்டேன். என் இறுதி நெருங்கிவிட்டதை உணர்கிறேன்.

எங்களை மிக நன்றாகக் கவனித்துக் கொண்டாய். நான் இறந்த பிறகு உன் அம்மாவையும் இதேபோல் நன்கு கவனித்துக் கொள்வாய் என்பதில் எனக்கு ஐயமில்லை. அறுபது ஆண்டுகளுக்கு மேல் என்னுடன் வாழ்ந்திருக்கிறாள். என் இறப்பை அவள் தாங்கிக் கொள்வது கடினம். ஒருபோதும் அவள் மனம் நோகாதவாறு கவனித்துக் கொள்.

"நான் இறந்தவுடன் மின் மயானத்தில் உடலை எரித்து மறுநாள் சாம்பலை நொய்யல் ஆற்றில் அல்லது பவானி ஆற்றில் கரைத்து விடுங்கள். மின் மயானத்திற்கு உன் அம்மாவைக் கூட்டிக் கொண்டு வராதே.

அடுத்தநாள் மேசை மீது என் படத்தை வை. அனைவரும் குளித்துவிட்டு வந்து என் படத்திற்கு முன் குத்துவிளக்கை ஏற்றி விட்டு, அவரவர் வேலையைக் கவனிக்கச் செல்லுங்கள். அதன் பிறகு எந்த நினைப்பும் வேண்டாம். உன் அம்மாவிற்கு எந்தச் சடங்கும் செய்யக் கூடாது. இப்போது இருப்பது போல் தான் என்றைக்கும் இருக்க வேண்டும்.

ஒரு கடிதம் எழுதி என் மேசைக்குள் வைப்பேன். என் உயிர் பிரிந்தவுடன் அதை எடுத்துப் பிரித்துப் படி. அதில் நான் என்ன எழுதியிருக்கிறேனோ அதேபோல் அனைத்தையும் செய்ய வேண்டும்.

உடனே கருவூலத்திற்குத் தெரியப்படுத்த வேண்டும். அன்றிலிருந்து எந்தச் சலுகையையும் பயன்படுத்தக் கூடாது. செய்தித்தாளில் விளம்பரம் கொடுத்தால் என் நண்பர்கள் அனைவரும் தெரிந்து கொள்வார்கள்.

நான் எழுதி வைத்திருக்கும் உயில் இது. உன் தம்பிகளுக்கு நான் தர விரும்பியதை அவர்கள் பெயருக்கு எழுதிக் கொடுத்து விட்டேன். மற்றும் குழந்தைகளுக்குத் தர விரும்பியதையும் தந்து விட்டேன். ஆனால் எந்தச் சொத்தையும் உன் பெயருக்கு எழுதவில்லை. இரண்டு வீடுகளை உன் அம்மா பெயருக்கு எழுதியிருக்கிறேன், சில லட்சம் பணத்தை உன் அம்மா பெயரில் வைப்புத் தொகையாக வைத்திருக்கிறேன். உன் அம்மா காலத்திற்குப் பிறகு அவை உனக்குக் கிடைக்க வேண்டும் என்று எழுதியிருக்கிறேன்.

என்னுடன் இவ்வளவு காலம் வாழ்ந்திருக்கிறாள். என்னையே சார்ந்து இருந்து எனக்குத் தேவையான அனைத்தையும் செய்து கொடுத்து உற்ற துணையாக இருந்திருக்கிறாள். எனக்குப் பிறகு அவளுக்கு என்று எதையும் வைக்காமல் சென்றால், வருத்தப்படுவாள். எனவே அந்த வீடு அவளுக்கு இருக்கட்டும். வாழ்நாள் முழுவதும் ஓய்வூதியம் கிடைக்கும். அது அவளுக்குப் போதும். நீ என்னைப் புரிந்து கொள்வாய் என்ற நம்பிக்கையில் இந்த ஏற்பாடுகளைச் செய்திருக்கிறேன்."

"சரிங்க".

அவர் எது சொன்னாலும் இந்த விடையைத் தவிர வேறு எதுவும் என்னிடமிருந்து வராது.

அவருக்கு பிறந்தநாள் பரிசாக நாங்கள் கொடுத்த விலையுயர்ந்த பரிசுகளைத் திருப்பித் தந்தார். எண்பதாம் வயதில் நாங்கள் பொன்னாலான ஒரு கைக்கடிகாரச் செயின் கொடுத்திருந்தோம். அதையும் உள்ளிருந்து எடுத்து வந்து கொடுத்தார்.

நான் இருக்கும் காலம் வரை உனக்குப் பக்க பலமாய் இருப்பேன். என் நாட்கள் எண்ணப்பட்டு விட்டன. நீ எச்சரிக்கையுடனும், விழிப்புடனும் வாழக் கற்றுக்கொள். சிறியவன் என்னையே சார்ந்து வாழப்பழகி விட்டான். என் காலத்திற்குப் பிறகு அவன் வாழ்க்கையில் விழுந்து விடாமல் பார்த்துக் கொள்.

"சரிங்க"

அக்டோபர் 13 அவருடைய பிறந்த நாள். அவர் மிகவும் விரும்பிச் சாப்பிடும் அனைத்தையும் செய்து கொடுத்தேன். மதியம் சாப்பிட்டு விட்டு வந்து உட்கார்ந்தார். என்னிடம் சொன்னார், "இனி என்னால் நடக்க முடியுமா என்று கூடத் தெரியவில்லை. என்னுடன் எப்பொழுதும் இருந்து தேவையான அனைத்தையும் செய்து கொடுக்க ஒருவரைப் பணிக்கு அமர்த்திக் கொள்ளலாமா?" என்றார். "உடனே ஏற்பாடு செய்கிறேன்" என்று சொல்லி விட்டுக் கீழே வந்தேன்.

நாலரை மணிக்கு அப்பா குளிக்க அம்மா ஏற்பாடு செய்து கொடுத்தார். குளித்துவிட்டு வந்து உட்கார்ந்தார். அம்மா அவசரமாக என்னைக் கூப்பிட்டார்கள். விரைந்து மேலே ஓடினேன். பேசும் போதே உயிர் பிரிந்தது. என்னால் நம்ப முடியவில்லை.

அனைத்து ஏற்பாடுகளையும் செய்துவிட்டு அவர் மேசைக்குள் எழுதி வைத்திருந்த கடிதத்தை எடுத்துப் படித்துப் பார்த்தேன். நான் என்னென்ன செய்ய வேண்டும் என்பதை எழுதியிருந்தார்.

பிறந்த நாள் 13 அக்டோபர் அதே தேதியன்றே இறந்தார். அமாவாசையன்று பிறந்தார். பெளர்ணமியன்று இறந்தார்.

அவரது உடலை எரியுண்டபோது ஆற்றிக் கொள்ளவியலா வண்ணம் அழுதேன். அந்த இழப்பு எத்தகையது என்பதை உணர்ந்தேன். மனம் நொறுங்கியது. என் துயரம் சொற்களில் வடிக்க முடியாது என்று தெரியும்.

சற்றே நின்று நான் கடந்து வந்த பாதையைத் திரும்பிப் பார்க்கிறேன்.

ஒரு நல்ல மகளாய், சகோதரியாய், மருமகளாய், குடும்பத்தலைவியாய், நல்ல தாயாய், தோழியாய், பாட்டியாய் வாழ்ந்திருக்கிறேன். யாருக்கும் எந்தக் குறையையும் வைத்ததில்லை. மிகச்சரியான வாழ்க்கையை வாழ்ந்திருக்கிறேன். கடமைகளைச் செவ்வனே செய்து முடித்திருக்கிறேன்.

வாழ்க்கை நிகழ்வுகள் அனைத்தையும் ஒரு சில பக்கங்களில் எழுதி முடிப்பதென்பது இயலாத காரியம். எனது வாழ்க்கை என்னும் நீரோடையிலிருந்து ஒரு குடம் நீரை மட்டுமே முகர்ந்து வைத்திருக்கிறேன்.

என் வாழ்க்கையில் எத்தனையோ இளவேனில் முதுவேனில் காலங்களும், கார்காலங்களும், இலையுதிர் காலங்களும், முன்பனி பின்பனிக்காலங்களும் வந்து போயிருக்கின்றன.

ஆனால் நான் ஒரு மாணவியாய் வகுப்பறையில் ஆசிரியர்களுக்கு முன்னால் அமர்ந்து கற்றுக் கொண்ட நாட்களும், வகுப்பறையில் ஒரு ஆசிரியராய் மாணவர்களுக்கு முன்னால் நின்று கற்றுக்கொடுத்த நாட்களுமே என் வாழ்க்கையில் வந்து போன வசந்த காலங்களாகும்.

"எண்ணிய எண்ணியாங்கு எய்துப எண்ணியர்

திண்ணிய ராகப் பெறின்" - திருக்குறள் 666.